AF766114

வெட்டு குத்து...

கண்ணே காதலி!

முதற்பதிப்பு: 2023
First Edition: 2023

Vettu Kuthu... Kanne Kaadhali!

வெட்டு குத்து... கண்ணே காதலி!

Pattukottai Prabakar

பட்டுக்கோட்டை பிரபாகர்

ISBN: 978-93-95166-09-6

Pustaka
EBooks | Audiobooks | Paperback

Pustaka Digital Media Pvt. Ltd.
#7-002, Mantri Residency,
Bannerghatta Main Road, Bengaluru - 560 076
Karnataka, India

+91 7418555884

வெட்டு குத்து...

கண்ணே காதலி!

பட்டுக்கோட்டை பிரபாகர்

Pustaka
EBooks | Audiobooks | Paperback

முன்னுரை

அன்புள்ள உங்களுக்கு...

வணக்கம்.

ஒரு கட்சி, அதில் தீவிரமாக இருக்கும் ஒரு இளைஞன் அவனுக்கு நகர அளவில் ஒரு பதவி, இளைஞன் திருமணம் செய்து கொள்கிறான். நகரத்தில் பல கட்சிகள், பல தலைவர்கள், அவ்வப்போது தொண்டர்களுக்குள் சண்டைகள், சமரசங்கள், ஒரு குறிப்பிட்ட சம்பவத்தில் ஏற்பட்ட சண்டை வளர்கிறது. விளைவாக நிகழும் வன்முறைத் தாக்குதலில் புதிதாகத் திருமணமான இளைஞன் வெட்டப்படுகிறான். அந்த இளம் மனைவி பொட்டிழக்கிறாள், பூவிழக்கிறாள், அவற்றோடு தன் வாழ்க்கையையும்.

இது உண்மையில் நிகழ்ந்த ஒரு சம்பவம்.

இந்தச் சம்பவம் என்னை சிந்திக்க வைத்தது. ஒரு இளைஞன் உடல்நலம் பாதிக்கப்பட்டு இறக்கலாம். இயற்கையின் சீற்றங்களால் இறக்கலாம். விபத்துக்களால் இறக்கலாம். மேல்மட்டத் தலைவர்கள் குளிர் அறையில் உட்கார்ந்து கொண்டு நடத்துகிற அறிக்கை மோதல்களால் தூண்டப்பட்டு அடிமட்டத்தில் நிகழும் வன்முறை அரசியலின் ஆவேசப் போராட்டத்தில் இறப்பது நியாயமா? அந்த இளம் விதவையின் கதி? அந்தக் குடும்பத்திற்காக கட்சி கண்ணீர் விடும். சிலை வைக்கும். நிதி கொடுக்கும். இழந்த வாழ்க்கையைத் தர முடியுமா?

வன்முறை அரசியலில் பாதிக்கப்படும் ஒரு பெண்ணைக் கதாநாயகியாகக் கொண்டு, நான் கண்ட உண்மைச் சம்பவத்தை மையமாக வைத்து, காதல், பாசம் இவற்றைப் பின்னி எழுதிய கதைதான் 'வெட்டு குத்து... கண்ணே, காதலி!'

பிரியங்களுடன்
பட்டுக்கோட்டை பிரபாகர்

1

அத்தியாயம்

ஒரு காதலியின் டைரியிலிருந்து...

என் நினைவுகள் முழுக்க சிம்மாசனங்களிட்டு நிரம்பியிருக்கும் என் செல்ல படவா! கொஞ்சம் வழி விடேன் ப்ளீஸ்... எனக்கு மற்ற சிந்தனைகளுக்கும் இடம் தேவைப்படுகிறதே கண்ணா...

நின்று நிதானமாகப் பெய்து கொண்டிருந்தது மழை. சாயங்கால மழை. அதனால் ஐந்து மணிக்கே அவசரமாக வந்துவிட்ட இருட்டு. வானத்திலிருந்து துவங்கப்பட்ட ரேஸ் போல மழைத்துளிகளைத் துரத்திக்கொண்டு மழைத்துளிகள். யாருக்கும் சலுகை இல்லையென ஒரு சர்வாதிகாரியாய்ச் சகலத்தையும் நனைத்துக் கொண்டிருந்தது மழை. சாமியாட்டம் இல்லாத பூவாளி மழை.

இரண்டு தலையணை வைத்து முழங்கைகள் பதித்து, கன்னங்களைப் பத்து விரல்கள் போர்த்தியிருக்க, குப்புறப்படுத்து ஜன்னலுக்கு வெளியே நீர் நெசவு செய்து கொண்டிருந்த மழையைப் பார்த்துக் கொண்டிருந்தாள் கண்மணி. இமைப்பதை ஒத்திப் போட்டிருந்தன சிப்பி இமைகள்.

யானை போல, ரயில் போல எத்தனை முறை பார்த்தாலும், எவ்வளவு நேரம் பார்த்தாலும் அலுப்புத் தராத மழை, இலவசமாய்க் காற்று முழுக்கக் குளிரை நிரப்பி அனுப்பியதில் அவள் தேகம் முழுதும் ஒருமுறை சிலிர்த்து அடங்கியது. அந்தச் சிலிர்ப்பு நரம்பு நரம்பாய் ஊடுருவிச் சென்றது.

அருகில் திறந்திருந்த கதைப் புத்தகத்தின் பரந்த மார்புக் குதிரை வீரனை அப்புறம் பார்த்துக் கொள்ளலாம் என்று தோன்றியது. வீரன் எப்போது புரட்டினாலும் வருவான். ஜன்னலைத் திறக்கும்போதெல்லாம் மழை வருவதில்லையே... இப்படிச் சிலிர்க்க வைப்பதில்லையே...

புத்தகத்தை மூடி வைத்துவிட்டுக் கட்டிலிலிருந்து எழுந்தாள். கால் கொலுசு சலங்கை ஒன்றில், போர்வை நூல் பிசிறு சிக்கிக்கொண்டு தடுக்கியது. குனிந்து நூலை அறுக்காமல் விடுவித்து, ஒற்றைப் பின்னலை முதுகில் விசிறி, ஜன்னலுக்கு அருகில் வந்து நின்று கொண்டாள். மொஸைக் சில்லிப்பைச் சிவந்த பாதங்கள் பருகத் துவங்கின.

மழைச் சாரல் அவள் மேனியெங்கும் மைக்ரோ புள்ளிகள் வைத்துக் கோலம் துவங்கியது. காற்றில் உப்பித் துடித்த புடவைத் தலைப்பை இழுத்து இடுப்பில் செருகிக் கொண்டாள். செருகப்பட்ட செதுக்கல், இடுப்பில் தன் விரல் பட்டதற்கு மீண்டுமொரு முறை தேகத்தில் சிலிர்ப்போட்டம் நிகழ்ந்தது.

நகங்கள் வெட்டப்பட்ட விரல்கள் மோத, பரபரவென்று கைகளைத் தேய்த்து உஷ்ணம் உற்பத்தி செய்து, தன் கன்னங்களில் சேர்ப்பித்தாள் கண்மணி.

நட்சத்திரங்களும் மேகங்களும் தொலைந்து போயிருந்த வானத்திலிருந்து வந்து கொண்டிருந்த மழை. வீடுகளின் ஓடுகளின் மேல் நீர்ப்புகை கிளப்பிக் கொண்டிருந்தது. அந்த மழையின் மாறுவேஷம் பார்க்கக் கிடைக்கும் குதூகலத்துக்கு - சாரலால், உடையும் உடலும் நனைதலை விலையாகத் தரலாம். இன்னும்கூடத் தரலாம் என்று தோன்றியது.

அருகில் ஆங்கில 'எம்' போல அமைக்கப்பட்டிருந்த ஆஸ்பெஸ்டாஸ் தகடுகள் வேய்ந்த கூரையின் மேல் மட்டும் மழை சத்தப்படுத்திச் சிதறிக் கொண்டிருந்தது. அந்த மகா ஷெட்டின் முகப்பில் உயரத்தில் தொங்க விடப்பட்டிருந்த பழைய, நீல நிற, எல்லா விளிம்புகளிலும் துருப்பிடித்திருந்த எனாமல் போர்டில் 'கே. கோதண்டராமன்- பந்தல் காண்ட்ராக்டர் அண்ட் சவுண்டு சர்வீஸ்' என்று எழுதப்பட்டிருக்க, அந்த போர்டு இந்த மழையில் ஒரு பக்க ஆணிப்பிடிப்பு நீங்கிச் சாய்ந்து தொங்கியது.

அதைப் பார்த்ததும் கண்மணிக்கு லேசான கவலையொன்று ஏற்பட்டது. தன் அப்பாவின் பெயர் தாங்கிய போர்டு சரிந்ததில் கவலை கொள்ள ஏதுமில்லை. மழை நின்றதும் மறுபடி தூக்கி மாட்டினால் போயிற்று.

அவளின் சிந்தனை, அந்தக் குருவியைப் பற்றியது. அந்த போர்டுக்குப் பின்னால்தானே அந்தச் சாம்பல் நிறக் குருவி, கூடு கட்டி வைத்திருந்தது? அந்தக் குருவி, தன் அலகில் முதல் வைக்கோலுடன் முதலில் இதே ஜன்னலில் தான் வந்து உட்கார்ந்தது. இந்த அறைக்குள்ளேதான் கண்களைச் சுழற்றித் தன் கூட்டுக்கு இடம் தேடியது.

அப்போது சுவரில் மாட்டின கண்ணாடி முன்பு நின்று கூந்தலைப் பின்னி முடித்த கண்மணி, சீப்பில் சேகரமாயிருந்த கூந்தல் உதிரிகளை எடுத்து வெளியே வீச ஜன்னலருகே வந்தபோது தான் குருவியைக் கவனித்தாள்.

என்னவோ தன்னை விரட்டுவதற்காகத்தான் அவள் வந்திருக்கிறாள் என்று பதறின குருவி, கம்பியை விட்டுப் பறந்து சென்று அந்த போர்டின் மேல் உட்கார்ந்து கொண்டது.

கண்மணி அந்தக் குருவியையேதான் கவனித்துக் கொண்டிருந்தாள். அந்த போர்டுக்கும் சுவருக்கும் நடுவில் இருந்த கொஞ்சமான இடைவெளியை 'அட! அட்டகாசமான லொகேஷன்' என்று தேர்வு செய்த குருவி, அஸ்திவார வைக்கோலை அந்த

இடுக்கில் வைத்து விட்டு உற்சாகமாகப் பறந்து சென்றது. 'கீச்... கீச்...' என்று கும்மாளக் குரலெழுப்பி.

அதற்குப் பிறகு அந்த ஜன்னலருகில் வரும்போதெல்லாம் குருவியின் வீடு எந்த அளவு வளர்ந்திருக்கிறது என்று கொஞ்ச நேரம் நின்று, மேஸ்திரி பார்வை பார்ப்பது அவள் பொழுதுபோக்குகளில் ஒன்றாக இருந்தது. அந்தக் கூட்டின் வளர்ச்சியின் ஒவ்வொரு கட்டமும் அவள் அறிவாள்.

மூன்று நாட்களுக்கு முன்னால் அந்தக் குருவிக் கூட்டின் மேல்விளிம்பு தாண்டிச் சிவந்த இரண்டு பிஞ்சு அலகுகள் லேசாகத் தெரிந்து மறைய... சந்தோஷப்பட்ட கண்மணி, தன் தங்கையை அழைத்துக் காட்டினாள்.

"சித்ரா, கொஞ்ச நேரம் நின்னு பாரேன்... குஞ்சுக் குருவியோட அலகு தெரியும். அந்தக் கூட்டுக்குள்ளே ரெண்டு குஞ்சு இருக்குடி..."

இடுப்பில் கைகளை வைத்துக் கொண்டு, உதட்டைச் சுழித்து முறைத்தாள் சித்ரா. நழுவிய சுரிதாரின் துப்பட்டாவைத் தோளில் விசிறினாள்.

"காலேஜுக்கு நேரமாச்சு... நானே என் மொபெட் சாவியை எங்கே வெச்சேன்னு தெரியாம தவிப்பா தேடிக்கிட்டிருக்கேன். கையைப் பிடிச்சு இழுத்துக்கிட்டு வந்தே... என்னமோ முக்கியமா காட்டப் போறேன்னு வந்தா, குருவி பாரு... குஞ்சு பாருன்னு விளையாட்டு பண்றியா நீ"

"எப்பவும் பறந்துகிட்டுத்தானே இருக்கே... ஒரு நிமிஷம் நின்னுதான் பாரேன். அந்தக் குருவிக் கூடு கட்ட ஆரம்பிச்சதிலேர்ந்தே நான் பார்த்துக்கிட்டிருக்கேன் தெரியுமா? புதுசா பொறந்த சின்னப் பறவைக் குஞ்சு, கூட்டை விட்டு எட்டி எட்டிப் பார்க்கறப்ப மனசுல ஒருமாதிரி சிலீர்னு இருக்குடி..."

"மனுஷன்னு இருந்தா கல்யாணம் பண்ணிப்பான். புள்ளை பெத்துப்பான். குருவின்னு இருந்தா கூடு கட்டும். குஞ்சு பொரிக்கும்.

இதுல சிலிர்த்துப்போற மாதிரி என்ன அதிசயத்தை நீ கண்டியோ, எனக்குப் புரியலை. நீ இந்தக் குஞ்சு குருவி பெரிசாகி, அது கூடு கட்டறவரைக்கும் விடாம டாகுமெண்டரி பார்த்துக்கிட்டிரு... என்னை விட்டுடுப்பா. எனக்கு காலேஜ் இருக்கு. கம்ப்யூட்டர் கிளாஸ் இருக்கு. வர்றேன்...” என்று ஓடியே விட்டாள் சித்ரா.

மழையில் போர்டு சரிந்ததில், அந்தக் கூட்டையே இப்போது காணவில்லை. வெயிலுக்கும் மழைக்கும் ஒரு கூரையாக இருந்த போர்டு நகர்ந்ததில் கூடு பிய்ந்து போய், மழை உள்ளே நுழைந்து அடித்துச் சென்றிருக்க வேண்டும். ஐயோ! அந்த இரண்டு குஞ்சுகள்?

ஈரமான ஜன்னல் கம்பியில் கன்னம் பதித்து, எம்பி நன்றாகப் பார்த்தாள். போர்டுக்கு நேர் கீழே, தரை இருட்டாக இருந்தது. அந்தக் குருவிக் கூடு இருந்த இடம் காலியாக இருப்பது மட்டும் நன்றாகத் தெரிந்தது.

மூன்று தினங்களுக்கு முன்புதானே பார்த்தேன்? இந்த மழை துவங்கும்போது அந்தக் குஞ்சுகள் கூட்டில் தான் இருந்திருக்குமா? குருவிக் குஞ்சுகளுக்கு எத்தனை நாட்களில் இறக்கை முளைத்துக் கூட்டைவிட்டுப் பறந்து போகும்? மூன்று நாட்களுக்குள் தனியாய்ப் பறக்கிற தெம்பு அந்தக் குஞ்சுகளுக்கு வந்திருக்குமா? தாய்ப் பறவை எங்கே? அதுவும் தவித்துக் கொண்டிருக்குமோ?

கண்மணிக்குள் கேள்விகள் ததும்பத் துவங்கியதும் மழையை ரசிக்க முடியவில்லை. மழை தனக்கு ஏதோ துரோகம் செய்துவிட்டதைப் போலச் சின்னதாகக் கோபம் கூட ஏற்பட்டது.

மழை பிய்த்துப் போட்ட குருவிக்கூடு. அப்பாவின் பந்தல் ஷெட்டின் வாசலில் தான் சிதறிக் கிடக்கும். கிட்டே போய்ப் பார்த்தால் உண்மை தெரியும். ஒரு வேளை சிதறிக் கிடக்கும் குருவிக் கூட்டின் சிறுகுச்சிகள், வைக்கோல்களுக்கு நடுவில்... ச்சே! நினைக்கவே பிடிக்கவில்லை.

கண்மணி படிகளிறங்கிக் கீழே வந்தாள். அம்மா, அலுமினிய பெயிண்ட் அடித்த சங்கிலிகளில் மாட்டப்பட்டிருந்த தேக்கு ஊஞ்சலில்

ஒற்றைக்கால் மடக்கி, ஒற்றைக்கால் தொங்கவிட்டு ராத்திரி அடைக்கு முருங்கைக் கீரையில் இலை இலையாகக் கிள்ளிப் போட்டுக் கொண்டிருந்தாள். மூக்கில் கண்ணாடி சரிந்திருந்தது. மூக்கின் ஆறு கல் பேஸரியின் மங்கின பிம்பம் கண்ணாடி முனையில் இருந்தது. நரையோடிய தலையை கொண்டையிட்டு, அதன் மேல் ஆர்ச்போல முல்லைச்சரம் வைத்திருந்தாள். வட்டக் குங்குமத்தின்மேல் சாயங்காலம் உச்சிப் பிள்ளையார் கோயிலில் வைத்துக் கொண்ட விபூதித் தீற்றல் இன்னும் கலையாமல் இருந்தது.

"சித்ரா இன்னும் வரலையாம்மா?" - அம்மா எதிரில் அமர்ந்து, அவளும் ஒரு முருங்கைக் கொத்தெடுத்துப் பூ, பூச்சி இலை தவிர்த்து இலை கிள்ளிப் பாத்திரத்தில் போட்டபடி கேட்டாள்.

"வரலையே... இன்னிக்கு ரிப்பேருன்னு வண்டி எடுத்துட்டுப் போகலை... காலேஜ்லயேதான் ஒதுங்கியிருப்பா. ஆளனுப்பிக் குடை கொடுத்து விடுங்கன்னு உங்கப்பாகிட்ட சொன்னேன். காதுல வாங்கினாத்தானே? அவர் பேச்சுத்தான் பெரிசு. இடி இடிச்சாலும் மழை கொட்டினாலும் கட்சி ஆளுங்க வந்துடறாங்க. பாரேன், தோதா வாடகைக்கு நாற்காலி விடற தொழிலு... ஆளுக்கு ஒண்ணு பிரிச்சிப் போட்டுக்கிட்டு உக்காந்துடறாங்க. அத்தனை பேரை வெச்சுக்கிட்டு உங்கப்பா 'அவ ஒண்ணும் கரைஞ்சு போயிட மாட்டா. மழை நின்னதும் வந்துடுவா... எனக்கும் கவலை இருக்கு. நீ மட்டும் தனியாவா பெத்தே? போ! போய் வேலையைப் பாரு'ன்னு சொல்றாரு. விவஸ்தை இல்லாம அவனுங்க கமுக்கமா சிரிக்கிறானுங்க. எனக்கு கூசிப்போச்சு வந்துட்டேன்..."

"விடும்மா... இன்னிக்குத்தானா அப்பாவைப் புதுசா புரிஞ்சிக்கிட்டிருக்கே? எதைப் பேசறது, எப்ப பேசறது யாரை வெச்சிக்கிட்டுப் பேசறதுன்னு யோசிக்காம சமயத்துல பேசிடறாரு... பந்தல்ல மாணிக்கம் இருக்கானா, இல்லையா?"

"நான் கவனிக்கலை..."

"நான் பார்த்து, அவனை ஆட்டோ பிடிச்சிக்கிட்டுப் போய் அதே ஆட்டோவுல சித்ராவை காலேஜ்லேர்ந்து அழைச்சிட்டு

வரச் சொல்றேம்மா... மழை இப்போதைக்கு நிக்கிறதா தெரியலை. சித்ரா, பாவம்... எவ்வளவு நேரம் தான் அங்கேயே நிப்பா?"

எழுந்து கொண்ட கண்மணி, கூடத்தில் ஒரு மூலையில் சற்றுமுன் உபயோகப்படுத்தி, ஈரம் காய்வதற்காக விரித்தே தரையில் வைக்கப்பட்டிருந்த குடையை எடுத்துக் கொண்டு வீட்டின் வாசலுக்கு வந்தாள்.

வீட்டை ஒட்டியே பந்தல் ஷெட் என்றாலும் குடை இல்லாமல் முடியாது. ரப்பர் செருப்பு அணிந்து ஜாக்கிரதையாகப் பாதம் பதித்து நடந்தாள். கணுக்கால் மறைத்துப் பழுப்பு நீர் ஓடியது.

ஷெட்டில் ஒரு பக்கம் சவுக்குக் கம்புகள் குவிக்கப்பட்டிருந்தன. நிறுத்தப்பட்ட நிலையில் கட்டுக்கட்டாக வேய்ந்த தென்னங்கீற்றுகள், ஒன்றின் மேல் ஒன்றாக அடுக்கப்பட்ட 'கே.கே.ஆர் 107, கே.கே. ஆர் 108...' என்று பெயிண்டால் எழுதப்பட்ட மர நாற்காலிகள், ஸ்டீல் நாற்காலிகள், ஸ்டீல் மேஜைகள். மற்றொரு பக்கத்தில் டியூப் லைட் மாட்டும் பட்டிகளும், பாக்ஸ் ஸ்பீக்கர்கள், ஹார்ன் ஸ்பீக்கர்கள் மற்றும் சுருள் சுருளாக சீரியல் செட் பல்புகளும் அடுக்கப்பட்டிருந்தன.

வெளியே, விலாசம் எழுதின கே.கே.ஆரின் மினி லாரி ஒன்று மழையில் நனைந்து கொண்டிருந்தது. உள்ளே நுழைந்ததும் பார்க்கும்படியான இடத்தில் மேஜை போட்டுக் கணக்குப்பிள்ளை வடிவேல், நெற்றியில் உலர்ந்த சந்தனத்துணுக்கோடு ஊதுவத்திப் புகை மத்தியில் ஏதோ விசேஷத்துக்குப் பந்தல் போடும் ஆர்டர் கொடுக்க வந்தவரிடம், என்னென்ன தேவை என்று கேட்டு லிஸ்ட் எழுதிக் கொண்டிருந்தார்.

சற்றுத் தள்ளி வட்டமாக நாற்காலிகளைப் போட்டு அமர்ந்திருந்தார்கள் அவர்கள். அத்தனை பேரும் கட்சிக் கரை போட்ட வேட்டியில் இருந்தார்கள். நடுநாயகமாகக் கண்மணியின் அப்பா கோதண்டராமன், ஒரு காலை மறு கால் மேல் போட்டுத் தன்னை நோக்கி இழுத்து மடியையே மேஜையாக்கி, அதன் மேல் வரவு - செலவு நோட்டுப் புத்தகமும், எவர் சில்வரில் வெற்றிலைச்

செல்லமும் வைத்துக் கொண்டு மற்றவர்களிடம் கொஞ்சம் ஆவேசமாகவே பேசிக் கொண்டிருந்தார்.

அவரை நோக்கி நடந்து வந்த கண்மணி நின்று, முதலில் போர்டுக்கு நேர் கீழே சிதறிக் கிடந்த குருவிக் கூட்டை ஆர்வமாகப் பார்த்தாள். அந்தக் குஞ்சுகள் எதுவும் தென்படாததில் மனதில் நிம்மதி பூத்தது.

ஒரு காதலனின் செலவுக் குறிப்பு:

காட்டன் கைக்குட்டை	-	ரூ. 4.00
அதில் அவள் பெயரை எம்பிராய்டரி செய்ய	-	ரூ. 5.00
அதை அழகான பார்சலாக்க	-	ரூ. 4.50
ஆட்டோ பிடித்துச் சென்றதில்	-	ரூ. 27.40
காத்திருந்த நேரத்தில் சிகரெட்	-	ரூ. 2.60
ஆக மொத்தம்	-	ரூ. 43.50

***

2
அத்தியாயம்

தலையில் பிளாஸ்டிக் காகிதத்தைக் குல்லா மாதிரி செய்து மாட்டியிருந்த அந்த டீக்கடைப் பையன் ஓட்டமாய் வந்து வட்ட வட்டமாய் இருந்த வளையக் கம்பியிலிருந்து டீ கிளாஸ் எடுத்து ஒவ்வொருவருக்கும் கொடுத்துக் கொண்டு வந்தான்.

"அப்படி வைடா... வெத்தலை போட்டுருக்கேன். துப்பிட்டு வர்றேன்..." என்ற கோதண்டராமன் எழுந்து சற்றுத் தள்ளியிருந்த பானைக்கு வர, குறிப்பு உணர்ந்த வேலைக்காரன் உயரமான டம்ளரில் தண்ணீர் மொண்டு மேல் துண்டால் டம்ளரின் வெளிப்புறம், அடிப்புறம் துடைத்து நீட்டினான்.

வாங்கி ஊற்றிக் கொண்டு, வாயில் சுத்தம் பண்ணிக்கொண்டே வாசலுக்கு வந்து மழை நீரோடு கொப்பளித்து ஓடவிட்டு நிமிர்ந்த போது கண்மணியைப் பார்த்தார்.

"என்னம்மா?"

"மாணிக்கத்தைக் கொஞ்சம் வரச் சொல்லுங்கப்பா. வேலை இருக்கு..." என்றாள் குடை பிடித்து நின்ற கண்மணி.

“அங்கேர்ந்தே கூப்பிட வேண்டியது தானே? ஒரே சேறு... பாத்துப் போ. அனுப்பி வைக்கறேன்...” என்றவர் திரும்பி, “டேய் மாணிக்கம்” என்றார்.

ஷெட்டுக்குள்ளே நாற்காலிகளை எண்ணி அடுக்கிக் கொண்டிருந்தவர்களில் அழைக்கப்பட்ட மாணிக்கம் ஓடியே வந்தான்.

“பாப்பா கூப்டுட்டுப் போகுது. போய் என்னன்னு கேளு... எதாச்சும் வேணும்னா காகிதத்துல எழுதி வாங்கிட்டுப் போய், கரெக்டா வாங்கிக் கொடுத்துட்டு வா...”

தன் நாற்காலியில் அமர்ந்து பல்லிடுக்கில் சிக்கியிருந்த ஒரு வெற்றிலைத் துணுக்கை நாக்கால் முயன்றபடி, டீ கிளாஸைக் கையில் எடுத்த கோதண்டராமனுக்கு அகலமான உடம்பு. ஐந்தே முக்காலடி உயரத்தில் அந்த அகலம் உறுத்துவதில்லை.

காலர் இல்லாத அரைக்கை ஜிப்பா. கட்சிக் கரையுடன் வேட்டி - தலையில் ரோம அடர்த்தி குறைந்திருந்தாலும் அதை ஈடுகட்டுவது போல மேல்நோக்கித் திருகிவிடப்பட்ட அய்யனார் மீசையை இரண்டு பக்கமும் தோதாகப் பிடித்துக் கொண்டு ஒரு பொடியன் ஊஞ்சலாடலாம் மாதிரி இருந்தது. களிமண் பிள்ளையாருக்குத் தொப்புள் அமுக்கியது போல தாடையில் ஒரு பள்ளம். தடித்த, லேசாகக் கறுத்த கீழ் உதடு. வெற்றிலை அளித்த போனஸ் காவி நிறத்தைப் பூசிக்கொண்ட பற்கள். முறம் முறமாகக் காதுகள். அவற்றின் மடல்களில் நிறைய முடி. கைகளிலும் ஜிப்பாவின் திறப்பில் தெரியும் மார்பிலும் கறுப்பு மெத்தை விரித்தது போல் முடிகள். கொசு அடித்தால் தேடிக் கண்டுபிடித்து தான் வெளியே தூக்கிப்போட வேண்டும்.

கோதண்டராமன் ஒரே மூச்சில் டீயைக் குடித்துவிட்டு வைத்து, “எதுவும் பேசாம கேட்டுக்கிட்டே இருந்தா எப்படி? பதில் சொன்னாத்தானே பரவால்லே...” என்றார்.

சுற்றிலும் நாற்காலிகளில் அமர்ந்திருந்தவர்களில் பாதிப் பேர் இன்னும் ஊதி ஊதி டீ குடித்துக் கொண்டிருந்தார்கள். துண்டால்

வாயை ஒற்றிக் கொண்ட நல்லதம்பி, "கே.கே.ஆர். ஒரு யோசனை செஞ்சா, அதில தப்பு சொல்லவே முடியாது. ஆனா, செலவு எக்கச்சக்கமா வருதுங்களே..." என்றார்.

"வரட்டுமே... திருச்சிக்கு நம்ம தலைவர் வந்து ஆறு வருஷம் ஆச்சுங்க நல்லதம்பி. எலெக்ஷன் சமயத்தில்கூடப் பத்து நாள் ப்ரொக்ராம் போட்டுத் திடீர்னு மலேரியா காய்ச்சல் வந்து கான்சலாயிடுச்சு. வர்ற எலெக்ஷன்ல நிச்சயமா நாமதான் ஜெயிக்கறோம். நம்ம தலைவர் அறிவுமணிதான் முதலமைச்சர். எழுதி வெச்சுக்குங்க... தமிழ்நாடு பூரா செமத்தியா சம்போர்ட் நம்ம பக்கம் திரும்பிக்கிட்டிருக்கு. இந்தச் சமயத்தில் பொதுக் கூட்டத்துக்கு வர்ற தலைவருக்குப் பிரமாண்டமா வரவேற்பு கொடுத்தாத்தானே அவருக்குத் தெம்பா இருக்கும்! திருச்சியையே கலக்கிடணுங்கறேன்... இந்த மீட்டிங் பத்தி அவனவன் ஜென்மத்துக்கும் பேசிக் கிட்டிருக்கணும்..."

கோதண்டராமன் தன் வெற்றிலை டப்பாவைத் திறந்து, சீவல் அள்ளி வாயில் போட்டுக் கொண்டார்.

"இந்தத் தடவை தலைவர் நிச்சயமா வர்றாரா? ஏன் கேக்கறேன்னா ஏற்கெனவே ரெண்டு தடவை தேதி கொடுத்துட்டு நாமும் போஸ்டர் எல்லாம் அடிச்சு, கட்-அவுட் எல்லாம் தயார் செஞ்சு தடபுடலா ஏற்பாடு பண்ணிக்கிட்டிருந்தோம். திடீர்னு டெல்லிக்குப் போறேன்னு சொல்லித் தந்தி கொடுத்து மீட்டிங்கை கான்சல் பண்ணிட்டாரு..." என்றார் சோமசுந்தரம்.

"ரொம்ப நியாயமான கேள்விதான். நம்ம மாவட்டச் செயலாளர் நாதன் தம்பியே நேர்ல போய்ப் பார்த்துப் பேசிட்டு வந்திருக்காப்ல. தலைவர் தன் கைப்பட தேதி, நேரம், எங்கே ரூம் போடணும்னு எல்லா விவரமும் எழுதிக் கொடுத்திருக்காரு. லெட்டர் நாதன்கிட்ட இருக்கு. இங்க வந்திருக்க வேண்டியது. வீட்ல முக்கியமான ஒரு பஞ்சாயத்து நடக்குதாம். முதல்லயே சொல்லி விட்டுட்டாப்ல. தலைவர் வர்றாரு! அதில் உங்களுக்குச்

சந்தேகமே வேணாம். அப்புறம்?" - கோதண்டராமன் வெற்றிலை ஈரத்தை மடியில் துடைத்து, காம்பு கிள்ளிப் போட்டுச் சுண்ணாம்பு தடவினார்.

"திட்டம் பெரிசா போறதால வசூலுக்குப் போய்த்தான் ஆக வேண்டியிருக்கும். இப்பதான் மூணு மாசம் முன்னாடி. கட்சி வளர்ச்சி நிதின்னு ரசீது போட்டுக்கிட்டுப் போனோம். எப்பவும் கொடுக்கற சில பேர் கொடுத்துடறான். மீடியமா இருக்கற வியாபாரிங்க எல்லாம் ரொம்ப சலிச்சுக்கறாங்கண்ணே" என்றான் இளம் வயதில் இருந்த முனுசாமி.

"இல்லையே. திருச்சியைப் பொறுத்த வரைக்கும், அதுவும் நம்ம கட்சிக்குன்னா முணுமுணுக்காம கொடுத்துடறாங்களே... யாரு சலிச்சுக்கிட்டது?" உள்வாயில் மடக்கின வெற்றிலையை அடக்கிக்கொண்டு விரல் நுனி சுண்ணாம்பைச் சுரண்டி உதிர்த்தார் கோதண்டராமன்.

"மெயின்கார்டுகேட்ல வின்சென்ட் பேக்கரி இல்லே, அந்த முதலாளி ஒருபடி மேலேயே போய் 'ஏன்யா இப்படிப் பிச்சை எடுத்துக் கட்சி நடத்தறீங்க?'ன்னு கேட்டாண்ணே. கூட வந்தவங்க என்னை அடக்கிட்டாங்க... இல்லேன்னா அன்னிக்கு அவன் கடையில ஒரு கண்ணாடி மிஞ்சியிருக்காது..."

"செஞ்சிருக்கணும்டா! இப்ப வந்து வீரம் பேசக்கூடாது. இந்தச் சேதி என் காதுக்கு வரவே இல்லையே. நான் பார்த்துப் பொறந்த பய அவன். அவங்கப்பன் நைட் கடையில பரோட்டா அடிச்சிட்டிருந்தான். இப்ப பத்து வருஷத்திலே முன்னேறின பசங்க. ஊர்ல நாலு பிராஞ்சு, ரெண்டு காருன்னு வசதி ஏறினதும் நாக்குக்குத் திமிர் தானா வந்திடுச்சு போலிருக்கு. நம்ம தலைவர் எதுக்காச்சும் கண்டன ஊர்வலம் அறிவிக்கட்டும். எந்த ஊர்வலமா இருந்தாலும் அவன் கடைப் பக்கமாத்தானே போகணும். நல்ல கருங்கல்லா பார்த்து, பத்துப் பேர்கிட்ட ஆளுக்கு ரெண்டு கல்லு கொடுத்து வெச்சிடுங்க" என்றார் கோதண்டராமன் மீசையைத் தடவியபடி.

“அதெல்லாம் ஏங்க? நம்ம கட்சியோட பேர்தானே கெட்டுப் போகும்?” என்றது ஒரு நரைத்த தலை.

“அதெப்படிக் கெட்டுப் போகும்? நம்ம கட்சியோட பேரைக் கெடுக்கறதுக்காகவே நம்ம ஊர்வலத்தில் ஆளுங்கட்சிக்காரங்க சில ரௌடிங்களை நுழைச்சு வன்முறையில் இறங்க வெச்சுட்டாங்க. நடந்த சம்பவங்களுக்கும் எங்களுக்கும் சம்பந்தமே இல்லை-ன்னு மாவட்டத் தலைவர்ங்கிற முறையில் நான் பேப்பர்காரனை எல்லாம் கூப்பிட்டு அறிக்கை கொடுத்துட மாட்டேனா? அவ்வளவு தூரம் வெவரம் இல்லாதவனா நானு? பேச்சை விட்டு வெலகிப் போய்க்கிட்டிருக்கோம். பொதுக்கூட்ட ஏற்பாட்டைப் பொறுத்தவரைக்கும் பந்தல், நாற்காலி, அலங்காரம் இந்த மாதிரி சமாசாரங்களுக்குக் கட்சிக்காக எப்பவும் நான் வாடகை வசூலிக்கிறதில்லை. கூலி எவ்வளவு ஆகுதோ, அது மட்டும் தான் செலவு. அப்புறம்...”

மேற்கொண்டு அவர் தொடர்வதற்கு முன்பாக வாசலில் மழைச் சத்தத்தை மீறிச் சத்தம் பண்ணிக் கொண்டு ஒரு ஆட்டோ வந்து நின்றது.

அதிலிருந்து ஓர் ஆளை மூன்று பேர் வலுக்கட்டாயமாகக் கீழே இறக்கி, அவன் திமிறத் திமிற உள்ளே இழுத்து வந்தார்கள். கோதண்டராமனின் காலடியில் அவன் தள்ளப்பட்டான். எழுந்தவன் தன்னை இழுத்து வந்தவர்களை மூச்சு வாங்க முறைத்தான்.

கோதண்டராமன் எழுந்து சென்று வெற்றிலை எச்சிலைத் துப்பிவிட்டு வேட்டியை மடக்கிக் கட்டிக் கொண்டு அவனருகில் வந்தார்.

“வாங்க சார் வேங்கை வெள்ளைச்சாமி! வேலை கிடைக்கலைன்னு டுட்டோரியல் காலேஜ்ல கிளாஸ் எடுத்துக்கிட்டு மூணு வேளைக்குப் பத்தாம காலத்தை ஓட்டிக்கிட்டிருக்கிற உனக்கு எதுக்குடா வாய் அவ்வளவு பெரிசா? ஏற்கெனவே ஒரு தடவை ஆள் விட்டு சொன்னேன்ல இந்த மாதிரி

பேசாதேன்னு சொன்னானா இல்லையா? அப்படியும் முந்தா நாள் துவரங்குறிச்சி மீட்டிங்ல என்னடா பேசினே நீ. எங்க தலைவரைப் பத்தி? ம்...”

அந்த வெள்ளைச்சாமி தன் பதட்டத்தை வெளிக்காட்டக்கூடாதென்று பெரிதும் முயன்று கொண்டிருந்தான்.

கோதண்டராமன் ஒரு கையால் அவன் தாடையை வலுவாக உயர்த்திப் பிடித்து, “சொல்லுடா ராஜா! மீட்டிங்ல என்ன பேசினே? இங்கே பாதிப் பேருக்குத் தெரியாதுப்பா. அதனாலதான் கேக்கறேன் சொல்லு... என்னன்னு பேசினே?” என்றார்.

“எவ்வளவோ பேசினேன். இது சுதந்திர நாடுங்க அவனவன் மனசுல பட்டதைப் பேசறதுக்கு முழு பேச்சுரிமை இருக்கு. இந்த மாதிரி அடியாள் அனுப்பி இழுத்துட்டு வரச் சொல்லி விசாரிக்கிறதுக்கு உங்களுக்கான உரிமை இருக்கு? நான்...” மேற்கொண்டு அவன் பேசி முடிப்பதற்கு முன்பாக அவன் முகத்தில் குத்தினார் கோதண்டராமன்.

அலறிக்கொண்டு தடுமாறி விழுந்தவன் எழுந்து நின்றபோது அவன் மூக்குச்சில்லு உடைந்து ரத்தம் கொட்டத் துவங்கியிருக்க...

ஒரு பிரதேசக் கெட்ட வார்த்தையை அழுத்தந் திருத்தமாக உபயோகித்த கோதண்டராமன், “யார்கிட்டடா கை நீட்டிப் பேசறே? இந்தத் தெருப்பொறுக்கி என்ன பேசிருக்கான் தெரியுமா? நம்ம தலைவருக்கு ஊருக்கு ஒரு வப்பாட்டி உண்டாம்! இவருதான் வெளக்குப் பிடிசிருக்காரு! இந்த மாதிரி பேசறது தப்புன்னு நான் பொறுமையா ஆள்விட்டுச் சொன்னேன். அதுக்கப்புறமும் பேசறதுன்னா திமிருதானே?” திடீரென்று ஆத்திரம் உச்சத்துக்குப் போக, அவன் சட்டையைக் கொத்தாகப் பிடித்து உலுக்கி நெஞ்சில் குத்திக் கீழே தள்ளிக் காலால் உதைக்க...

காத்திருந்தவர்கள் போல அவனை இழுத்து வந்த மூன்று பேரும் புரட்டியெடுக்கத் துவங்கினார்கள்.

அவனுடைய 'ஐயோ! அம்மா! கொல்றாங்களே' என்கிற கத்தல்களுக்கு ஊஞ்சலில் கீரை இலை கிள்ளிக் கொண்டிருந்த கண்மணியின் அம்மா கொஞ்சம்கூட அசையாமல் தன் வேலையைத் தொடர...

கண்மணிதான் பதறி, வீட்டு வாசலுக்கு வந்து நின்று பார்த்துவிட்டுத் திரும்பி அம்மாவிடம் ஓடிவந்தாள்.

"வரவர அப்பாவோட அட்டகாசம் ரொம்ப அதிகமா போய்க்கிட்டிருக்கும்மா. என்னம்மா இதெல்லாம்? ஒருத்தனைப் போட்டு நாலஞ்சு பேர் புரட்டி எடுத்துக்கிட்டிருக்காங்கம்மா. அவன் சட்டையெல்லாம் கிழிஞ்சு ரத்த ரத்தமா அடிபடறான்மா. இதெல்லாம் பாவம்மா. பெரிய பாவம்மா..."

பதறின கண்மணியின் தோளில் கைவைத்த அம்மா, "எனக்கு இப்பல்லாம் கலக்கமே வர்றதில்லை கண்மணி. மரத்துப் போச்சு. உங்கப்பாவுக்கு நியாய, அநியாயம் எடுத்துச் சொல்ல வேண்டிய வயசா? இல்லை சொன்னாதான் கேட்டுக்குவாரா? நீ ஏம்மா மனசைப் போட்டுக் கஷ்டப்படுத்திக்கிறே? விடு! இது தினம் நடக்கற கூத்துதானே? எப்படியோ போகட்டும்னு காதுலயே வாங்கிக்காதே..." என்றாள்.

கண்மணி மீண்டும் வீட்டின் வாசலுக்கு வந்து அலறல்களோடு அவன் இன்னும் அடி வாங்கிக் கொண்டிருப்பதை வேதனையோடு பார்த்துக் கொண்டிருக்க...

மாணிக்கத்தோடு ஆட்டோவில் வந்து இறங்கின சித்ரா வீட்டுக்குள் நுழையாமல் பந்தலில் நடப்பதை வேடிக்கை பார்த்துக் கொண்டே "என்னக்கா அப்படிப் பார்க்கறே? கியாரண்டியா அவனுக்குக் கையோ, காலோ முறிவு நிச்சயம். என்ன மாணிக்கம்... என்ன செஞ்சானாம்! நம்ம தலைவர் போஸ்டர்ல சாணி அடிச்சுட்டானாமா?" என்று சிரித்தபடி கேட்டாள்.

இதை எப்படி இவளால் ரசித்துப் பேச முடிகிறது என்று தன் தங்கையை எரிச்சலோடு பார்த்தாள் கண்மணி.

ஒரு சுவரில் இருந்த கரிக் கிறுக்கல் - 1

காதலிக்காதவன் முட்டாள்! ஆனால்... காதலிப்பவன் புத்திசாலி அல்ல!

யாரோ

கிறுக்கல் - 2

நல்லது. ஆனால் இப்படி சுவரில் கிறுக்குவது நாகரிகம் அல்ல!

ஜூனியர் யாரோ

***

3
அத்தியாயம்

சூரியன் செடிகளின், மலர்களின் ஈரத்தைத் துவட்டத் துவங்கியிருக்க, பனி விலகிக் கொண்டிருந்தது. வானம் தெளிவாகிக் கொண்டிருந்தது. காற்றில் மட்டும் நேற்றைய மழையின் முத்திரையிருந்தது.

“நாப்பத்தெட்டு, நாப்பத்தொம்போது, அம்பது” என்று வாய்விட்டு எண்ணியபடி ஸ்கிப்பிங் கயிறைச் சுழற்றிக் குதித்துக் கொண்டிருந்த சித்ரா நிறுத்திக் கொஞ்சம் தன்னை ஆசுவாசப்படுத்திக் கொண்டாள். கழுத்திலிருந்து வியர்வை சிறு நதி பண்ணிக்கொண்டு இறங்கியது. முதுகில் சட்டை ஒட்டிக்கொண்டது.

மொட்டைமாடியின் கைப்பிடிச் சுவரருகில் வந்து நின்று சீராக மூச்சு விட்டாள். வேப்பங்கொட்டையைக் கொறித்துக் கொண்டிருந்த அணில் இவள் வந்ததும் தொலைதூரம் ஓடி மரமேறி மறைந்தது.

வீட்டின் வாசலில் நிறையப் புள்ளிகள் வைத்துப் பெரிய கோலமாகப் போட்டு அங்கங்கே வர்ணப் பொடிகளை நிரப்பிக் கொண்டிருந்த கண்மணி,

கோலத்தின் குறுக்கே முளைத்த சித்ராவின் நிழலைப் பார்த்துக் கழுத்தை உயர்த்தி அவளைப் பார்த்தாள்.

“எப்படி இருக்கு சித்ரா? நல்லாருக்கா?”

“நல்லாருக்கு. எதாச்சும் கோலப் போட்டியா? எதுக்கு இவ்வளவு தூரம் மெனக்கெட்டுப் போடறே? எப்படியும் கொஞ்ச நேரத்துல ஸ்கூட்டரும் காரும் ஓடி கலைச்சிடப் போகுது. எவ்வளவு நேரமா போடறேக்கா?”

“காலை அஞ்சு மணிக்குப் போட ஆரம்பிச்சேன்... இப்ப மணி என்ன ஆச்சுன்னு தெரியலை...”

“கொஞ்ச நேரம் முன்னாடிதான் வால் கிளாக் பெல் அடிச்சது. மணி ஏழாச்சுக்கா. ஸாலிடா ரெண்டு மணி நேரத்தை வேஸ்ட் பண்ணிருக்கே நீ!”

“வேஸ்ட்னு சொன்னா உதைப்பேன்.”

“பின்னே ரொம்ப உருப்படியான காரியமா? இந்த நேரத்துக்கு எக்ஸர்சைஸ் செஞ்சாலாவது உடம்புக்கு உபயோகமா இருக்கும்.”

கண்மணியின் முகம் சுருங்குவதைப் பார்த்த சித்ரா, “சரிம்மா, உன் இஷ்டம். நான் எதுவும் சொல்லலை. வேணும்னா இங்கே மொட்டைமாடிக்கு வந்து கோலம் போடு. இன்னும் பெரிசா போடலாம். கலையாது. காக்கா, குருவி எல்லாம் பார்த்து ரசிக்கும்” என்றாள்.

“உனக்குக் கிண்டலா இருக்கா?” கண்மணி அருகில் தேடி ஒரு சின்னக் கல்லெடுத்து அவளை நோக்கி எறிய, சித்ரா சிரித்தபடி நகர்ந்து கொண்டாள். கால்களை அகட்டி வைத்து நின்று இடுப்புக்கான தேக பயிற்சியைச் செய்யத் துவங்கினாள்.

கண்மணி கோலத்தை முடித்துவிட்டு சற்றுத் தள்ளி நின்று கொஞ்ச நேரம் ரசித்துப் பார்த்துவிட்டு, கிண்ணங்களை எல்லாம் எடுத்துக்கொண்டு வீட்டுக்குள் வந்தாள்.

அம்மா பட்டுப் புடவை கட்டி, சாமி மாடத்தில் இருந்த படங்களுக்குப் புதுப் பூக்களை வைத்துக் கொண்டிருக்க, அப்பா

சலவை வேட்டி, சலவை ஜிப்பா அணிந்து கண்ணாடி முன்னால் நின்று தலைவாரிக் கொண்டிருந்தார்.

"என்னம்மா, பட்டுப் புடவை எல்லாம் கட்டிக்கிட்டு இருக்கே? ஏதாச்சும் விசேஷமா என்ன?"

அம்மா அவளைப் பார்த்துப் புன்னகைத்துவிட்டு, "போய்க் குளிச்சுட்டு வா கண்மணி" என்று மட்டும் சொன்னாள்.

"அப்பாகூட எங்கேயோ புறப்படற தோதுல ரெடியாகிட்டிருக்கார். ஏதாச்சும் கல்யாணத்துக்குப் போறீங்களா?"

"இல்லைம்மா. கல்யாண விஷயமா போறோம். உன்னோட கல்யாண விஷயமாகத்தான். நான் ஆயிரம் தடவை சொல்லியும் காதுலயே போட்டுக்காத உங்கப்பாவுக்கு இன்னிக்குத்தான் குடும்பம்னு ஒண்ணு இருக்குன்னு ஞாபகம் வந்திருக்கு. இன்னிக்கு நாள் நல்லா இருக்கறதால உன்னோட ஜாதகத்தைச் சமயபுரம் மாரியம்மன் கோயிலுக்குப் போய் அம்மன் பாதத்தில் வெச்சு எடுத்துட்டு வந்து தரகரைக் கூப்பிட்டுக் கொடுக்கலாம்னு சொல்லிப் புறப்படச் சொன்னார்..." என்று அம்மா சொன்னபோது, கண்மணிக்கு அது வெட்கமா, தயக்கமா, கூச்சமா என்று புரியாமல் ஒரு குறு குறுப்பு ஏற்பட்டுக் கன்னங்களில் செம்மை படர...

மாடியிலிருந்து இறங்கி வந்த சித்ரா, "பாரும்மா அக்கா முகத்தை! என்னமோ நீ மாப்பிள்ளையையே கொண்டாந்து முன்னாடி நிறுத்திட்ட மாதிரி... அய்யோ! முகத்தில என்னமா கலர் ஏறுது பாரு! ரோஜாப்பூ தோத்துடப் போகுது" என்றாள்.

"போடி! சும்மா இருக்கமாட்டே நீ? ஏம்மா, இன்னும் கொஞ்சநாள் போகட்டுமே" - குதூகலத்தைத் திரையிட்டு மறைத்துக் கேட்டாள் கண்மணி.

"இப்ப என்ன அவசரம்? - அதை விட்டுட்டி யேக்கா."

கோதண்டராமன் மீசையைச் சீவி விட்டு அவர்களிடம் வந்து, "என்ன சொல்றா உங்கக்கா?" என்றார்.

“இன்னும் கொஞ்சநாள் போகட்டுமேன்னு சும்மா ஏதாச்சும் சொல்லணுமேன்னு சொல்றாப்பா.”

“இதுவே லேட்டும்மா. ஊருக்கெல்லாம் கல்யாணத்துக்குப் பந்தல் போடறீங்க. உங்க வீட்டு வாசல்ல எப்போ பந்தல் போடப் போறீங்'கனு பார்க்கறவன் எல்லாம் கேக்க ஆரம்பிச்சுட்டானுங்க. இன்னிக்கு ஜாதகம் எடுத்து வெளில கொடுத்தாலும் நாலு எடம் பார்த்து அமையறதுக்கு அஞ்சாறு மாசம் ஆயிடும்மா. போலாமா சொர்ணம்?”

“போலாங்க” என்று அர்ச்சனைக் கூடையுடன் அவரைத் தொடர்ந்தாள் அம்மா.

வேனில் ஏறிக்கொண்ட கோதண்டராமன், “கண்மணி, தரகர் அய்யாவு வருவார். வரச் சொல்லியிருக்கேன். வந்தா குடிக்கிறதுக்கு ஏதாவது கொடுத்து உட்காரச் சொல்லு. மாணிக்கத்தை விட்டு வெத்தலை, சீவல் வாங்கிக் கொடுக்கச் சொல்லு. அவர் போட்டுத் துப்பறதுக்குள்ளே வந்துடறேன். போலாம்ப்பா” என்றதும் வேன் டிரைவர் ஸ்டார்ட் செய்து புறப்பட்டுச் சென்றான்.

குளிப்பதற்காகப் பின்புறம் பாத்ரூமை நோக்கி மாற்று உடைகளோடு நடந்த கண்மணியிடம், துவைக்கும் கல்மேல் அமர்ந்து கால்களை ஆட்டியபடி தன் பின்னலைப் பிரித்துக் கொண்டிருந்த சித்ரா, “நில்லுக்கா. இப்ப கல்யாணம் யாருக்குப் பண்ணப் போறாங்க. உனக்குத்தானே?” என்றாள்.

“ஆமாம்... அதுக்கென்ன?”

“அது சம்பந்தமாத்தானே அம்மாவும் அப்பாவும் புறப்பட்டுக் கோவிலுக்குப் போயிருக்காங்க? அதுக்காகத் தானே தரகரை வரச் சொல்லிருக்காங்க?”

“என்ன கேக்கணும் உனக்கு? அதைக் கேளு?”

“கல்யாணப்பொண்ணு நீ! உனக்கு எந்த மாதிரி மாப்பிள்ளை வேணும்னு நீ சொல்ல வேணாமா?”

“போடி? அதெல்லாம் அப்பாவுக்குத் தெரியும்...”

"அப்பா யாரைக் கொண்டாந்து நிறுத்தினாலும் சரின்னு கட்டிக்குவியா?"

"எனக்கும் பிடிச்சிருக்கணும்" என்றாள் கண்மணி தன் நகங்களைப் பார்த்துக்கொண்டு.

"அதான் சொல்றேன். ஒரு மாப்பிள்ளை எப்படி எல்லாம் இருந்தா உனக்குப் பிடிக்கும்? அதை அப்பாகிட்டே சொல்லிடு. அதுக்குத் தகுந்த மாதிரி அவர் பாப்பாருல்ல?"

"அதெல்லாம் நான் சொல்ல மாட்டேன்ப்பா."

"ஏன்?"

"எனக்கு... எனக்கு... நான் போய் எப்படிடீ அப்பாகிட்டே... அவருக்குத் தெரியும் விடு!"

"சரி, அப்பாகிட்டே இதுபத்திப் பேசறதுக்குக் கூச்சமா இருந்தா என்கிட்டே சொல்லு. நான் அப்பாகிட்டே சொல்றேன். சொல்லு... மாப்பிள்ளை எப்படி இருக்கணும்...ம்?"

"நானே படபடன்னு உதறிக்கிட்டிருக்கேன். நீ வேற வாத்தியார் மாதிரி கேள்வி கேட்டுக்கிட்டு... நகரு! நான் குளிக்கணும்..."

"இரு. எதுக்கு இப்ப உதறல்?"

"உனக்கு அந்தச் சூழ்நிலை வர்றப்பதான் புரியும் சித்ரா. எனக்கு அமையற புருஷன் ரொம்ப நல்லவரா, என்னை அன்பா நடத்தறவரா, என்னை நல்லா புரிஞ்சுக்கிறவரா, அதிகமாக கோபப்படாதவரா இன்னும் எப்படி எப்படியோ நினைச்சுக்கிட்டிருக்கேன். பயமா இருக்குடி..."

"எல்லா பொண்ணுமே தன் புருஷனை இந்த மாதிரி தான் எதிர்பார்ப்பா. ஆனா, நீ சொல்ற மாதிரி எல்லாருக்கும் நினைச்ச மாதிரி புருஷன் அமையறதில்லை. மனசுக்குப் பிடிச்சமாதிரி புருஷன் அமையணும்னா ஒரே ஒரு வழிதான் இருக்கு" சித்ரா துவைக்கும் கல்லில் இருந்து குதித்தாள்.

"என்ன வழி? துர்க்கைக்கு விரதம் இருந்து விளக்குப் போடச் சொல்றியா?"

"அதில்லை. மனசுக்குப் பிடிச்சவரா பார்த்து லவ் பண்ண வேண்டியது தான் நிச்சயமான வழி!"

"ச்சீ! காலேஜ்ல இது தான் கத்துக்கிட்டு வர்றியா நீ?"

"பார்த்தியா, பார்த்தியா உன்னை ஒரு ஃப்ரெண்டு மாதிரி நினைச்சுத்தானே அக்கறையா கேட்டேன்? என்னமோ தீ மிதிச்சவ மாதிரி கத்தறியே. நீயும் ப்ளஸ் டூ வரைக்கும் படிச்சவதானே? ஸ்கூல்ல உனக்கு எந்தப் பையனும் லவ் லெட்டர் கொடுத்ததில்லையா?"

"உன்னை மதிச்சு பதில் சொல்லிக்கிட்டு நின்னேன் பாரு. என்னைச் சொல்லணும்" - அவளைக் கையைப் பிடித்து நகர்த்திவிட்டுக் குளியலறைக்குள் நுழைந்தாள் கண்மணி.

மெயின்கார்டுகேட்டில் தெப்பக் குளத்தருகில் வந்ததும் சைக்கிளை நிறுத்திக் காலூன்றி மலைக்கோட்டையின் உச்சியைப் பார்த்துக் கன்னத்தில் போட்டுக் கொண்ட பிறகு தொடர்ந்து மிதிக்கத் தொடங்கினான் சுதர்சன்.

தலையை வகிடெடுத்து வாரியிருந்தான். கோடு கோடாய் முழுக்கைச் சட்டையினூடே பனியனின் வெள்ளை பளிச்சிட்டது. பாண்ட், ரப்பர் ஸ்லிப்பர்ஸ். வீட்டில் புறப்படும் முன் சாமி மாடத்திலிருந்து நெற்றியில் எடுத்து வைத்துக்கொண்ட விபூதி, குங்குமம். அடர்த்தியான புருவங்கள். அடர்த்தியான மீசை. சைக்கிளின் ஓட்டத்தில் லேசாக அதிரும் குண்டு கன்னங்கள்.

சுதர்சன் என்.எஸ்.சி. போஸ் ரோடு வந்தான். கடைகளைத் திறந்து கொண்டிருந்தார்கள். துணிக்கடைகளில் போர்டுக்குப் புது மாலை போட்டுக் கொண்டிருந்தார்கள். கடைக்குக் கடை விதவிதமான ஊதுவத்தி வாசனை மாறி மாறி வீசியது.

தான் வேலை பார்க்கும் செல்வா போட்டோ ஸ்டூடியோ வாசலில் பிரேக் போட்டு சைக்கிளை ஓரமாக நிறுத்தி இறங்கினான்.

ஸ்டூடியோ முதலாளி செல்வராஜ் மேஜை, நாற்காலி எல்லாம் தூசு தட்டிக் கொண்டிருக்க, “கொடுங்க... தான் வந்துட்டேன்” என்று அவரிடம் டஸ்டரை வாங்கக் கை நீட்டினான் சுதர்சன்.

“விடுப்பா. நான் பண்ணிக்கிறேன். கே.கே.ஆர். ஆள் அனுப்பியிருந்தாரு... தலைவரை வெச்சுப் பெரிய மீட்டிங் ஏற்பாடு பண்றாங்களாம், போட்டோ எடுக்கறது சம்பந்தமா பேசணுமாம். போய் என்னிக்கு வரணும். எத்தனை மணிக்கு வரணும்னு தெளிவா கேட்டு எழுதிக்கோ. ஏற்கெனவே ரெண்டு பில்லு பாக்கியிருக்கு. அதை நாசூக்கா ஞாபகப்படுத்திடு. கொஞ்சமாவது இப்ப பணம் கிடைச்சா தேவலைன்னு கேளு. கோபம் வர்ற மாதிரி கேட்டுடாதே! போ! போய்ட்டு வந்துடு! காலைலயே போனா ஆளைப் பிடிச்சிடலாம்” என்றார் முதலாளி செல்வராஜ்.

தயங்கினான் சுதர்சன், “துரை வந்துட்டானா அவனை அனுப்பி வைங்களேன். எனக்கு அவரைப் பார்த்தாலே பிடிக்கிறதில்லை. பேச்சு, நடவடிக்கை எதுவும் சரியில்லை. மரியாதையே கொடுக்க மாட்டேங்கறாரு. அவங்க வீட்டு வேலைக்காரனை விரட்டற மாதிரிதான் விரட்டறாரு.”

“என்ன பண்றது? நாலு பேர் நாலு விதமாதான் இருப்பாங்க. தொழில்ல இருக்கற நாமதான் அனுசரிச்சுக்கிட்டுப் போகணும். பாரேன். ரெண்டு பில்லு பாக்கி இருக்கறப்ப மறுபடி மீட்டிங்ல போட்டோ எடுக்கணும்னு கூசாம கேட்டு விடறார். அதட்டிக் கேக்க முடியுதா? கேட்டா வரவேண்டிய பணமும் வராது. புதுசா வம்பும் வந்து சேரும் போய்ட்டு வந்துடு சுதர்சன்.”

வேண்டா வெறுப்பாகச் சுதர்சன் தன் சைக்கிளை எடுத்துக்கொண்டு தில்லை நகரில் இருக்கும் கோதண்டராமனின் வீட்டை நோக்கி மிதித்தான்.

வந்து, வாசலில் இருந்த பிரமாதமான பெரிய கோலத்தைக் கடைசி விநாடியில் தான் பார்த்து, கோலத்தின் மேல் சைக்கிள் டயர் பட்டுவிடக்கூடாதென்று அவசரமாக பிரேக் போட்டு, டயர் தேயும் சத்தத்துடன் சைக்கிளை நிறுத்தி இறங்கினான் சுதர்சன்.

அடையா காதல் தோல்விக்கு ஒரு அறிமுகக் கவிஞரின் அஞ்சலி!

மறக்க மாட்டேன் என்றவளே!
உன் முந்தானையில்
ஞாபக முடிச்சொன்று
போடச் சொல்லிக்
கெஞ்சினேனே, கேட்டாயா?
பார்! மறந்து விட்டாய்!

***

4

அத்தியாயம்

சுதர்சன் அந்தப் பெரிய கோலத்தைக் கொஞ்சமும் கலைத்து விடாமல் சைக்கிளை பிரேக் பிடித்து நிறுத்தி விட்டதற்காக சின்னதாகச் சந்தோஷப்பட்டுக் கொண்டான்.

வீட்டின் வாசலை அடைவதற்கு முன் சில விநாடிகள் நின்று அந்தக் கோலத்தின் நேர்த்தியை, மனதுக்கு இதம் சேர்க்கும் வர்ணக் கலவைகளைப் பார்த்து ரசித்தான்.

வீட்டு வாசலின் இரட்டைக் கதவுகள் திறந்தே இருக்க, உள்ளிருந்து கமகமவென்று சாம்பிராணி வாசனை வந்து கொண்டிருந்தது.

“சார்!” குரல் கொடுத்துவிட்டுச் சற்றுத் தூக்கலாகக் கத்திவிட்டோமோ என்று நினைத்துக் கொண்டான்.

பெரிய கூடத்தின் ஓர் ஓரத்தில் தூபக்கால் நெருப்பில் சாம்பிராணி போட்டு, மூங்கில் கூடை கவிழ்த்து அதன் மேல் தன் ஈரக்கூந்தலைப் பரப்பி வைத்து மல்லாந்து படுத்திருந்தாள் கண்மணி.

மூங்கில் கூடையின் செவ்வகத் துவாரங்களின் வழியாக வெளியேறிய சாம்பிராணிப் புகை

அவளின் கூந்தல் இழைகளுக்குள் ஊடுருவிக்கொண்டு வெளியேறி எல்லாத் திசைகளிலும் பரவிக் கொண்டிருந்தது.

அழைப்புக் குரல் கேட்டதும் எழுந்த கண்மணி தன் கூந்தலைக் கைகளால் ஒதுக்கி முன்பக்கமாகப் போட்டுக்கொண்டு வாசலுக்கு வந்து சுதர்சனைப் பார்த்தாள். அவள் கூந்தலுக்குள் பதுங்கி இருந்த கொஞ்சம் புகை மனசில்லாமல் மெதுவாகப் பிரிந்து கொண்டிருந்தது.

"கே.கே.ஆர். வரச் சொல்லியிருந்தாராம்..." என்றான் சுதர்சன்.

"அய்யாவுங்கிறது?"

"அவர் எங்க அப்பாங்க..."

"உங்க அப்பாவைத்தானே வரச்சொல்லிருக்கிறதா என்கிட்டே சொன்னார்..."

"எங்க அப்பாவையா...?" முகம் சுளித்துப் புரியாமல் பார்த்தான். "அவர் இப்ப இங்கே இல்லைங்களே விசாகப்பட்டினத்தில் எங்க அண்ணனோட இருக்கார். ரெண்டாவது, அவருக்குக் கையெல்லாம் நடுங்க ஆரம்பிச்சிடுச்சு. அவர் தொழிலுக்குப் போறதை நிறுத்தியே ரொம்ப வருஷமாச்சுங்களே..."

"அப்படியா...? இப்ப நீங்கதான் அவர் தொழிலைத் தொடர்ந்து செய்யறீங்களா?"

"ஆமாங்க. கே.கே.ஆர். உங்க அப்பா தானே? அவருக்கு என்னைத் தெரியுமே... ஏற்கெனவே பல தடவை என்னைக் கூப்பிட்டுவிட்டிருக்காரே... நல்லபடியா எடுத்துக் கொடுத்திருக்கேனே..."

"சரி, அப்படி உக்காருங்க. அப்பா சமயபுரம் போயிருக்காரு. இப்ப வர்ற நேரம் தான். நீங்க வெத்தலை, சீவல் போடுவீங்களா?"

"எப்பயாவது கல்யாணத்துக்குப் போனா போடுவேன். ஏங்க அதெல்லாம் கேக்கறீங்க?" என்றான் குழப்பமாக.

"இல்லை, உங்க அப்பா வந்தா வெத்தலை, சீவல் வாங்கிக் கொடுக்கச் சொல்லிவிட்டுப் போனார் எங்க அப்பா. அதனால கேட்டேன்..."

சுதர்சனுக்கு எதுவும் புரியவில்லை, 'என் அப்பா வெற்றிலை போட மாட்டாரே... அவரை கே.கே.ஆருக்கு அறிமுகமே இல்லையே... அவர் புகைப்படம் எடுப்பதைப் பற்றியெல்லாம் இவர் அறிந்திருக்கக்கூட வாய்ப்பில்லையே...'

குழப்பத்தோடு ஊஞ்சலுக்கு எதிரில் சுவரையொட்டிப் போடப்பட்டிருந்த பெயிண்ட் அடிக்கப்பட்ட நீளமான மரபெஞ்சில் அமர்ந்து கொண்டான்.

கண்மணி மூங்கில் கூடையையும், தூபக்காலையும் எடுத்துச் சென்று அடுத்த அறைக்குள் வைத்துவிட்டு, சமையலறைக்குச் சென்று காபி கலந்து எடுத்து வந்தாள்.

"காபி சாப்பிடுங்க" என்று பெஞ்சில் அவனருகில் வைத்ததும், அவன் படித்துக் கொண்டிருந்த செய்தித்தாளை அவசரமாக மடக்கி வைத்தான்.

ரொம்பவும் அருகில் நின்றிருந்த அவளிடமிருந்து வந்த லேசான சீயக்காய் வாசனையை அவனால் உணர முடிந்தது. கண்மணி அருகில் ஸ்டாண்டில் வைக்கப்பட்டிருந்த அந்தக்கால அகல பிலிப்ஸ் ரேடியோவின் ஹெட்லைட் சைஸிலிருந்த ஒரு குமிழைத் திருகியதும், பெட்டி சூடேறி மெதுவாகப் பச்சை ஒளிர்ந்ததும், மற்றொரு குமிழைத் திருகித் திருகி விவித்பாரதியில் நிறுத்தி விட்டு, "எடுத்துக்குங்க. ஆறிடப்போகுது" என்றாள்.

சுதர்சனுக்கு இன்னும் சில ஆச்சர்யங்களுக்குத் தெளிவு கிடைக்கவில்லை. கே.கே.ஆர். இதுவரை அவனை ஒரு தடவைகூட உட்காரச் சொன்னதில்லை. ஒரு டீ வாங்கிக் கொடுத்ததில்லை. அவர் வீட்டில் எனக்கு இப்படி ஓர் உபசாரமா? என்னை அழைத்து விட்டதாகத்தானே ஸ்டூடியோவில் முதலாளி சொன்னார்? என் அப்பாவை வரச் சொன்னதாக இந்தப் பெண் சொல்கிறாளே...?

அது இருக்கட்டும். முரட்டுத்தனமான கே.கே.ஆருக்கு பக்த மீரா மாதிரி இப்படியொரு சாந்தமான மகள் இருப்பதே எனக்குத் தெரியாதே. நிஜம் தான். ஈரக் கூந்தலை முதுகெல்லாம் விரிய விட்டிருக்கும் இவளை உட்காரவைத்துக் கையில் தம்பூரா கொடுத்து, புடவைத் தலைப்பை லேசாக முன்னந்தலை தெரியும்படி பட்டும்படாமல் போர்த்தி, தலையை ஒரு பக்கமாகச் சாய்த்து, கண்களை மூடியிருக்கச் சொன்னால்... உயிருள்ள பக்த மீராதான்!

"ஏங்க, கே.கே.ஆருக்கு எத்தனை குழந்தைங்க?" என்றான்.

"ரெண்டு பொண்ணுங்க மட்டும் தான் நானும் என் தங்கையும்."

"யாரோ காலேஜ் போய்க்கிட்டிருக்கிறதா சொன்னாங்க..."

"அது என் தங்கை. சர்க்கரை சரியா இருக்கா?" என்று அவள் கேட்டபோது தான் இன்னும் ஒருவாய்கூடக் குடிக்கவில்லை என்றுணர்ந்து, "சரியா இருக்குங்க" என்று சொல்லிவிட்டுக் குடிக்கத் துவங்கினான், உதட்டில் டம்ளர் படாமல்.

வாசலில் அழகான கோலம் இவள் போட்டதுதானா என்று கேட்க ஆர்வம் எழுந்தது. இவள் பெயர் என்ன என்று தெரிந்து கொள்ளும் துடிப்பும் ஏற்பட்டது.

இதுவரை கேட்டவை பொதுவான விவரங்கள். இப்போது கேட்க நினைப்பவை தனிப்பட்ட விவரங்கள், கோலம் யார் போட்டிருந்தா உங்களுக்கென்ன சார்? என்று முகத்திலடித்தது போல பதில் வந்தாலும் வரலாம். நமக்கேன் வம்பு?

சுதர்சன் காபியைக் குடித்து முடித்து வைத்துவிட்டு மறுபடி அருகிலிருந்த அந்தச் செய்தித்தாளை எடுத்துக் கொண்டான். ரேடியோவின் வால்யூமை அதிகப்படுத்தி விட்டு அவள் காலி டபரா டம்ளரை எடுத்துக்கொண்டு உள்ளே சென்றுவிட்டாள்.

சில நிமிடங்களில் வேன் வந்து நிற்கும் சத்தம் கேட்டுக் கண்மணி சமையலறையை விட்டு வெளியே வந்தாள். சுதர்சன் ஒரு செய்தியைத் தீவிரமாகப் படித்துக்கொண்டிருக்க, கோதண்டராமனும் சொர்ணமும் வீட்டுக்குள் வந்தார்கள்.

இவன் உட்கார்ந்திருப்பதைக் கவனிக்காமலேயே கோதண்டராமன் கண்மணியிடம், “என்னம்மா அய்யாவு இன்னும் வரல்லையே?” என்றார்.

அவரின் குரல் கேட்டதும் எழுந்து நின்ற சுதர்சனின் பக்கம் கைகாட்டி அவள், “அவர் இப்ப தொழிலையே நிறுத்திட்டாராம். அவர் பையன் தான் வந்திருக்காரு” என்றாள்.

திரும்பிப் பார்த்த கோதண்டராமன், “யாரு இவனா? என்னய்யா கல்யாணத் தரகரை வரச்சொன்னா நீ வந்து நிக்கறே?” என்றார்.

“சார், தலைவர் வர்றாராமே... பொதுக்கூட்டத்தில போட்டோ எடுக்கறது சம்பந்தமா பேசணும்னு நீங்க வரச் சொன்னதா முதலாளி சொன்னார். அதான் வந்தேன். எங்கப்பா பேரும் அய்யாவு சார் அதான் அவங்களுக்கு ஏதோ குழப்பமாயிடுச்சு. அவங்க கேட்ட சில விஷயங்கள் புரியாம நானும் உக்காந்திருந்தேன்.”

அப்பாவித்தனமாக முகத்தை வைத்துக்கொண்டு சுதர்சன் சொன்னதைக் கேட்டதும் கண்மணிக்குச் சிரிப்பு வந்து விட்டது. அடக்கிக்கொண்டாள்.

“கண்மணி, இவன் பேரு சுதர்சன். போட்டோ ஸ்டூடியோல வேலை பார்க்கறான் நல்லா போட்டோ எடுப்பான். அதோ பாரு... நான் வணக்கம் சொல்ற மாதிரி இருக்கிற படம் இவன் எடுத்ததுதான்” என்ற கோதண்டராமன், சுவரில் வரிசையாக மாட்டப்பட்டிருந்த நிறைய புகைப்படங்களில் பெரிதுபடுத்தப்பட்ட தன் படத்தைக் காட்டினார்.

சுதர்சனுக்கு அவள் பெயர் கண்மணி என்கிற தகவல் மட்டும் உடனே பதிவானது. தன் தவறை உணர்ந்து அவள் வெட்கத்துடன் சிரித்துக்கொண்டது பார்க்க இதமாக இருந்தது.

“சுதர்சன், வர்ற இருபதாம் தேதி பொதுக்கூட்டம். ரொம்ப வருஷத்துக்கப்புறம் தலைவர் திருச்சி வர்றதால ஏற்பாடெல்லாம் ஏக தடபுடலா நடந்துக்கிட்டிருக்கு, நீ பத்தொம்பதாம் தேதி வந்து என்னைப் பாரு. விவரமா சொல்றேன். உன் முதலாளிகிட்ட

சொல்லு... ரெண்டு பில்லு பாக்கி நிக்கிது. ஞாபகம் வெச்சிருக்கேன். இந்த பில்லும் வந்துரட்டும். சேர்த்து மொத்தமா செட்டில் பண்ணிரலாம் என்ன?"

கே.கே.ஆர். பேசினால் பதிலுக்குச் 'சரி' என்பதைத் தவிர வேறெதுவும் சொல்ல முடியாதென்பதை அனுபவத்தில் உணர்ந்திருந்த சுதர்சன், "சரிங்க" என்று மட்டும் சொன்னான். "நான் வர்றேங்க."

வெளியேறிப் போன சுதர்சன் சில விநாடிகளில் பதைப்புடன் உள்ளே வந்து, "சார், வாசல்ல நிறுத்தியிருந்த என் சைக்கிளைக் காணோம்" என்று பதறினான்.

"நல்லா பாருய்யா. பூட்டித்தானே வெச்சிருந்தே?"

"இல்லைங்க. என் சைக்கிளுக்குப் பூட்டு ரிப்பேராயிடுச்சு. சும்மாதான் வெச்சிருந்தேன். காணலைங்க."

"இருய்யா. பதறாதே! என் வீட்டு வாசல்லயே திருடற அளவுக்குத் துணிச்சல் எவனுக்கும் வராதே" என்று அவனைத் தொடர்ந்த கோதண்டராமன் வாசலுக்கு வந்து, "சைக்கிளை எங்கே நிறுத்தியிருந்தே?" என்றார்.

கண்மணியும் வாசலுக்கு வந்து தன் அப்பாவின் அருகில் நின்று கொண்டு பரிதாபமான அவனைப் பார்த்தாள்.

"இதோ இந்த இடத்திலதான் சார் நிறுத்தியிருந்தேன்" என்று அவன் சற்றுத் தள்ளிக்காட்டின இடத்தைப் பார்த்த கோதண்டராமன், "ஏன்யா உனக்கு அறிவிருக்கா? என் வீட்டுக்கு வந்துட்டுப் பக்கத்து வீட்டு வாசல்ல போய் வண்டியை நிறுத்தியிருக்கியே... பூட்டு வேற இல்லைன்னு தெரியுமில்லே. கண் பார்வையில் இருக்கற மாதிரி இப்படி வாசலுக்கு முன்னால நிறுத்தி வெச்சிருக்கலாமில்லே?" என்றார்.

"ரொம்ப மெனக்கெட்டு அழகா போட்டிருக்கிற கோலத்து மேலே கொண்டுவந்து சைக்கிளை நிறுத்தறதுக்கு மனசில்லாம தள்ளி நிறுத்தி வெச்சுட்டு வந்தேன் சார்" என்றான் சுதர்சன்.

கண்மணி சட்டென்று நிமிர்ந்து அவனைப் பார்த்தாள்.

"கொஞ்ச நேரம் நின்னுபாரு, யாராச்சும் தவறுதலா தன்னோட சைக்கிள்னு நினைச்சு எடுத்துட்டுப் போயிருந்தா கொண்டாந்துடுவாங்க. இல்லைன்னா நீ இன்னிக்கு முழிச்ச மூஞ்சி சரியில்லைன்னு நினைச்சிக்கிட்டுப் போய்ச் சேரு. வேற என்ன பண்றது? பழைய வண்டிதானே?"

"பழைய வண்டிதான் சார். மூணு மாசம் முன்னாடி தான் நானூறு ரூபா கொடுத்து செகண்ட் ஹாண்ட்ல வாங்கினேன். ஸீட்கவர், பெல் எல்லாம் மாத்தி சர்வீஸ் செஞ்சு கண்டிஷனா வெச்சிருந்தேன் சார். இதுவரைக்கும் ஒரு பேனாவைக்கூடத் தொலைச்சதில்லை சார் நான்."

"சரி, நீ எங்க தொலைச்சே? எவனோ தள்ளிக் கிட்டில்ல போயிட்டான். புலம்பிக்கிட்டே இருந்தா வந்துடுமா? வேணும்னா ஸ்டேஷன்ல ஒரு புகார் கொடுத்து வெச்சிரு. உனக்கு அதிர்ஷ்டமிருந்தா வேற எதையாவது புடிக்கிறப்ப மாட்டி உன் சைக்கிள் திரும்பக் கிடைக்கலாம். நீ வாம்மா. பிரசாதம் எடுத்துக்கிட்டியா?" கோதண்டராமன் கண்மணியை அழைத்துக் கொண்டு வீட்டுக்கு வந்தார்.

கண்மணிக்கு வாசலில் சுதர்சன் யாரிடமோ 'சார், இங்கே பச்சை கலர் ஸீட் போட்ட ஹீரோ சைக்கிள் நிறுத்தியிருந்தேன். நீங்க பார்த்தீங்களா?' என்று பரிதாபமாக விசாரித்துக் கொண்டிருப்பது மட்டும் விவித் பாரதியின் சினிமாப் பாடலைத் தாண்டி பிரதானமாகக் கேட்டது.

அம்மா அர்ச்சனைக் கூடையிலிருந்து குங்குமம் எடுத்து அவள் நெற்றியில் வைத்து விட்ட போதும் அவள் கவனம் வாசலில் தான் இருந்தது.

வாசலை முழுக்க அடைத்தபடி தான் கோலம் வரைந்து வைத்ததால்தானே, அதைக் கலைக்க மனமின்றி சைக்கிளைத் தள்ளி நிறுத்தித் திருட்டுக் கொடுத்தான் என்ற எண்ணம்

கண்மணிக்குள் ஒரு குற்ற உணர்வை ஏற்படுத்தியது. தன்னால்தான் அவனுக்கு இந்தத் திடீர் நஷ்டமென்று நினைக்க நினைக்க... மனம் சங்கடத்தில் ஆழ்ந்தது.

ஒரு இளைஞனின் எடைக் குறிப்பு:

5.2.94 அன்று அவனுடைய எடை: 60 கிலோ

7.2.94 அன்று அவனுடைய எடை: 64 கிலோ

குறிப்பு:

6.2.94 அன்று தான் அவள் 'ஐ லவ் யூ' என்றாள்.

***

5
அத்தியாயம்

ஷெட்டில் நாடாக்கட்டிலில் உட்கார்ந்து ஒரு நிலத் தகராறைப் பஞ்சாயத்து பண்ணிக் கொண்டிருந்தார் கோதண்டராமன். எதிரில் இரண்டு கோஷ்டிகளாக இருபது, முப்பது பேர் பிரிந்து நின்றிருந்தார்கள்.

"சிவசு. அந்தண்டை யாருய்யா... உன் பங்காளி மொறைதானே? கொஞ்சம் விட்டுக்கொடேன். நீ வாய் வார்த்தையாகப் பேசி வெச்சிருந்தே. நாகராஜன் அட்வான்ஸ் கொடுத்து விலையும் பேசியிருக்கான். இப்ப நிலத்தைப் பத்திரம் பண்ற கட்டத்துல வந்து அவன் வாங்கக்கூடாதுன்னு சொல்றே! அவ்வளவு நியாயமா இல்லையே நீ சொல்றது" என்றார் கோதண்டராமன்.

"சிவசு எனப்பட்டவன் தோள் துண்டைக் கையில் பிடித்துக்கொண்டு, வார்த்தை நாணயம்னு ஒண்ணு இல்லீங்களா? ஏகாம்பரத்துக்கிட்டே அவனோட நிலத்தை எனக்கு விக்கணும்னு இன்னிக்கு நேத்தில்லைங்க ரெண்டு வருஷத்துக்கு முன்னாடியே சொல்லியிருக்கேன். இப்போ திடீர்னு இவன் குறுக்க புகுந்து வாங்கறதுன்னா எப்படிங்க நியாயம்?" என்று எதிரணியில் நின்ற நாகராஜனை முறைத்தான்.

“ரெண்டு வருஷத்துக்கு முன்னாடியே வாங்கிக்கறேன்னு சொன்னவரு இத்தனை நாளா ஏன் வாங்கலைன்னு கேளுங்கய்யா” என்றான் முரட்டு மீசை வைத்த நாகராஜன்.

“பதில் சொல்லுய்யா சிவசு” என்றார் கோதண்டராமன்.

“கைல காசு சேர வேணாமுங்களா? வீட்ல ஒண்ணு மாத்தி ஒண்ணா கல்யாணம், வைத்தியம்னு செலவு வந்துக்கிட்டிருந்ததால தள்ளிப் போயிடுச்சு.”

“யாருக்கு விக்கிறதுன்னு முடிவு செய்யற உரிமை நிலத்தோட சொந்தக்காரன் ஏகாம்பரத்துக்குத்தானே இருக்கு! நான் போய் விலை பேசினேன். ‘சிவசு சொல்லிக்கிட்டேயிருக்காரேயொழிய இப்போதைக்கு வாங்கறதா தெரியலை. அதனால உங்களுக்கு விக்கச் சம்மதிக்கிறேன்’னு சொல்லித்தான் ஏகாம்பரம் அட்வான்ஸ் பணத்தைக் கைல வாங்கினாரு” என்றான் நாகராஜன்.

“முப்பதாயிரம் பெறாத நிலத்துக்கு அம்பத்தஞ்சாயிரம் கொடுக்கறேன்னு ஆசை காட்டினா எவனுக்கும் சபலம் வரத்தான் செய்யும்” என்றான் சிவசு.

“அம்பத்தஞ்சாயிரம் கொடுத்து வாங்கறதுக்கு உனக்கு வக்கில்லைன்னா வாயை மூடிக்கிட்டு சும்மா உக்காரணும்!” என்று விரல் நீட்டிக் கோபமாகச் சொன்னான் நாகராஜன்.

“எவனைப் பார்த்துடா சொன்னே வக்கில்லைன்னு? அய்யா இருக்காரேன்னு பார்க்கறேன். இல்லைன்னா குத்தர குத்துல குடல் வெளில வந்துடும்” என்றான் சிவசு அதே வேகத்துடன்.

“எங்கே? மேல கையை வைடா பார்க்கலாம்” நாகராஜன் ஓரடி முன்னால் வந்து மார்பை நிமிர்த்தி நின்றான்.

“நிறுத்துங்கடா ரெண்டு பேரும்!” - கத்தினார் கோதண்டராமன். “நான் ஒருத்தன் இங்கே உக்காந்திருக்கிறப்ப ஆள் ஆளுக்கு நியாயம் பேசிக்கிறதுன்னா அப்புறம் எங்கிட்டே எதுக்குடா வந்தீங்க? நான் சொல்றதுக்குக் கட்டுப்படறதா இருந்தா நான் தீர்ப்பு சொல்றேன்.”

"சரி, சொல்லுங்க. நீங்க சொல்ற வார்த்தைக்குக் கட்டுப்படறேன்" என்றான் சிவசு. நாகராஜனும் கட்டுப்படுவதாக ஒப்புக்கொண்டான்.

"நீங்க ரெண்டு பேரும் ஒரே ஊர்ல இருக்கற பங்காளிங்க. இந்த நிலப் பிரச்னையில நான் யார் பக்கம் தீர்ப்பு சொன்னாலும் காலம் பூராவும் ஒருத்தொருக்கொருத்தர் வன்மம் வெச்சுக்கிட்டே இருப்பீங்க. ஒருத்தன் வாய் வார்த்தையா கேட்ருக்கீங்க. ஒருத்தன் அட்வான்ஸ் கொடுத்துக் கேட்டிருக்கீங்க. ரெண்டு பேர் பக்கமும் நியாமிருக்கு. அதனால ஏகாம்பரம் உங்க ரெண்டு பேர்ல யார்கிட்டேயும் நிலத்தை விக்காம மூணாவது மனுஷன்கிட்டதான் விக்கணும். நாகராஜா, நீ கொடுத்த அட்வான்ஸ் பணத்தைத் திருப்பி வாங்கிக்க என்னோட தீர்ப்பை நான் ஆளனுப்பி ஏகாம்பரத்துக்கிட்ட சொல்லிடச் சொல்றேன். இதுக்கு மேல எதுவும் பேசாம புறப்பட்டுப் போங்க!"

கோதண்டராமன் கட்டிலை விட்டு எழுந்துவிட்டதால், அதற்குமேல் பேச எதுவுமின்றி தங்களுக்குள் முனகியபடி அவர்கள் வணக்கம் சொல்லி புறப்பட்டுச் சென்றதும் கணக்குப்பிள்ளை மேஜைக்கு வந்தார் கோதண்டராமன்.

அவர் அருகில் வந்ததும் வடிவேலு எழுந்து கொண்டு எழுதிக் கொண்டிருந்த பேனாவை மூடினார்.

"போன் போடுய்யா. நாதன் தம்பி இருக்குதான்னு பாரு. ரைஸ் மில்லு மாடில சீட்டாட்டம் நடந்துக்கிட்டிருக்கும். மில்லு நம்பரே போடு" என்று அமர்ந்து கொண்டு வெகுவாகக் கசங்கி போயிருந்த செய்தித்தாளைப் புரட்டியபடி அமர்ந்தார் கோதண்டராமன்.

வடிவேலு ரிஸீவரை எடுத்துப்பேசி, துண்டால் துடைத்து நீட்டினார்.

"அவர் தான் பேசறாருங்க."

வாங்கி, 'தம்பி சௌக்கியமா இருக்கீங்களா?' என்றார் கே.கே.ஆர்.

"நல்லாருக்கேண்ணே" என்றான் எதிர்முனையில் மாவட்டச் செயலாளர் நாதன்.

“ஆட்டத்துல தொந்தரவு பண்ணிட்டேனா?”

“இல்லைங்கண்ணே, சொல்லுங்க. ஆளுங்க இன்னும் வரல்லை. சும்மாதான் இருந்தேன்.”

“குழுமணி பக்கத்தில் நிலம் வந்தா சொல்லுங்கன்னு சொன்னீங்களே தம்பி, ஆத்தங்கரையோரமா அருமையான வயக்காடு ஒண்ணு. வில்லங்கமில்லாத சொத்து. முடைக்கு விக்கறான் போலிருக்கு. ரெண்டு மா நிலம். பதினஞ்சு தென்னை மரம் வேற நிக்குது. நல்லா காய்க்கிற மரம். என்னோட மதிப்பு, எண்பது வரைக்கும் தரலாம். ஆனா, அம்பத்தஞ்சுக்கு விலை பேசி அட்வான்ஸூம் வாங்கியிருக்கான் புரியாப் பய! ஒரு பங்காளித் தகராறுல பஞ்சாயத்துப் பண்ணச் சொல்லி எங்கிட்ட வந்தான் அட்வான்ஸ் கொடுத்தவன். நிலத்தை மடக்கிப்போட்டு வெச்சிட்டேன். பத்தாயிரம் அட்வான்ஸ் கொடுத்திருக்கான். அந்தப் பணத்தைக் கொடுத்து எழுதிவாங்கிக்கிட்டா மெதுவா ரெண்டு மூணு மாசம் கழிச்சிக் கூட பாக்கி கொடுத்து பத்திரம் பண்ணிக்கலாம். ரொம்ப தோதான இடம் தம்பி. உங்களை மனசுல வெச்சிக்கிட்டுதான் பஞ்சாயத்து பண்ணேன். நம்ம கணக்குப்பிள்ளையை அனுப்பி வைக்கிறேன். இடத்தைக் காட்டச் சொல்றேன். நீங்க ஒரு பார்வை பாத்துட்டு முடிவு பண்ணுங்க ஒண்ணும் அவசரமில்லை. நிலம் எங்கேயும் போயிடாது.”

“சரிங்கண்ணே, சாயங்காலம் நாலுமணி சுமாருக்கு அனுப்பி வைங்க. என் மேல நீங்க வெச்சிருக்கிற அக்கறையை நினைச்சா சந்தோசமா இருக்குங்கண்ணே.”

“அட! போங்க தம்பி! உங்க அருமை உங்களுக்குக்கேத் தெரியாம பேசிக்கிட்டிருக்கீங்க. நான் எல்லாம் வயசான ஆளு தம்பி. கட்சில நீங்க சிங்கம் மாதிரி புறப்பட்டிருக்கீங்க. மேல பெரிய இடத்தில உங்களுக்கு ரொம்ப நல்ல பேரு இருக்கு தம்பி. உங்க சிந்தனைக்கும் வேகத்துக்கும் முன்னாடி நாங்க எல்லாம் நிக்க முடியுங்களா, சொல்லுங்க. நான் சொன்னா அதுல மாத்தம் இருக்காது தம்பி. நீங்க வேணும்னா பாருங்க நீங்க எங்கேயோ போகப் போறீங்க.”

"எல்லாம் உங்க ஆசீர்வாதம்."

"அப்போ சாயங்காலம் வடிவேலுவை அனுப்பி வைக்கிறேன்" என்று போனை வைத்த கோதண்டராமன், நின்றபடியே பென்சிலால் கணக்கு நோட்டில் கூட்டி எழுதிக் கொண்டிருந்த கணக்குப் பிள்ளையிடம் "என்ன வடிவேலு, நான் எடுத்த யோசனை சரிதானே?" என்றார்.

வடிவேலு தர்மசங்கடமாக பதில் சொல்லத் தவித்த போது, ஷெட் வாசலில் சைக்கிளில் வந்து இறங்கினார்கள் இரண்டு கான்ஸ்டபிள்கள்.

சற்றே தயங்கியபடி உள்ளே வந்த அவர்கள் "வணக்கம்மய்யா" என்று கைகூப்பிவிட்டு, "வந்து... க்ரைம்ஸுக்குப் புதுசா இன்ஸ்பெக்டர் வந்திருக்காங்கய்யா. அந்த டுடோரியல் காலேஜ் வாத்தியாரை இங்க வெச்சு ரெண்டு தட்டு தட்டிட்டீங்க போலிருக்கு. அவன் நேரா ஆஸ்பத்திரிக்குப் போய்ப் படுத்து சர்ட்டிபிகேட் வாங்கிட்டு வந்து ஸ்டேஷன்ல அய்யாவைப் பார்த்து கம்ப்ளெயிண்ட் எழுதிக் கொடுத்திருக்கான்" என்றார் ஒரு கான்ஸ்டபிள்.

"அவ்வளவு தானே?" சிரித்தார் கே.கே.ஆர்... "உக்காருங்க! டேய்... யார்றா அங்கே! ரெண்டு மசாலா டீ சொல்லு. இப்ப என்ன, அந்தத் திமிர் பிடிச்சவன் புகார் எழுதிக் கொடுத்திருக்கான். உங்க புது இன்ஸ்பெக்டரை வடை தின்னுட்டு கைதுடைக்க அந்தக் காகிதத்தை எடுத்துக்கச் சொல்லுங்க."

"இல்லைங்கய்யா, இன்ஸ்பெக்டர் கேஸ் எண்ட்ரி போடப் போறதா சொல்றாருங்க. வந்து... விசாரிக்கணுமாம். உங்களை ஸ்டேஷனுக்கு வந்துட்டுப் போகச் சொன்னாருங்க" என்றார் மற்றொரு கான்ஸ்டபிள்.

"யோவ்! என்ன, விளையாடறீங்களா?"

"நிஜமாத்தான் சொல்லி விட்டாருங்க. இந்த மாதிரி எதிர்க்கட்சில மாவட்டத் தலைவரு நிறைய செல்வாக்குள்ளவருன்னு

நிறைய எடுத்துச் சொன்னோங்க. 'யாரா இருந்தா என்னய்யா, கூட்டிக்கிட்டு வா'ன்னு ஸ்ட்ரிக்டா சொல்லி... எங்களைத் தப்பா நினைக்காதீங்கய்யா. நாங்க என்ன செய்வோம்?"

கே.கே.ஆர். முகத்தில் செம்மை படரத் துவங்க, "யாரு அந்த ஆளு?" என்றார்.

"சிகாமணின்னு பேர்."

"பிரமோஷன்ல வந்திருக்கானா?"

"இல்லைங்கய்யா. நேரடி போஸ்ட்டிங்ல வந்திருக்காருங்க."

"ஓகோ... அவர் சொன்னதை இங்க வந்து சொன்னீங்க இல்லையா? நான் சொல்றதை அங்கப் போய்ச் சொலுங்க... அந்த கம்ப்ளெயிண்ட்டை எண்ட்ரி போட்டா அவருக்கு நல்லதில்லைன்னு நான் சொன்னேன்னு சொல்லுங்க. நான் வந்து அவரைப் பார்க்க முடியாதுன்னும் சொல்லுங்க."

"அய்யா" என்றார்கள் கான்ஸ்டபிள்கள்.

"சொன்னதைப் போய்ச் சொல்லுங்கய்யா" என்று மிரட்டலாக அவர் சொன்னதும் எழுந்து கொண்டார்கள். "இருங்கய்யா, மசாலா டீ வருது. குடிச்சுட்டுப் போய்த் தெம்பா சொல்லுங்க" என்றார்.

மாலையில் ஒருமுறை குளிக்கும் வழக்கமுள்ள கோதண்டராமன் பச்சைத் தண்ணீரில் கண்கள் சிவக்கும் வரை ஆனந்தமாகக் குளித்துவிட்டு, இடுப்பில் ஈரத் துண்டோடு வீட்டுக்குள் வந்து மர பீரோவிலிருந்து சலவை வேட்டியைக் கையிலெடுத்தபோது...

வீட்டு வாசலில் வேகமாக வந்து கிரீச் என்று அதிக ஓசையுடன் பிரேக் அடித்து நின்றது அந்த போலீஸ் ஜீப்.

அதிலிருந்து இன்ஸ்பெக்டர் சிகாமணியும் மூன்று கான்ஸ்டபிள்களும் தடதட வென்று இறங்கி வீட்டுக்குள் வந்தார்கள்.

சிகாமணி இளமையாய் இருந்தார். யூனிஃபார்ம் இல்லாமலேயே கூட கம்பீரமாக இருப்பார் என்று தோன்றியது. கூர்மையான நாசி.

அடர்த்தியான மீசை புடைத்து நிற்கும் நரம்புகளுடன் கூடிய கைகள் அவர் தினசரி கடுமையாக தேகப் பயிற்சி செய்பவரென்பதை உணர்த்தியது.

“நீங்கதானே மிஸ்டர் கோதண்டராமன்?” என்றார் சிகாமணி.

“ஆமாம்... என்ன விஷயம்!” என்றார் கையில் எடுத்த வேட்டியை இன்னும் இடுப்பில் கட்டிக்கொள்ளாத கே.கே.ஆர்.

“உடுத்திக்கிட்டு என்னோட புறப்பட்டு வர்றீங்களா?”

“எங்கே கூப்பிடறீங்க?”

“போலீஸ் ஸ்டேஷனுக்குத்தான்.”

“எதுக்கு?”

“வெள்ளைச்சாமியை உங்க ஆளுங்களை விட்டு கடத்திக்கிட்டு வரச்சொல்லி அவரை ஊனம் செய்யற நோக்கத்தோட அடிச்சிருக்கீங்க. அவர் புகார் கொடுத்திருக்கார். அந்தப் புகாரை நான் பதிவு செய்திருக்கேன். விசாரிச்சு முடிச்சுட்டேன். நடந்த சம்பவத்தைக் கண்ணால பார்த்த மூணு சாட்சிகள் இருக்காங்க. அதனால நான் உங்களைக் கைது செஞ்சு கேஸ் ஃபைல் செய்தாகணும்.”

“என்னது... கைதா?! யார்கிட்டே பேசறோம்னு தெரிஞ்சுதான் பேசறீங்களா இன்ஸ்பெக்டர்?”

“இத்திய அரசாங்கத்தோட சட்டங்களுக்கு உட்பட்ட, எந்த விதிவிலக்கும் கொடுக்கப்படாத ஒரு இந்தியக் குடிமகன்கிட்டே பேசறேன்னு எனக்குத் தெரியும் சார். வர்றீங்களா?”

“வரலைன்னா?” என்றார் கோதண்டராமன்.

“செய்ற குற்றத்தை ஒப்புக்கறீங்க தானே?”

“இல்லை? அந்த வெள்ளைச்சாமியை நான் பார்த்ததே இல்லை.”

“சம்பவத்தைப் பார்த்த சாட்சிகள் இருக்காங்களே?”

“யாரது?”

“அதை உங்ககிட்டே நான் சொல்ல வேண்டிய அவசியமில்லைன்னு நினைக்கிறேன். என் கடமையைச் செய்யறதுக்கு ஒத்துழைச்சா நல்லது.”

“நான் எங்கேயும் வரமுடியாது. உங்களால முடிஞ்சதைப் பாருங்க” வேட்டியை உதறி அந்த இன்ஸ்பெக்டர் அங்கே இல்லவே இல்லைபோல தன்பாட்டுக்குக் கட்டிக் கொள்ளத் துவங்கினார் கே.கே.ஆர்.

“சார். நான் மாஜிஸ்திரேட்டோட அரெஸ்ட் வாரண்ட்டோட மறுபடி வருவேன். இதே பதிலை அப்போ நீங்க சொல்ல முடியாது. வர்றேன்” வெடுக்கென்று சொல்லிவிட்டு இன்ஸ்பெக்டர் புறப்பட்டுச் செல்ல, தாடையருகில் நரம்புகள் துடிக்க, விலகிச் சென்ற போலீஸ் ஜீப்பையே பார்த்துக் கொண்டிருந்தார் கே.கே.ஆர்.

எதிர் வீட்டுப் பெண் ஓடிப் போனபோது முனியம்மா:

“வாய்ல வெரலை வெச்சா கடிக்கத் தெரியாதுன்னு நினைச்சேன். எவனையோ இஸ்த்துகினுப் பூடுச்சாமே! திருட்டுத் தாலி கட்டிக்கினு ஓடிட்டாளாமே அந்த ஓடுகாலி?”

தன் வீட்டுப் பெண் ஓடிப் போனபோது முனியம்மா:

“ஏதோ சின்னஞ் சிறுசுக ஆசைப்பட்டுதுங்க. எங்க கைல பேச பயம். சர்தான்னு அவங்களே போய் கல்யாணம் பண்ணிக்கினு நல்லபடியா இருக்குதுங்க. கொலைக் குத்தமா பண்ணிட்டா?”

***

6
அத்தியாயம்

கண்ணாடிக்கு மிக அருகில் தன் முகத்தை வைத்துப் பார்த்து, மற்ற கருப்பு ரோமங்கள் வெட்டுப்பட்டு விடாமல் லாவகமாக அந்த ஒற்றை நரை முடியை மீசையிலிருந்து கத்தரித்தான் சுதர்சன்.

தாடையை உயர்த்தி, திருப்பி சரியானபடி ஷேவிங் செய்திருக்கிறோமா என்று பார்த்துக் கொண்டபின் டெட்டால் எடுத்துக் கன்னங்களில் தடவிக்கொண்டான். சோப்புத் தண்ணீருடன் கூடிய மக், ஷேவிங் செட், பிரஷ் இவற்றை எடுத்துக்கொண்டு வீட்டின் பின்புறம் கிணற்றடிக்கு வந்தான்.

அவன் அம்மா தண்ணீர் இறைத்துப் பெரிய வாளியில் ஊற்றிக் கொண்டிருந்தாள். வாழை மரங்களினூடே பக்கத்து வீட்டுக் கோழியின் குஞ்சுகள் மணலில் அச்சுப் பதித்து நடந்து சென்றன.

அந்த வீட்டின் இடது புறமிருந்த முனியாண்டி விலாஸின் பின்புறச் சமையலறையிலிருந்து தொழிற்சாலை மாதிரி கறுப்புப் புகை வந்து கொண்டிருந்தது.

“ஏண்டா சுதர்சன், நம்ம வீட்டுக்காரரைப் போய்ப் பார்க்கறதா இல்லையா நீ? வாட்டர் டேங்க்ல விரிசல் விழுந்து தண்ணியெல்லாம் வெளில போயிடுதுன்னு மோட்டார் போடறதேயில்லை. தினம் எத்தனை தடவைதான் தண்ணி இறைக்கிறது? கையெல்லாம் விட்டுப் போகுதுடா” என்றாள். அகலமான நெற்றியில் வட்டமாகக் குங்குமம் வைத்திருந்த அம்மா.

தன் ஷேவிங் உபகரணங்களைக் கழுவிக் கொண்டிருந்த சுதர்சன் அவற்றை உதறி, துவைக்கும் கல்லின்மேல் வைத்துவிட்டு, கைலியை மடக்கிக் கட்டிக்கொண்டு அவளருகில் வந்தான்.

“நீ நகரும்மா, இனிமே தினம் ஸ்டூடியோவுக்குப் போறதுக்கு முன்னாடி எல்லா வாளியிலேயும் தண்ணி இறைச்சி வெச்சுட்டுப்போறேன். ராத்திரிக்கு வந்ததும் ஒரு தரம் இறைச்சித் தர்றேன் போதுமா?”

அவளிடமிருந்து கயிற்றை வாங்கிக்கொண்டு, வாளியைக் கிணற்றுக்குள் இறக்கினான்.

“நீ இறைச்சா மட்டும் கை வலிக்காதா? மோட்டார் எதுக்காக இருக்கு? வீட்டுக்காரரைப் போய்ப் பார்த்துக் கொத்தனாரை விட்டு டேங்கைப் பூசச் சொல்லுடானா, அது புரியாமல் பேசறியே?”

“நீதாம்மா புரியாமப் பேசறே. காரணமாத்தான் அவரைப் பார்க்காம இருக்கேன். ஏதாச்சும் ரிப்பேர் பண்ணிக் கொடுங்கண்ணு போய் நின்னாலே லொடக்குன்னு அம்பது ரூபா வாடகையை ஏத்திடறார்...”

“அப்போ நீயாவது ஒரு கொத்தனாரைக் கூப்பிட்டு செய்யேன். அவர் வேணாம்னா சொல்லப் போறாரு? நமக்குத்தானே சௌகரியம்?”

“நீ போன மாசம் அண்ணன் வீட்டுக்குப் போயிருந்தப்போ கொத்தனாரைக் கூப்பிட்டுக் காட்டி விசாரிச்சுட்டேம்மா. இருபது. முப்பதுல முடியற விஷயம் இல்லைம்மா. அவன் சொல்ற கணக்குப்படி பார்த்தா முந்நூறு ரூபா வரைக்கும் செலவாகும்மா.

ஸ்டூடியோல அட்வான்ஸ் கேட்டிருக்கேன். அடுத்த மாசம் தர்றேன்னு சொல்லியிருக்கார் முதலாளி..."

தண்ணீர் இறைத்து இறைத்துப் பெரிய அண்டாவிலும், பிளாஸ்டிக் வாளிகளிலும் ஊற்றியபடி சொன்னான் சுதர்சன்.

அம்மா உட்கார்ந்து பாத்திரங்களைத் தேய்த்தபடி, "ஏம்ப்பா, சொல்றேனேன்னு வேகப்படாதே. இப்படி ஒரு ஸ்டூடியோல சம்பளத்துக்கிருந்தே பொழுது போயிடுச்சுன்னா, எப்படி முன்னேறப் போறே? உங்கண்ணனைப்பாரு... இவ்வளவுக்கும் படிப்பு சரியா வரலை. ஊர் விட்டு ஊர் போய்த் துணிச்சலா லேத் பட்டறை வெச்சு முன்னேறி இன்னிக்கு நாலு பேரை வேலைக்கு வெச்சுக்கிட்டுச் சௌகரியமா சம்பாரிச்சுட்டிருக்கான். ஸ்கூட்டர் வாங்கியிருக்கானாம். போன லெட்டர்லேயே அப்பா எழுதிருந்தாரு. சொன்னா வருத்தப்படுவியேன்னுதான் சொல்லலை" என்றாள்.

இறைப்பதை நிறுத்தின சுதர்சன், "அண்ணன் நல்லா இருந்தா அதில் எனக்கு என்னம்மா வருத்தம் இருக்கு? ஒப்பிட்டுச் சொல்லிக் குத்திக் காமிக்கறப்பதான் வருத்தமா இருக்கு. வார்த்தைக்கு வார்த்தை அப்பா சொல்லிக் காமிச்சுக்கிட்டிருந்தாரு. அதனாலேயே எனக்கும் அவருக்கும் தகராறு வந்து 'இந்த வீட்ல இருக்க மாட்டேன்'னு விசாகப்பட்டினத்துக்குப் போய் அண்ணன் வீட்லயே தங்கிட்டாரு அப்பா. இப்போ நீ சொல்ல ஆரம்பிச்சிருக்கே. உனக்கும் அண்ணன் வீட்ல போய் இருக்கணும்னு மனசுல ஆசை இருந்தா, நேரடியா சொல்லிடு. நாளைக்கே டிக்கெட் எடுத்து அனுப்பி வெச்சுடறேன். வேண்டாவெறுப்பா என்னோட இருக்கணும்னு ஒண்ணும் அவசியம் இல்லே" என்றான் சுதர்சன் கோபமாக.

"இப்ப நான் என்ன சொல்லிட்டேன்? எதுக்கு இப்படிப் பாயறே?"

"அண்ணன் முன்னேறிட்டான்... முன்னேறிட்டான்னா... அது அவன் நேரம். மாசச் சம்பளத்துக்கு உழைக்கணுங்கறது என் நேரம். எனக்கு மட்டும் பெரிய ஆளா வரணும்னு ஆசை இல்லையா?

தனியா பெரிசா ஸ்டூடியோ வைக்கணும். வீடியோ கவரேஜ் எல்லாம் செய்யணும், கலர் லேப் ஆரம்பிக்கணும்னு ஆயிரம் கனவு எனக்கும் இருக்கும்மா. ஒரு அம்பதாயிரம் என்னை நம்பிக் கடனா கொடுக்கச் சொல்லேன் உன் மூத்த மகனை! லேசுபாசா கேட்டுப் பார்த்தாச்சு. என் மேல அண்ணனுக்கு நம்பிக்கையும் கிடையாது. கொடுக்கணுங்கற மனசும் கிடையாது. பெரிசா பேசறே அவனைப் பத்தி!"

கொடியிலிருந்து துண்டை எடுத்து ஒரு உதறு உதறி விட்டு வேகமாகக் குளியலறைக்குள் நுழைந்தான் சுதர்சன்.

அவன் அம்மா மேற்கொண்டு எதுவும் பேசாமல் மௌனமாகப் பாத்திரங்களைத் தேய்க்கத் துவங்கினாள்.

சுதர்சன் குளித்து விட்டு வீட்டுக்குள் வந்து உடுத்திக் கொண்டு தரையில் அமர, தட்டு வைத்துச் சூடாக உப்புமாவைக் கரண்டியில் எடுத்து வைத்தாள் அம்மா.

முழுக்க மௌனமாகச் சாப்பிட்டு விட்டு எழுந்து கைகழுவிவிட்டு வந்தபோது, அம்மா அவனுக்காக காபி ஆற்றிக் கொண்டிருந்தாள்.

"அம்மா..." என்றான் வேறெங்கோ பார்த்துக் கொண்டு...

"என்னடா?"

"மன்னிச்சிடும்மா. நீ சொன்னதில தப்பில்லை. ஒரு ஆதங்கத்திலதான் சொன்னே. நான்தான் படபடன்னு பேசிட்டேன். மனசுல வெச்சுக்காதே..."

"போடா! கன்னு முட்டி பசு விழுந்துடுமா? உனக்கும் நேரங்காலம் கூடி வரும்டா. மனசுல குழப்பமில்லாம புறப்பட்டுப் போ."

காபியைக் குடித்து முடித்து டம்ளரைக் கொடுத்து விட்டு, "நான் போய்ட்டு வர்றேம்மா" கைக்குட்டையால் உதடுகளைத் துடைத்துக் கொண்டான்.

"இருப்பா. மறந்துட்டேன். பக்கத்து வீட்ல இருக்கற வீணை டீச்சர் நீ ஸ்டூடியோவுக்குப் போகும் போது அவங்களைப்

பார்த்துட்டுப் போகச் சொன்னாங்க. ஏதோ ஒரு போட்டோ பிரிண்ட் போடணுமாம்."

"சரிம்மா. பார்த்துட்டுப் போறேன். கதவை மூடிக்க..."

சுதர்சன் வெளிவந்து அடுத்த வீட்டின் அழைப்பு மணியை அடித்து விட்டுக் காத்திருந்தான். உள்ளே ஒலித்துக் கொண்டிருந்த வீணை இசை நின்றது. கொலுசு சத்தம் கதவைச் சமீபித்தது.

கதவைத் திறந்த கண்மணியைப் பார்த்து ஆச்சரியப்பட்டான் சுதர்சன்.

நீலநிற மெல்லிய புடவை கட்டியிருந்த கண்மணி... கூந்தலில் வைத்திருந்த மல்லிகைச் சரத்திலிருந்து கும்மென்று நறுமணம் வந்து தாக்கியது. வலது கையின் இரண்டு விரல்களில் வீணை மீட்டுவதற்கான கம்பி நகங்களைப் பொருத்தியிருந்தாள்.

"நீங்க எப்படிங்க இங்கே?" என்றான் சுதர்சன்.

"இந்த வீட்ல இருக்கற லீலா டீச்சர்கிட்டே நான் வீணை கத்துக்கிட்டிருக்கேன். ஒரு மாசமா வந்துக்கிட்டிருக்கேனே. வாரத்துக்கு ரெண்டு கிளாஸ். டீச்சர் குளிக்கப் போயிருக்கிறதால நான் வந்து கதவைத் திறந்தேன். டீச்சரைப் பார்க்க வந்தீங்களா? உள்ளே வாங்க..."

அவள் நகர்ந்து வழிவிட அவளைக் கடந்து உள்ளே வந்தபோது, மல்லிகை மணம் மீண்டும் அவனைத் தொட்டது.

உள்ளே கூடத்தில் ஜமுக்காளம் விரித்து, இரண்டு வீணைகள் எதிரெதிராக வைக்கப்பட்டிருந்தன. ஓரத்தில் இருந்த சோபாவில் அமர்ந்து கொண்ட சுதர்சன், "எனக்கு அடுத்த வீடுதாங்க, ஏதோ போட்டோ பிரிண்ட் போடணும்னு லீலா டீச்சர் என்னை வரச் சொல்லியிருந்தாங்களாம். அதான் வந்தேன். நீங்க வாசிங்க" என்றான்.

தான் வாசித்துக் கொண்டிருந்த வீணைக்கு முன்னால் அமர்ந்த கண்மணி, "ஏங்க, உங்க சைக்கிள் கிடைச்சுதா?" என்றாள்.

“நரி தின்ன கோழி என்னைக்காச்சும் கூவியிருக்குங்களா? அது போனது போனதுதான். நானும் ஒரு பேரீச்சம்பழக்கடை விடாம விசாரிச்சுட்டேன். கிடைக்கலை.”

“பேரீச்சம் பழக்கடையில விசாரிச்சீங்களா?” என்றாள் புரியாமல்.

“பின்னே? என் சைக்கிளை என்னைத் தவிர வேற யாரும் ஓட்ட முடியாதுங்க. அதை யார் தள்ளிக்கிட்டுப் போயிருந்தாலும் எடைக்குத்தான் போட்டிருக்கணும்...”

கண்மணி வாய்விட்டுச் சிரித்து விட்டாள். உடனே சிரிப்பை அடக்கிக் கொண்டு, “பாவம் நீங்க வேதனையை மறைச்சுக்கிட்டுச் சொல்றீங்க. என்னால தானே உங்களுக்கு சைக்கிள் திருட்டுப் போச்சு?” என்றாள்.

“உங்களாலயா? நீங்க என்ன செஞ்சீங்க?”

“சைக்கிளை நிறுத்தறதுக்குக்கூட இடமில்லாம அவ்வளவு பெரிய கோலம் போட்டு வெச்சது நான் தானே...”

“நீங்கதானா அது? பார்த்தீங்களா, என்னை ரசனையே இல்லாதவனா நினைச்சுட்டீங்களே. நிறுத்த இடமில்லாததால தள்ளி நிறுத்தலைங்க. அழகான கோலத்தைக் கலைக்க வேணாமேன்னு தான் தள்ளி நிறுத்தினேன். என்னால நம்பவே முடியலைங்க ஒரு விஷயத்தை.”

“என்ன?”

“இல்லை. நான் சொல்றதை உங்கப்பாகிட்டே சொல்லிடுவீங்களோன்னு பயமா இருக்கு. வேணாம். நான் சொல்லலை...”

“பரவாயில்லை. சொல்லுங்க...”

“வேணாம் விட்டுடுங்க. தெரியாம வாயை விட்டுட்டேங்க...” என்ற சுதர்சன் அங்கிருந்த செய்தித்தாளை எடுத்துப் பிரித்துக் கொண்டான்.

“எங்கப்பாகிட்டே பயமா உங்களுக்கு?”

“அவர்கிட்டே யாருக்குத்தான் பயமில்லை? சொன்னா தப்பா நினைச்சுக்காதீங்க. அந்தக் கால அரசியல்வாதிகளைப் பார்க்கறப்ப சாமிக்குக் கற்பூரம் காட்டறப்போ செய்யற மாதிரி பக்தியோட கன்னத்தில போட்டுக்கத் தோணும்.”

“இந்தக் கால அரசியல்வாதிகளைப் பார்க்கறப்ப?”

“அவங்க கன்னத்தில் ரெண்டு போடத் தோணும். நான் உங்கப்பாவைச் சொல்லலைங்க. பொதுவா சொன்னேன்.”

“நீங்க சொல்றதில தப்பில்லை. எங்கப்பாங்கிறதால அவர் செய்யறதெல்லாம் சரின்னு பேசற அளவுக்கு நான் பக்குவமில்லாதவள் இல்லை. உண்மையா சொல்லணும்னா அவர் செய்யற சில அநியாயங்களைப் பார்த்துக்கிட்டு அதை எதிர்த்து எதுவும் செய்ய முடியாம நிக்கற கையாலாகாதத்தனத்துக்காக நானே பல சந்தர்ப்பங்கள்ல வேதனைப்பட்டிருக்கேன்...”

“விடுங்க, நீங்களோ நானோ வேதனைப்பட்டு என்ன ஆகப்போகுது? உங்கப்பான்னு இல்லை. இன்னிக்கு எங்கயும் அப்படித்தான் இருக்கு. இப்போ நடந்துக்கிட்டிருக்கிறது. அடிதடி அரசியல் அடாவடித்தனமான அரசியல். என் மனசுல பட்டதைச் சொன்னேங்க. தப்பித் தவறிக்கூட என்னோட இந்த மாதிரி பேசிக்கிட்டிருந்தேன்னு உங்கப்பாகிட்டே சொல்லிடாதீங்க...”

புன்னகைத்துக் கொண்டாள் கண்மணி. உரையாடல் ஒரு நிறுத்தத்துக்கு வந்ததும் ஏற்பட்ட அமைதியில் இருவரும் ஒருவரை ஒருவர் நேராகப் பார்த்துக் கொள்ள நேர்ந்து, அவன் அவசரமாகப் பார்வையைச் செய்தித்தாளுக்குள் திருப்பினான்.

“வேற சைக்கிள் வாங்கிட்டீங்களா?” என்றாள்.

“இன்னும் இல்லை...”

மறுபடி அமைதி. இந்தத் தடவை அவள் பார்வையைத் திருப்பி வீணை மேல் செலுத்தி ‘டொய்ங்’ என்று தட்டினாள். விரித்து வைத்திருந்த நோட்டைப் பார்த்து வாசிக்கத் துவங்கினாள்.

செய்தித்தாளைக் கொஞ்சமாக இறக்கி, ஒரு நளினத்துடன் தலையைச் சாய்த்து வீணை வாசித்த அவளின் அழகான முகத்தையே சிறிது நேரம் பார்த்துக்கொண்டிருந்தான் சுதர்சன்.

வார்த்தைக்கே வலியெடுக்கும் அளவுக்குக் கத்தலாகப் பேசும் ஒரு முரட்டு ஆசாமிக்கு, ஒவ்வொரு வார்த்தையையும் பூத்துண்டால் ஒற்றியது போல மென்மையாக வெளிப்படுத்தும் அழகு தேவதை. மகள்! என்ன ஒரு முரண்பாடு.

“நான் உங்களை ஒண்ணு கேக்கலாமா?” என்றான் சுதர்சன்.

ஒரு காதல் கடிதத்திலிருந்து...

சசி, நீ சொன்னதிற்காக நான் மீசையை எடுத்தேன். தலைமுடியைக் குறைத்தேன். எண்ணெய் போட்டு சீவினேன். கண்ணாடி பார்த்து அலறினேன். இப்படியே வந்து உன் முன்னால் நின்றால் பயந்துவிடுவாய். ஸாரி, இரண்டு வாரத்திற்கு உன்னைச் சந்திப்பதாக இல்லை.

மீசைக்குக் காத்திருப்பவன்.

***

7
அத்தியாயம்

"**நா**ன் உங்களை ஒண்ணு கேக்கலாமா?" என்ற சுதர்சனை நிமிர்ந்து பார்த்து, வீணை வாசிப்பதை நிறுத்தி, "என்ன?" என்று புருவம் உயர்த்தினாள் கண்மணி.

"என்னடா இப்படிக் கேக்கறேன்னு நினைக்காதீங்க. உங்க அப்பாவோட குணத்தை வெச்சுப் பார்க்கறப்போ, நீங்க கராத்தே கத்துக்கிட்டீங்கன்னா என்னால ஏத்துக்க முடியும். வீணை கத்துக்கறது ஆச்சரியமா இருக்குங்க!" என்றான் சுதர்சன்.

மெள்ளச் சிரித்த அவள், "மரம் பச்சையா இருந்தா பழமும் பச்சையா இருக்கணுமா? ஆனா, நீங்க கேட்டதில தப்பில்லை. நிஜமா என் தங்கை கராத்தே கிளாஸ் போயிட்டிருக்கா."

"அதானே பார்த்தேன். அப்ப நீங்க அம்மா பொண்ணு" என்று சுதர்சன் சொன்னபோது, லீலா டீச்சர் தன் மூக்குக் கண்ணாடியை முந்தானை முனையால் துடைத்தபடி வந்தார்.

நாற்பத்தைந்து வயதிலேயே முன் தலையில் ஏராள நரை முடிகள். வெற்று நெற்றியில் விபூதி

மட்டும்... அருகில் சுவரில் அவர் கணவரின் படத்துக்கு ஜரிகை மாலை போடப்பட்டிருந்தது. ஒரே பெண்ணைக் கல்யாணம் செய்து கொடுத்துவிட்டு, ஒரு தனியார் உயர் நிலைப்பள்ளியில் மியூஸிக் டீச்சராக வேலை பார்த்துக் கொண்டு... தவிர, மற்ற நேரங்களில் தனியாகச் சொல்லிக் கொடுத்துக் கொண்டு...

“வாங்க சுதர்சன்... கண்மணியைத் தெரியுமா உங்களுக்கு?” என்றார் லீலா டீச்சர்.

“தெரியுங்க. அவங்க கையால காபிகூட வாங்கிச் சாப்பிட்டிருக்கேன்” என்றான் சுதர்சன்.

“முக்கியமானதை விட்டுட்டீங்களே. ‘அவங்களால என் சைக்கிளையும் தொலைச்சிருக்கேன்’னு சொல்லுங்க” என்றாள் கண்மணி.

“அதென்ன விஷயம்?”

“அது ஒண்ணுமில்லைங்க. அவங்க சும்மா சொல்றாங்க. நீங்க ஏதோ போட்டோ பிரிண்ட் போடணும்னு சொன்னீங்களாமே...”

“ஆமாங்க தம்பி. இது என் பேத்தியோட போட்டோ நெகடிவ். என் பொண்ணுக்கு எழுதிக் கேட்டு வாங்கினேன். இதை நல்லா பெரிசா போட்டுக் கொடுங்க” என்று நெகடிவ் அடங்கிய கவர் ஒன்றைக் கொடுத்தார் டீச்சர்.

“சரிங்க, அப்போ நான் வர்றேன்...” சொல்லிக் கொண்டு புறப்பட்டவன் கண்மணியிடம் திரும்பி, “வர்றேங்க” என்று சொல்லிவிட்டு வெளியே நடந்தான்.

“ரெண்டாவது ஜண்டை வரிசை வாசிச்சுப் பார்த்தியாம்ம?” கேட்டபடி எதிர்ப்புற வீணைக்குப் பின்னால் அமர்ந்து வீணையை எடுத்தார் டீச்சர்.

கண்மணி, விரித்து வைத்த நோட்டையே பார்த்துக் கொண்டிருந்தாள்.

“கண்மணி, உன்னைத்தான் கேக்கறேன்.”

"எ... என்ன கேட்டீங்க டீச்சர்?"

"நினைப்பு இங்கே இல்லையா? என்னாச்சு?"

"ஒண்ணுமில்லை டீச்சர்" என்றாள்.

பாலக்கரையில் அந்த ரைஸ் மில்லின் பழைய போர்டில், காய்ந்து நாராகிப் போன ஆயுதபூஜை மாலை தொங்கிக் கொண்டிருந்தது. அரிசி மூட்டைகளின் மேல் பச்சை மசியால் ஒருவன் எந்தச் சில்லறைக் கடைக்கு அனுப்பவேண்டுமோ அந்தக் கடையை அடையாளப்படுத்தும் நே.பி, எஸ்.எல்.எம், பி.கே. என்று இனிஷியல்களை மட்டும் எழுதிக் கொண்டிருந்தான். வெளியே நின்ற மாட்டு வண்டியில் இரண்டு பேர் மூட்டைகளை ஏற்றிக் கொண்டிருந்தனர்.

ரைஸ் மில்லின் மாடியில் தென்னங்கீற்றுப் பந்தல் ஒன்று போடப்பட்டிருந்தது. சைடில் புறப்பட்ட மாடிப் படிகள் வழியாக மேலே வந்து பார்த்தால், மூச்சு முட்டும் சிகரெட் புகை மேகத்துக்கு மத்தியில், தரையில் விரித்த பெரிய ஜமுக்காளத்தில் அமர்ந்து அவர்கள் சீட்டு விளையாடிக் கொண்டிருந்தார்கள்.

ஆறு பேர். எல்லோரின் பார்வையும் விசிறி போல விரித்துப் பிடித்த அவரவரின் பதின்மூன்று சீட்டுக்களின் மேல். அருகில் டேப் ரிக்கார்டரில் யாரும் கவனிக்காத சினிமா சங்கீதம். அங்கங்கே பிளாஸ்டிக் தட்டுகளில் சூடான பக்கோடா, காரம் போட்ட நிலக்கடலை. ஆறாவது விரல் மாதிரி எல்லோர் கைகளிலும் தப்பாமல் சிகரெட்.

"கார்டைப் போடப் போறியா இல்லையா? எவ்வளவு நேரம்டா பண்ணுவே?" என்ற நாதன், தன் வேட்டியில் உதிர்ந்து விழுந்த சிகரெட் சாம்பலை அவசரமாகத் தட்டிவிட்டுக் கொண்டான்.

முப்பது வயது நாதனுக்கு மேலுதட்டைக் கிட்டத் தட்ட ஜீரணம் செய்து விட்ட கம்பி கம்பியான அடர்த்தி மீசை. சோப்புத்தூள் போட்டுக் கலக்கிய வாளியில் பொங்கும் நுரை மாதிரி வகிடெடுத்துச் சீவ முடியாத புசுபுசுவென்ற கேசம். வலது புருவமருகில் ஏழு

வருடங்களுக்கு முன்பு தெப்பத் திருவிழாவின்போது சிந்தாமணி குரூப்புடன் ஏற்பட்ட கோஷ்டி மோதலில் வாங்கிய கத்திக் கீறலில் தங்கிப்போன தழும்பு. கழுத்தில் அம்மா எப்போதோ எதற்கோ கட்டி விட்ட முடிச்சு முடிச்சாய் இருந்த சாயம் போன ஒரு கறுப்புக் கயிறு. முழுக்கை சட்டையில் கை முனைகள் மடிக்கப்பட்டு முக்கால் கைகளோடு இருக்க, கட்சிக் கரையுடன் கூடிய எட்டு முழ வேட்டி.

கீழே போடப்பட்ட ஆட்டீன் ராணியை எடுத்து தனது ஆட்டீன் ஜாக்கி, ஆட்டீன் ராஜாவுக்கு நடுவில் செருகி, வேஸ்ட் கார்டை மடக்கி, 'டிக்', என்று தனது பதின்மூன்று கார்டுகளையும் செட் செட்டாகப் பிரித்து வைத்தான் நாதன்.

"நாதன், இது அநியாயம். மூணு ஆட்டமா நீயே ஜெயிச்சுக்கிட்டிருக்கே" என்றான் ஒருவன்.

"ஃபுல்லு!" என்று எரிச்சலாய் தன் கார்டுகளை வீசினான் ஒருவன்.

ஒருவன் நோட்டையும், பேனாவையும் எடுத்து மற்றவர்களின் பாயிண்ட்டுகளை எழுதத் துவங்கினான்.

மில்லில் வேலை பார்க்கும் கந்தசாமி மாடிக்கு வந்து நாதனிடம், "ஐயா, உங்க தம்பி போன் பண்றாருங்க. உங்கக்கூடப் பேசணுமாம்" என்றான்.

"பார்த்திபனா?" என்ற நாதன் கழற்றி வைத்திருந்த கைக்கடிகாரத்தை எடுத்து நேரம் பார்த்துவிட்டு, "காலேஜுக்குப் போயிருப்பானேய்யா அவன். எங்கேர்ந்து பேசறான் இந்த நேரத்துல?" என்றான்.

"தெரியலீங்கய்யா..."

"என்னவாம்?"

"சேதி சொல்லலைங்க உங்களைக் கூப்பிடச் சொன்னாரு."

அலுத்துக்கொண்டு எழுந்தான் நாதன்.

"இந்த ஆட்டம் உனக்கு ஸ்கூட் எழுதிக்கட்டுமா நாதன்?"

"உதைப்பேன் ராஸ்கல். கார்டு பிரமாதமா பேசிக்கிட்டிருக்கு. ரெண்டு நிமிஷத்துல வந்துடுவேன். எனக்கும் போடுங்க. நீங்க எடுத்து அடுக்கறதுக்குள்ளே வந்துடறேன்" என்ற நாதன் முடிந்த சிகரெட்டைக் கீழே போட்டு நசுக்கிவிட்டு விரைவாகப் படிகளில் இறங்கினான்.

ரைஸ் மில் மேஜையில் தனியாகக் கிடத்தப்பட்டிருந்த ரிஸீவரை எடுத்து, "ஹலோ... என்னடா, எங்கேர்ந்து பேசறே நீ?" என்றான் நாதன்.

"இங்கே பஸ் ஸ்டாண்ட் பக்கத்துல திவ்யா கிளினிக்னு இருக்குதில்ல. அங்கேர்ந்து பேசறேன்" என்றான் எதிர்முனையில் பார்த்திபன்.

"எதுக்கு ஆஸ்பத்திரிக்குப் போனே?"

"நம்ம அம்மாவை அழைச்சுட்டு வந்திருக்கேண்ணே."

"அம்மாவையா? என்னடா அம்மாவுக்கு? காலையில நான் புறப்பட்டு வந்தப்போ நல்லாத்தானே இருந்தாங்க?"

"நீங்க மில்லுக்குப் புறப்பட்டுப் போன கொஞ்ச நேரத்துல நான் காலேஜுக்குப் புறப்பட்டுக்கிட்டிருந்தேன். திடீர்னு 'லேசா தலையைச் சுத்தற மாதிரி இருக்குப்பா'ன்னாங்க. தண்ணி குடிக்க வெச்சு, ஃபேன் போட்டு படுக்க வெச்சேன். 'மயக்கம் நிக்கலை. வீடே சுத்தற மாதிரி இருக்கு'ன்னாங்க. ஆட்டோ பிடிச்சு இங்கே அழைச்சுட்டு வந்து டாக்டர்கிட்டே காட்டினேன்."

"என்ன சொன்னார்?"

"செக் பண்ணிப் பார்த்தார். ப்ளட் பிரஷர் சரியா இருக்குன்னார். ஈ.சி.ஜி. எடுக்கச் சொல்லியிருக்கார். இங்கேயே இருக்கு. இப்ப எடுக்கப் போறாங்க. அதைப் பார்த்துட்டு சொல்றேன்னு சொல்லியிருக்கார். அதான் உங்களுக்கு விவரம் சொல்லலாம்னு கூப்பிட்டேன். வர்றீங்களா?"

“பணம் வேணுமாடா?”

“பணமும் வேணும். எனக்குப் பயமா இருக்குண்ணே.”

“அதெல்லாம் ஒண்ணுமில்லைடா. நேத்து ஒரு கல்யாண வீட்டுக்குப் போயிட்டு வந்தாங்க இல்லையா, அங்க நாலஞ்சு தடவை காபி குடிச்சேன்னு எங்கிட்டே சொன்னாங்க. அதனால வந்த பித்த மயக்கமாத்தான் இருக்கும். அவங்க கிளினிக்குல மெஷின் இருக்குங்கறதுக்காக ஒண்ணுமில்லாததுக்கெல்லாம் எல்லா டெஸ்ட்டும் பண்ணச் சொல்லிடுவாங்க சில டாக்டருங்க. நான் கந்தசாமிகிட்டே பணம் கொடுத்தனுப்பறேன். டாக்டர் சொல்றபடி மருந்து வாங்கிக்கிட்டு அம்மாவை வீட்டுக்கு அழைச்சுட்டு வந்துடு.”

“நீங்க வரலையா? வேலையா இருக்கீங்களா?”

“ஆமாண்டா. மணப்பாறையிலேர்ந்து பார்ட்டி வந்திருக்கு. ஒரு லோடுக்கு விலை பேசிட்டிருக்கேன். வியாபாரம் போயிடும். ஒண்ணும் இருக்காது. நீ பார்த்துக்கோ.”

அவசரமாக ரிஸீவரை வைத்த நாதன் கந்தசாமியிடம் பணம் கொடுத்து, இடம் சொல்லி அனுப்பி வைத்து விட்டு, வேகமாக மாடிக்கு வந்து அமர்ந்து, ‘சின்ன விஷயத்துக்கெல்லாம் தொல்லை பண்றானுங்கப்பா’ என்றபடி தன் கார்டுகளை எடுத்து அடுக்கத் துவங்கினான்.

இரண்டு ஆட்டங்களுக்குப் பிறகு கோதண்டராமனிடம் வேலை பார்க்கும் மாணிக்கம் அவசரமாக வந்து, “கொஞ்சம் இப்படி வர்றீங்களா? ஐயா சேதி சொல்லி விட்டிருக்கார்” என்றான்.

நாதன் எழுந்து அவனோடு சற்றுத் தள்ளி வந்து “என்ன மாணிக்கம்?” என்றான்.

“புதுசா வந்திருக்கிற இன்ஸ்பெக்டர் சிகாமணி இருக்காரே. அவரு...” என்று ஆரம்பித்து அவன் பரபரப்பாகச் சொல்லச் சொல்ல, நாதனின் முகம் சிவந்து கொண்டே போனது.

இன்ஸ்பெக்டர் சிகாமணி தன் வீட்டு ஹாலில் தரையில் அமர்ந்து தன் நாலு வயது பையனுக்கு சிலேட்டில், 'சி-ஏ-டி, கேட்' என்று சொல்லிக்கொண்டே எழுதிக் காட்டிக் கொண்டிருந்தார்.

கைவைத்த வெள்ளை பனியனும் லுங்கியும் அணிந்திருந்த அவர் அருகில் வந்து, "சாப்பாடு ரெடி. தட்டு வைக்கட்டுமா?" என்று கேட்டு நின்றாள் அவர் மனைவி.

"உனக்கும் தட்டு வெச்சுக்கோ. சேர்ந்தே சாப்பிட்டுடலாம்" என்று சொல்லிக்கொண்டு அவர் எழுந்தபோது, வீட்டின் வாசலில் சர்சர்ரென்று ஐந்து மோட்டார் பைக்குகள் வந்து நிற்க, அதிலிருந்து பத்து பேர் இறங்க, பிரதானமாக வேட்டியின் முனையைத் தூக்கிப் பிடித்தபடி ஆவேசமாக வந்தான் நாதன்.

சிகாமணி வாசலுக்கு வந்து, "யாரு நீங்க? என்ன வேணும் உங்களுக்கு?" என்றார்.

"நான் நாதன். மாவட்டச் செயலாளர். எந்தக் கட்சின்னு என் வேட்டியைப் பார்த்ததுமே தெரிஞ்சிருக்கும்" என்று நாதன் சொல்லிக்கொண்டிருக்கும் போதே மற்றொரு ஆவேசன், "எங்க தலைவரைக் கைது பண்ணுவேன்னு சொல்லிட்டு வந்தியாமே, பண்ணிடுவியா நீ?" என்றான்.

"ஷ்! சும்மா இரு!" என்று அவனைக் கையமர்த்திய நாதன், "நீங்க எல்லாரும் வெளியேவே நில்லுங்க. நான் மட்டும் இவர்கிட்ட பேசிட்டு வர்றேன். தனியாப் போய்ப் பேசலாமா சார்?" என்றான்.

"வாங்க" என்று சிகாமணி, நாதனை வீட்டுக்குள் ஒரு தனியறைக்குள் அழைத்துக்கொண்டு வந்து கதவை மூடியதும், நாதன் தன் இடுப்பில் மறைத்து வைத்திருந்த ஒரு பெரிய கத்தியை எடுத்து அதன் பட்டன் அழுத்தி விரித்தான்.

திரும்பின சிகாமணி கையில் கத்தியோடு நின்ற அவனைப் பார்த்துத் திகைத்துப் போனார்.

"என்னடா? புதுசா வந்து உக்காந்திருக்கிற திமிரா உனக்கு? என்னைப் பத்தி தெரியுமா உனக்கு? எங்க லைன்ல

வாலாட்டினேன்னா, உன் பொண்டாட்டி நெத்தில பொட்டு இருக்காது, அரெஸ்ட் பண்றியாடாங்...” கெட்ட வார்த்தைகளால் திட்டியபடி நாதன் கையில் கத்தியோடு இன்ஸ்பெக்டர் அருகில் நெருங்கினான்.

ஒரு ரேடியோ விளம்பரம்:

“உங்களுக்கு வாழ்க்கையில் சலிப்பா? சோர்வா, அலுப்பா? அயர்ச்சியா? கவலையா? கடுப்பா? எரிச்சலா? டென்ஷனா? ஆத்திரமா? ஆவேசமா?” “ஆமாய்யா, ஆமாம்!”

“அப்படியானால் நீங்கள் காதலிப்பதை நிறுத்திப் பாருங்களேன்.”

***

8
அத்தியாயம்

இன்ஸ்பெக்டர் சிகாமணி இமைக்காமல் நாதனையே பார்க்க, கத்தியோடு அவரை நெருங்கின அவன், “பயந்துட்டீங்களா?” என்றான்.

பதில் பேசாமல் முறைத்தார்.

நாதன் கத்தியை மடக்கிப் பழையபடி வேட்டி மடிப்பில் வைத்துக்கொண்டு, தன் கழுத்தில் வைத்திருந்த கர்சீப்பை எடுத்து, “வேர்த்திருச்சு சார்” என்று இன்ஸ்பெக்டரின் நெற்றியில் துடைக்க வந்தான்.

அவன் கையைத் தடுத்து வலுவாகப் பிடித்தார் சிகாமணி. எதுவும் பேசவில்லை. ஆனால், அவரின் பார்வையில் தீவிரம் இருந்தது. உதடுகளில் லேசான துடிப்பு இருந்தது.

நாதனின் கையைப் பிடித்திருந்த அவருடைய பிடியில் இப்போது கொஞ்சம் கொஞ்சமாக அழுத்தம் அதிகரித்தது. அவருடைய கையின் நரம்புகள் எல்லாம் புடைத்து நிமிர்ந்தன.

நாதன் திடீரென்று அவருடைய வலுவான பிடியில் சிக்கியிருந்த தன் மணிக்கட்டில் லேசாக

வலியை உணர்ந்தான். அந்த வலி சட்டென்று அதிகரிக்க... "ஆ!" என்று வாய்விட்டுக் கத்திவிட்டான்.

அவன் கத்திய பிறகு அவன் கையை விடுவித்த சிகாமணி மெதுவாகப் புன்னகைத்தார். "ஒரு போலீஸ்காரனுக்குக் கத்தி எல்லாம் தேவையில்லைன்னு புரிஞ்சிக்கிட்டிருப்பீங்கன்னு நினைக்கிறேன்" என்றார்.

சற்றே சிவந்து போயிருந்த தன் மணிக்கட்டைத் தடவிக்கொண்ட நாதன் ஆத்திரத்தோடு அவரைப் பார்த்தான்.

"உங்க தலைவரைக் கைது செய்ய நான் தயாரா இருந்தேன். ஆனா, அதுக்கு என்னோட மேலதிகாரிகள் அனுமதிக்கலை. 'கட்சிப் பிரச்னை ஆயிடும். கலவரம் வரும்'னு அவங்க நொண்டிச் சமாதானம் சொன்னாங்க. வேற வழியில்லாம நான் அமைதியாயிட்டேன். இப்ப நீங்க கத்தியைக் காட்டி மிரட்டினதும் தான் நான் மௌனமா போறது தப்புன்னு படுது. உங்களைப் பத்தியும் நல்லா விசாரிச்சு வெச்சிருக்கேன் நாதன். இப்ப நீங்க செஞ்ச காரியத்துக்கு 'கொலை செய்ய முயற்சி'ன்னு உங்க மேல கேஸ் போட என்னால முடியும். கட்சி இருக்கு, தொண்டர்கள் இருக்காங்கங்கிற தைரியத்தில் நீங்க எது வேணும்னாலும் செய்யலாம்னு நினைச்சிட்டிருக்காதீங்க. இன்னொரு தடவை சட்டத்துக்குப் புறம்பா நீங்களோ இல்லை உங்க தலைவரோ ஈடுபட்டா, அப்போ நான் எந்த மேலதிகாரி வார்த்தைக்கும் கட்டுப்படமாட்டேன்னு மட்டும் ஞாபகம் வெச்சுக்குங்க!"

பல்லைக் கடித்தது நாதனின் முகத்துக்கு முன்னால் விரலைக் காட்டி அழுத்தம் திருத்தமாக இன்ஸ்பெக்டர் சிகாமணி பேசப்பேச... 'இவர் எல்லோரையும் போல மிரட்டல்களுக்குச் சரிபவரில்லை' என்று நாதனால் உணர முடிந்தது. அமைதியாய் முறைத்தான்.

"இப்ப நீங்க போகலாம். நான் சொன்னதையெல்லாம் உங்க கே.கே. ஆருக்கும் சொல்லுங்க. உங்களோட வந்திருக்கிறவங்களுக்கும் சொல்லுங்க."

நாதன் வேகமாக அறையை விட்டு வெளியே வந்தான் வீட்டின் வாசலில் காத்திருந்தவர்களிடம் அவன் வந்ததும் அவர்கள், “என்ன சொல்றார்?” என்று ஒரே குரலில் கேட்டனர்.

“கத்தியை எடுத்துக் காட்டினதும் வெலவெலத்துப் போயிட்டாரு! தலைவரைக் கைது செய்யற முயற்சியை விட்டுடறேன்னு சொல்லிட்டார். கால்ல விழாத குறையா கெஞ்சவே ஆரம்பிச்சிட்டார். வாங்க, போகலாம்” என்று தன் பைக்கில் அமர்ந்தான் நாதன்.

“அதானே பார்த்தேன். நம்ம பவர் தெரியாம திமிர் காட்டிருக்காரு! ஆமாம், லேசா கத்தினமாதிரி குரல் கேட்டுதே?” என்றான் நாதனுக்குப் பின்னால் அமர்ந்து கொண்டவன்.

“கேட்டுச்சா? அவருதான். கத்தியை நான் எடுத்ததும் திடீர்னு ஷாக் ஆகி தன்னையறியாம கத்திட்டார். பிரச்னை தான் முடிஞ்சிடுச்சில்லே... விட்டுடு! சும்மா அதையே பேசிக்கிட்டு” என்ற நாதன் பைக்கை ஸ்டார்ட் செய்து புறப்பட்டான்.

பந்தல் ஷெட்டில் கதவுகளை மூடி வைத்து, உள்ளே ஒரே ஒரு அறுபது வாட்ஸ் பல்ப் மட்டும் போட்டுக் கொண்டு, நாற்காலிகளில் கே.கே.ஆரும், நாதனும் எதிரெதிரே அமர்த்திருந்தார்கள்.

உற்சாகச் சில்வண்டுகளின் சத்தம் ஆர்ப்பாட்டமாக இருந்தது. நேரம் பன்னிரண்டைத் தாண்டியிருந்தது. அவர்கள் இருவரைத் தவிர சற்றுத் தள்ளி நின்ற நிலையில் தூக்கத்தை வெல்ல முயன்று கொண்டிருந்தான் மாணிக்கம்.

இரண்டு பேரின் கிளாஸ்களிலும் விஸ்கி தீர்ந்ததும், அவன் தான் வந்து ஊற்றி சோடா கலக்க வேண்டும். அவர்கள் உதடுகளில் வைக்கும் சிகரெட்டுகளை அவன் தான் கொளுத்திவிட வேண்டும்.

“இல்லைண்ணே, அந்த... மவனை நான் விடப்போற தில்லைண்ணே” என்றான் நாதன் போதையில் லேசாகக் குழறியபடி.

“விடுங்க தம்பி. புதுசா வந்திருக்கிறதால துள்ளல் காட்டறான்” என்றார் கே.கே.ஆர்., சிக்கன் துண்டைக் கடித்து.

“யார்கிட்டே காட்டறது துள்ளலை? என்கிட்டேயா சிவில் சப்ளைல இப்படித்தான் ஒரு ஆபிஸர் என்னை முறைச்சுக்கிட்டான். ஒரு நாள் தனியா மாட்னான். போட்டுப் பின்னி எடுத்ததில் ஒரு கால்ல எலும்பு முறிஞ்சு இன்னிக்கும் விந்தி விந்தித்தான் நடந்து போறான். அந்த மாதிரி இந்த இன்ஸ்பெக்டர் பயலுக்கு வாழ்க்கை பூரா ஞாபகம் இருக்கற மாதிரி ஏதாச்சும் செஞ்சிடணும். டேய்! ஊத்துடா.”

“தம்பி, போதுமே, உங்க லிமிட் வந்துட்டிங்கன்னு நினைக்கிறேன்.”

“இல்லைண்ணே, பத்தாதுண்ணே.”

நாதனின் கிளாஸை நிரப்பி, சோடா உடைத்து ஊற்றினான் மாணிக்கம். அவன் ஊற்றி முடிப்பதற்குள் பிடுங்கி மடக் மடக்கென்று விழுங்கினான் நாதன்.

“தம்பி, மெதுவா! அவன் மேல உள்ள ஆத்திரத்தில உடம்பை ஏன் கெடுத்துக்கறீங்க? நிதானமா இருங்க.”

“நிதானமாவா?” என்று எழுந்து கொண்ட நாதன் அந்த வேகத்தில் மிச்ச சோடா இருந்த பாட்டிலையும், சிப்ஸ் பிளேட்டையும் தட்டிவிட்டு, “மன்னிச்சுங்கங்கண்னே! இந்தக் கையைத்தான் பிடிச்சான். சரியா நரம்புல பிடிச்சான். இப்பக்கூட லேசா வலிக்குது. எனக்கு வந்த ஆத்திரத்தில் மடிச்சு வெச்ச கத்தியை எடுத்து வர்றது வரட்டும்னு சொருகிடலாமான்னுக்கூடத் துடிப்பா இருந்திச்சு. ‘சும்மா மிரட்டிட்டு மட்டும் வா’ன்னு நீங்க சொன்ன வார்த்தைக்காகப் பேசாம திரும்பி வந்தேன்” என்றான்.

“ஒரு சரியான சந்தர்ப்பம் வரட்டும். அப்ப பார்த்துக்கலாம்.”

“சந்தர்ப்பத்தை உருவாக்கலாண்ணே” என்ற நாதன் ஒரு சொடக்குப் போட்டு, இப்போ இந்த நிமிஷம் உத்தரவு கொடுங்க, அவனை பீஸ் பீஸாக்கிட்டு வர்றேன்.”

“போலீஸ்காரங்களோட மோதறப்போ யோசிச்சு விவேகத்தோட மோதணும் தம்பி... நிதானத்தில் இல்லாததால கண்டபடி பேசறீங்க. முதல்ல உக்காருங்க.”

போதை எக்கச்சக்கமாக நாதனுக்கு ஏறிவிட்டதால் நின்ற இடத்திலேயே தள்ளாடியபடி, 'நோ! நான் போறேன். இப்பப் போறேன். உனக்குத் தைரியமிருந்தா ஒத்தைக்கு ஒத்தை வந்து மோதுடா பார்க்கலாம்'னு கூப்புடறேன். நான் ஜெயிக்கணும்னு ஆசீர்வதிச்சு அனுப்புங்கண்ணே!" என்றவன் நிஜமாகவே வாசலை நோக்கத் தள்ளாட்டத்துடன் நடக்க...

"மாணிக்கம், பிடிடா. நிஜமாவே தம்பி போயிடுவார் போலிருக்கு" என்று கே.கே.ஆர். எழுந்து கொள்ள, மாணிக்கம் நாதனுக்குக் குறுக்கே வந்து நின்று, 'முதல்ல உக்காருங்கய்யா' என்று அவன் கையைப் பிடித்தான்.

நாதன் அவன் கையை உதறி, "நீ யார்றா என்னைத் தடுக்கறதுக்கு. நான் போவேன். உதைப்பேன்" என்று வீரமாகப் பேசித் திடீரென்று சற்றுமுன் சாப்பிட்டதையெல்லாம் கொடகொட வென்று வாந்தியெடுத்தான்.

வாந்தியெடுத்ததும் மயக்கமாகிச் சரியப் போனவனைத் தாங்கிப் பிடித்தார் கே.கே.ஆர்.

"லிமிட் தாண்ட வேணாம்னு சொல்லியும் கேக்கலை. சரி... மாணிக்கம், இடத்தைச் சுத்தம் பண்ணிட்டு, தம்பியோட பைக்கை எடுத்து உள்ளே வெச்சிடு. இந்த நிலைமையில் இவரை அனுப்பி வைக்க முடியாது. நம்ம வீட்ல கொண்டு போய்ப் படுக்க வைக்கிறேன். காலைல எழுந்து போகட்டும்."

நாதனைக் கைத்தாங்கலாக நடத்தித் தன் வீட்டுக்கு அழைத்து வந்து, கதவைத் தட்டினார் கே.கே.ஆர்.

கதவைத் திறந்த அவர் மனைவி சொர்ணம் குப்பென்று வீசிய நாற்றத்தில் இரண்டடி பின்வாங்கி நின்றாள்.

"யாருங்க இது?"

"முதல்ல நகர்ந்து வழியை விடு. விவரமெல்லாம் அப்புறம் சொல்றேன்" என்ற கே.கே.ஆர்., நாதனை நடத்திச்சென்று தனது படுக்கையறைக் கட்டிலில் படுக்க வைத்தார். சட்டையின்

பட்டன்களைக் கழற்றிவிட்டு. மின்விசிறி போட்டு விட்டு வெளியே வந்தார்.

“நம்ம செயலாளர் நாதன் தம்பிதான். கொஞ்சம் ஓவராயிடுச்சு. வாந்தியெடுத்துட்டாப்பல. இந்த நிலைமையில் வீட்டுக்கு அனுப்பி வைக்க முடியாது, அதான்...” என்றார் தூக்கக் கலக்கமாய் மனைவியிடம்.

“நல்லா இருக்குங்க. அவங்க வீட்டுக்குத் தகவல் சொல்லிவிட்டா வந்து கூட்டிட்டுப் போறாங்க. அதை விட்டுட்டு உங்க ரூம்ல கொண்டு வந்து...” சொல்லிக் கொண்டே போன சொர்ணம் அவர் முறைப்பதைப் பார்த்துச் சட்டென்று நிறுத்தினாள்.

“எனக்கு நீ சொல்ல வேணாம். என்ன செய்யணும்னு எனக்குத் தெரியும். வந்து சாப்பாடு வைக்கிறியா?” என்றார் கண்டிப்பான குரலில் கே.கே.ஆர்.

காலையில் ஏழு மணிக்குத்தான் நாதனுக்கு விழிப்பு வந்தது. சோம்பல் முறித்தபடி எழுந்தவனுக்கு அறையின் சூழ்நிலையில் இருந்த மாற்றங்கள் உறைத்து, தான் இரவு முழுக்க கே.கே.ஆர். வீட்டு அறையில் படுத்து உறங்கியிருக்கிறோம் என்று உணரவே சில விநாடிகள் பிடித்தன.

வேகமாக வெளியே வந்தான். படித்துக் கொண்டிருந்த செய்தித்தாளிலிருந்து நிமிர்ந்து பார்த்து எழுந்த கே.கே.ஆர். அவனருகில் வந்து, “நார்மலா இருக்கீங்களா தம்பி?” என்றார்.

சற்றே வெட்கம் மேலிட அவன், “மன்னிச்சுக்கங்கண்ணே. உங்களுக்கெல்லாம் நிறைய தொல்லை கொடுத்துட்டேன் போலிருக்கு. ஐயோ... உங்க வீட்டுக்கெல்லாம் தெரிஞ்சு போச்சா? அவமானமா இருக்குண்னே. நான் முதல்ல புறப்படறேன்” என்றான்.

“ஒரு காபி சாப்பிட்டுட்டுப் போலாமே.”

“இல்லை, நான் வர்றேன்” என்று அவன் அவசரமாக வாசலுக்கு நடக்க, அவனைப் பின்தொடர்ந்து வந்த கே.கே.ஆர்., “இருங்க.

ஷெட் இன்னும் திறக்கலை. உங்க பைக் ஷெட்டுக்குள்ளே நிறுத்தியிருக்கு" என்றவர்...

வாசலில் கோலம் போட்டுவிட்டு நிமிர்ந்த கண்மணியிடம், "யம்மாடி, இந்தா... ஷெட்டைக் கொஞ்சம் திறந்து விடு. தம்பி பைக்கை எடுத்துக்கட்டும்" என்று அவளிடம் ஷெட்டின் சாவியை நீட்டினார்.

அவளையே பார்த்துக்கொண்டிருந்த நாதன், "இது யாருண்ணே?" என்றான்.

"யாரா? இதான் தம்பி என் மூத்த பொண்ணு. தெரியாதா உங்களுக்கு?" என்றார் ஆச்சரியமாக.

"நிஜமா நான் இன்னிக்குத்தான் பார்க்கறேன். காலேஜுக்குப் போற உங்களோட ரெண்டாவது பொண்ணைத்தான் ரெண்டு தடவை பார்த்துப் பேசியிருக்கேன்."

"சரியாப் போச்சுப் போங்க. எத்தனை வருஷமா பழகறோம்!" என்ற கே.கே.ஆர்., "இவர்தாம்மா நம்ம கட்சியோட மாவட்டச் செயலாளர் நாதன். நான் நிமிஷத்துக்கொரு தடவை சொல்வேனே..." என்றார், கண்மணியிடம்.

"அப்படியா?" என்று அவள் ஷெட் சாவியை வாங்கிக்கொண்டு முன்னால் நடக்க அவளின் பின்னசைவுகளைப் பார்த்தபடி அவளைத் தொடர்ந்தான் நாதன்.

ஷெட்டைத் திறந்துவிட்ட கண்மணி, அவன் பைக்கை எடுத்துக்கொண்டு வெளியேறியதும் மறுபடி பூட்டுவதற்குக் காத்திருந்தாள்.

உள்ளே சென்று பைக்கில் அமர்ந்து ஸ்டார்ட் செய்து அதை ஓட்டியபடி வெளியே வந்த நாதன் அவளருகில் கால்களை ஊன்றி நின்று, "உன் பேரென்ன?" என்றான்.

சட்டென்று அவன் ஒருமையில் கேட்டதில் ஏற்பட்ட எரிச்சலை அடக்கிக் கொண்டு, "கண்மணி" என்று பதில் சொல்லிவிட்டு

அவனிடமிருந்து அடுத்து எதையும் கேட்க விரும்பாதவளாய் ஷெட்டின் கதவை மூடிப் பூட்டத் துவங்கினாள்.

நாதன் புறப்பட்டு கே.கே.ஆரின் வீட்டைக் கடந்து வேகமாகச் சென்று மறைய, தன் வீட்டு வாசலுக்கு வந்த கண்மணி சற்றுமுன் அவள் அழகாகப் போட்டு முடித்திருந்த பெரிய வர்ணக் கோலத்தைச் சிதைத்துக் குறுக்கில் நாதனின் பைக் டயர் அச்சுக்கள் பதித்துச் சென்றிருந்ததைப் பார்க்க... கோபம் எழுந்தது.

தோல்வியுற்ற காதலன் ஒருவன் தன் ஆட்டோ முதுகில் எழுதினான்...

சீறுகின்ற பாம்பை நம்பினாலும்
சிரிக்கின்ற பெண்ணை நம்பாதே!

அடுத்த காதலி கிடைக்கும் வரை.

***

9

அத்தியாயம்

இரவு விளக்கு எரிந்து கொண்டிருந்தது. கட்டிலில் படுத்திருந்த கண்மணியின் காதோரக் கூந்தல் சுருளை ஜன்னல் வழி தென்றல் அலைக்கழித்துக் கொண்டிருக்க, தன் மேஜைக்கு மட்டுமான விளக்கைப் போட்டுக் கொண்டு தன் கல்லூரிப்பாடம் சம்பந்தமாக நோட்ஸ் எழுதிய சித்ரா, எழுதுவதை நிறுத்தித் திரும்பிப் பார்த்தாள்.

அவளுக்கு முதுகு காட்டிப் படுத்திருந்த கண்மணி இந்தப் பக்கம் புரண்டு படுத்தாள்.

"என்னக்கா... தூக்கம் வரலையா?" என்றாள் சித்ரா.

"ஆமாம்... ஒரு கனவு வந்துச்சு. முழிச்சுட்டேன்" என்றாள் கண்மணி.

"தூங்கினத்துக்கப்புறம் தானே கனவு வரும்? நீ படுத்து அரைமணி நேரமாவே புரண்டுகிட்டே தானே இருக்கே?"

"நான் தூங்கறேன் இல்லே முழிச்சுக்கிட்டிருக்கேன். உனக்கென்னடீ? நீ பாட்டுக்குப் படிக்க வேண்டியது தானே."

"அதில்லை, வழக்கமா நீ படுத்த அடுத்த நிமிஷம் தூங்கிடுவே... நான் தான் கண்டதையும் நினைச்சுக்கிட்டுத் தூக்கம் வராம தவிப்பேன். கொஞ்ச நாளாவே ரொம்பப் புரள்றே நீ. நேத்து தூக்கத்தில் என்மேல கையைப் போட்டு நீ என்ன சொன்னே தெரியுமாக்கா?"

"என்ன சொன்னேன்?"

"ச்சீ, வேணாம்... அப்படீன்னு சொன்னே."

"எதாச்சும் உளறாதே!"

"நிஜமா சொன்னே... ஜாதகம் எடுத்து நாலு பக்கமும் அனுப்பி உனக்கு மாப்பிள்ளை பார்த்துக்கிட்டிருக்காங்களா, இந்தச் சூழ்நிலையில் ஒருமாதிரியான கனவுதான் வரும். இப்படித்தான் புரளச் சொல்லும். இப்படித் தான் உளறச் சொல்லும். இலக்கியத்தில்கூட இதுக்கு ஏதோ ஒரு நோய்னு பேர் சொல்வாங்களே... ஏதோ கீரைப் பேரு மாதிரி இருக்கும். இரு. சொல்றேன்... யெஸ்... பசலை நோய்! உன் வளையல் எல்லாம் லூஸாயிடுச்சா?"

"ஏய், வாலு! அக்காகிட்டே பேசற மாதிரியா பேசறே நீ?"

"எப்பவுமே நான் அக்காகிட்டே பேசற மாதிரி பேசறதில்லையே. இப்பப் போய் திடீர்னு மாத்திக்க முடியுமா? தூக்கம் தான் வரலையே. கொஞ்சம் எந்திரிச்சு உக்காரேன்... சொல்றேன்."

சித்ரா தன் பேனாவை மூடிவிட்டு எழுந்தாள். அந்த அறையின் கதவை ஓசை செய்யாமல் மூடித் தாழிட்டுவிட்டு, பெரிய விளக்கைப் போட்டாள்.

"என்ன சித்ரா?" எழுந்தமர்ந்து சேலைத் தலைப்பைச் சரிசெய்து கொண்டு கேட்டாள் கண்மணி.

"இரு. வந்துட்டேன்" என்ற சித்ரா தனது கல்லூரிப் புத்தகங்களை அடுக்கி வைத்திருந்த ஷெல்ஃபில் ஒரு குறிப்பிட்ட புத்தகத்துக்குள்ளிருந்து ஒரு கவர் எடுத்து வந்தாள். கட்டிலில் கண்மணியின் அருகில் அமர்ந்தாள்.

"என்ன சித்ரா இது?"

"தப்பித் தவறிகூட அம்மா, அப்பாகிட்டே சொல்லிட மாட்டியே? இது லவ் லெட்டர்" என்றாள் வெகு சாதாரணமாக.

"ஐயோ! யாருக்கு வந்தது?" என்றாள் கண்மணி கலவரத்தோடு.

"பதறாதே! எனக்கு ஒருத்தன் கொடுத்தான். கம்ப்யூட்டர் கிளாஸ்ல என்னோட படிக்கிறவன். சும்மா படிச்சுப் பாரு."

"என்னடி இவ்வளவு சாதாரணமா சொல்றே? எத்தனை நாளா இந்த மாதிரிப் பழக்கமெல்லாம்?"

"முதல்ல படிச்சுப் பார்த்துட்டுப் பேசேன். மனசுக்குள்ளே படி" என்று சித்ராவே கவருக்குள்ளிருந்து கடிதத்தை எடுத்துப் பிரித்து அவளிடம் கொடுத்தாள்.

கண்மணி பதட்டத்துடன் படித்தாள். அதில்...

டியர் சித்ரா, மனோ எழுதியது.

ரொம்ப நாளாக மனசுக்குள்ளேயே யோசித்து யோசித்து இந்தக் கடிதத்தை எழுதுகிறேன். சித்ரா, எனக்கு உன்னை ரொம்பவும் பிடித்திருக்கிறது. உன் அழகு என்னைத் தடுமாற வைத்து விட்டது. சதா உன் சிந்தனையிலேயே நான் இருக்கிறேன். ஒரு நாள் நீ கிளாஸுக்கு வராமல் உன்னைச் சந்திக்க முடியாமல் போனால் எனக்குப் பைத்தியம் பிடித்தது போலாகிவிடுகிறது. சித்ரா, நான் உன்னை ரொம்பத் தீவிரமாக நேசிக்கிறேன். தயவு செய்து என் காதலை ஏற்றுக்கொள். நாம் திருமணம் செய்து கொண்டு சந்தோஷமாகக் குடித்தனம் நடத்தலாம். உன்னை தேவதை மாதிரி கொண்டாடுவேன். சித்ரா, உனது நல்ல பதிலுக்காக நான் காத்திருக்கிறேன்.

காதலுடன், மனோ

“என்னடீ செஞ்சே அவனை?” என்றாள் கண்மணி.

“ரெண்டு நாள்தான் ஆச்சு அவன் இந்த லெட்டரை என்கிட்டே கொடுத்து. அப்பாகிட்டே சொன்னா அவனைத் தூக்கிட்டு வந்து துணியைப் பிழியற மாதிரி பிழிஞ்சு ரத்தமா கொட்ட வெச்சிடுவார்...” என்றாள் சித்ரா.

“ஐயோ வேணாம் சித்ரா! அவங்க வீட்ல போய் அவங்க அப்பாகிட்டே கொடுத்து, ‘உங்க மகனைக் கண்டிச்சு வைங்கன்’னு சொல்லிட்டாப் போதாதா?” என்றாள் கண்மணி.

“கண்டிக்க வேண்டிய அளவுக்கு இந்த லெட்டர்ல என்ன எழுதிட்டான் அவன்? கொஞ்சம் யோசிச்சுப் பாருக்கா. கையைப் பிடிச்சு இழுக்கலை... பஸ்ஸு ல திடீர்னு இடுப்பைக் கிள்ளலை...? ‘லாட்ஜ்ல ரூம் போடவா?’ன்னு கேட்டு எழுதலை. ‘உன்னை எனக்குப் பிடிச்சிருக்கு. கல்யாணம் செய்துக்கலாமா?’ன்னு கேட்டிருக்கான். அவ்வளவுதான்...”

“என்னடி சொல்றே? அப்படீன்னா நீ அவனை...”

“இல்லைக்கா... நான் சொல்ல வர்றதைச் சரியாப் புரிஞ்சுக்கோ. இது அவனோட விருப்பம். அதை லெட்டர் மூலமா நாகரிகமா தெரிவிச்சிருக்கான். முடிவெடுக்க வேண்டியவ நான். எனக்குச் சம்மதமா, இல்லையான்னு சொல்லிட்டா முடிஞ்சது. சொல்லிட்டேன் நேத்தே அவனைத் தனியா கூப்பிட்டுப் போய் எனக்கு இது படிக்கிற வயசு. ‘எனக்கு ஐ.ஏ.எஸ். ஆகணும்னு லட்சியம் இருக்கு. கல்யாணத்தைப் பத்தியோ, காதலைப் பத்தியோ இப்ப நினைச்சுக்கூடப் பார்க்கறதா இல்லை. உங்க மனசுல சலனம் ஏற்படறதுக்கு ஏதோ ஒருவகையில நான் காரணமா இருந்திருக்கேன். அதுக்கு ஸாரி... மறுபடி வேற வகையில் என்னைத் தொந்தரவு செய்ய வேணாம். ப்ளீஸ்...’ அப்படீன்னு சொல்லிட்டேன். உடனே அவன் என்ன சொன்னான் தெரியுமா? ‘நான் இப்படி ஒரு லெட்டர் கொடுத்ததையே மறந்துடுங்க. வரம்பு மீறினதுக்காக மன்னிச்சுடுங்க’ன்னு சொல்லிட்டுப் போயிட்டான். தட்ஸ் ஆல்! பிரச்னை முடிஞ்சது...”

கண்மணி தன் தங்கையைப் பேச்சில்லாமல் பார்த்தாள்.

"என்னக்கா அப்படிப் பார்க்கறே?"

"லவ் லெட்டர் எழுதறதே ஒரு அயோக்கியத்தனம்னு பொதுவா நினைச்சிட்டிருக்கிறப்ப, அது ஒரு நாகரிகமான மன வெளிப்பாடுன்னு எடுத்துக்கிட்டு பதட்டப்படாம இந்தப் பிரச்னையை அணுகியிருக்கியே. ரொம்பப் பக்குவம் தான் உனக்கு, அது சரி, இந்த லெட்டரை எதுக்காகப் பத்திரப்படுத்தி வெச்சிருக்கே. கிழிச்சுப் போட்டுடவா?"

"நோ!" என்று அவளிடமிருந்து பிடுங்கிக்கொண்ட சித்ரா, "வாழ்க்கைல எனக்கு வந்த முதல் லவ் லெட்டர். நான் கிழவியானப்புறம் எடுத்துப் படிச்சுப் பார்த்து ரசிக்க வேணாமா?" என்று சிரித்தாள்.

சித்ரா, லைட்டை அணைத்துவிட்டு வந்து கண்மணி அருகில் படுத்துக் கொண்ட கொஞ்ச நேரத்தில் உறங்கிப் போனாள்.

ஆனால், கண்மணிக்கு உறக்கம் வரவில்லை. லேசாக வாய்பிளந்து உறங்கும் தன் தங்கையின் முகத்தையே பார்த்தாள். நீலநிற இரவு விளக்கின் சன்ன வெளிச்சத்தில் அவள் கூந்தலின் இழைகள் மின்னின.

'ரொம்ப விவரமானவள் தான் இவள். சில மாதங்களாக என்னுள் ஏற்பட்டுள்ள சின்னச் சின்ன மாற்றங்களையும் இவள் கவனித்திருக்கிறாள். 'ச்சீ... வேணாம்' என்று நேற்று உறக்கத்தில் நான் உளறித் தொலைத்திருக்கிறேன்.'

அப்படி உளறக் காரணமாய் இருந்த கனவுச் சம்பவம் என்ன என்று எனக்கு மட்டும் தான் தெரியும். அந்தச் சம்பவத்தில் என் அருகில் இருந்தது யாரென்றும் எனக்கு மட்டும் தான் தெரியும்.

சுதர்சன்!

குறுகிய காலத்தில், சில சந்திப்புகளிலேயே எப்படி நீங்கள் இடம் பிடித்தீர்கள் என் மனதில்?

இந்த இரண்டு மாதங்களில் நாம் பதினாலு தடவை சந்தித்திருக்கிறோம். இல்லை... இல்லை முதன் முதலாக எங்கள் வீட்டில் சந்தித்ததையும் சேர்த்துப் பதினைந்து தடவை.

வீணை டீச்சரின் வீடும், உங்கள் வீடும் அருகருகில் அமைந்து போனது எவ்வளவு சௌகரியமான விஷயம்!

அன்றைக்கு வீணை டீச்சர் வீட்டைப் பூட்டிக் கொண்டு கோயிலுக்குப் போயிருந்ததால் உங்கள் வீட்டில் காந்திருந்தபோது எவ்வளவு பேசினோம்!

எந்த ஒரு விஷயத்திலும் உங்களுக்கென்று தனியாக ஒரு கருத்து வைத்திருப்பதும், அந்தக் கருத்து என் கருத்தோடு ஒன்றுபட்டுப் போவதும் எவ்வளவு மகிழ்ச்சியைத் தருகிறது தெரியுமா?

நீங்கள் கல்லூரியில் படித்தபோது எழுதிய கவிதைகளை அன்று ஒருமுறைதானே படித்தேன். அத்தனையும் எனக்கு இப்போது மனப்பாடம். உறக்கத்தில் எழுப்பிக் கேட்டாலும் சொல்வேன். அப்படிப் பதிந்து போயிருக்கின்றன.

என்னைப் போலவே உங்களுக்கும் பனி சொட்டும் பூக்களையும், சாயங்கால வானத்தில் பறவைகளையும், ஒட்டகமாய் உருவெடுக்கும் மேகத்தையும், தார்ச்சாலையில் சிந்தும் டீசலில் தெரியும் வானவில் கவிதையையும், நாப்தலின் வாசனையையும், மொட்டை மரத்தில் ஒரு தளிர் இலையையும், பளிங்குத் தரையில் பாதம் வைக்கிற சிலிர்ப்பையும்... இன்னும், இன்னும் எவ்வளவு ரசிக்கிறீர்கள்!

வீணை டீச்சர் கேட்டார்கள் என்று வீட்டில் சொல்லி உங்களுக்குப் பிடித்தமான தேங்காய் பர்பி செய்து டப்பாவில் வைத்துக்கொண்டு வந்து உங்களிடம் கொடுத்த போது உங்கள் முகத்தில் எவ்வளவு விதமான உணர்ச்சிகள் அலைந்தன என்று எனக்குத் தெரியும்.

உங்கள் அம்மா ஊருக்குப் போயிருந்ததில் கிடைத்த தனிமையில் என்னை இப்படி உட்கார வைத்து, அப்படிப் பார்க்க வைத்து எத்தனை புகைப்படங்கள் எடுத்தீர்கள்!

அவற்றை என்னிடம் தந்தபோது அந்த கவரின் மேல் நீங்கள் எழுதியிருந்த 'சிறைக்குள் சில பட்டாம் பூச்சிகள்' என்கிற வாசகத்துக்கு அர்த்தம் கேட்ட போது, நீங்கள் குறும்பாகப் பார்த்து, எதுவும் சொல்ல மறுத்தீர்கள்.

ஆனால், எனக்கு அர்த்தம் புரிந்தது. ரசிக்கவும் செய்தேன்.

வீணை கிளாஸ் முடிந்ததும் உங்கள் வீட்டில் நான் உங்களிடம் போட்டோ கிராபி கற்றுக் கொள்கிறேனாம். நீங்களும் கற்றுத் தருகிறீர்களாம். இது மற்றவர்களுக்கான பொருத்தமான காரணமாக இருக்கலாம்.

நமக்குத்தானே தெரியும் - இது நம் சந்திப்புக்காக ஏற்படுத்திக்கொண்ட சௌகரியமான சந்தர்ப்பம் என்று.

சுதர்சன்... எல்லாம் சரி. பேசுகிறோம். உள்ளுக்குள் வேறு உரையாடல் நடக்கிறது. பழகுகிறோம். உள்ளுக்குள் கற்பனையே வேறு. எப்போது உடைக்கப் போகிறோம் நடுவில் நிற்கின்ற கண்ணாடிச் சுவரை?

'நீங்கள் ரொம்ப தயக்க ஆசாமி. ஒரு வார்த்தையை உச்சரிக்க நூறு தடவை உள்ளுக்குள் ஒத்திகை நடத்துபவர். நானும் இப்படியே மௌனத்தைத் தொடர்ந்தால், எப்போது தான் வேஷத்தைக் கலைப்பதாம்?'

கண்மணி புரண்டு படுத்தாள். சுதர்சன் பற்றிய சிந்தனைகள் அவளை ஒரு பிடிவாத வண்டாக மறுபடி மறுபடி துரத்திக் கொண்டிருந்தன.

சித்ரா என்ன சொன்னாள்? 'காதல் கடிதம் எழுதுவதென்பது, உள்ளத்தின் நாகரிகமான ஒரு வெளிப்பாடு' என்றாள்.

இரண்டு பேருமே தயக்க நாடகத்தைத் தொடர்ந்து கொண்டிருந்தால், முடிவே இல்லை. சுதர்சனுக்கு நான் ஏன் முதலில் என் மனதை வெளிப்படுத்தக் கூடாது?

தன் அந்தஸ்தோடு என் அந்தஸ்தை ஒப்பிட்டுப் பார்த்துக்கொண்டு மனத்துக்குள் ஒரு தாழ்வு மனப்பான்மையை

உருவாக்கிக்கொண்டு, அதிலிருந்து மீள முடியாமல் சுதர்சன் தவிப்பது எனக்குத் தெரியும்.

இந்த நிலையில் நான் ஏன் முந்திக் கொள்ளக்கூடாது? என் மனம் சுதர்சனை விரும்புகிறது. இது உண்மை. இந்த உண்மையை வெளியிடுவதில் தப்பென்ன இருக்கிறது? யாரிடம் வெளிப்படுத்துகிறேன்... நான் விரும்புகிறவரிடத்தில் தானே?

கண்மணி திடீரென்று ஒரு தீர்மானத்துக்கு வந்து எழுந்தாள். அருகில் உறங்கும் சித்ராவைப் பார்த்தாள். கொலுசின் சத்தம் அதிகம் ஒலிக்காமல் மெதுவாக நடந்து மேஜையின் விளக்கை மட்டும் போட்டுக்கொண்டு அமர்ந்தாள்.

சித்ராவின் நோட்டுப் புத்தகத்திலிருந்து வெள்ளைக் காகிதம் கிழித்தெடுத்து, பேனாவை எடுத்து அதற்கொரு முத்தம் கொடுத்துவிட்டு எழுத ஆரம்பித்தாள்.

'என் பிரியத்துக்குரியவருக்கு... கண்மணி எழுதிக் கொண்டது...'

ஒரு நடிகை தன் பேட்டியில்...

"நிறைய சினிமாக்கள்ல விதவிதமா காதல் காட்சிகள்ல நடிக்கச் சொல்றப்போ, காதல் இவ்வளவு அசட்டுத்தனமானதான்னு எனக்கு சிரிப்பு வரும். ஆனா, திரு.....ஐ நான் காதலிக்கிறேனே, அது தெய்வீகமானது, புனிதமானது அவருக்கு ஏற்கெனவே கல்யாணமாகி ரெண்டு குழந்தைங்க இருந்தாலும்!"

***

10

அத்தியாயம்

கண்மணி இறங்கிக்கொண்டு அந்த வாடிக்கையான ஆட்டோ டிரைவரிடம், 'இன்னிக்குக் கொஞ்சம் லேட்டாகும். நீங்க அரை மணி நேரம் கழிச்சு வரலாம்' என்று அனுப்பிவிட்டு, வீணை டீச்சரின் வீட்டுக்குள் வந்தாள்.

தலைக்குக் குளித்திருந்த லீலா டிச்சர் தரையில் அமர்ந்து தன் காதுகளில் கம்மல் மாட்டி திருகாணி போட்டபடி, "வாம்மா... உக்காரு. அடுப்புல பால வெச்சிருக்கேன். இறக்கி வெச்சுட்டு வந்துடறேன்" என்றார்.

"சரி டீச்சர்" என்றவள் அப்போது தான் நினைவு வந்தவள் போல, பக்கத்து வீட்டுக்குப் போயிட்டு வந்துடறேன். காமிரா பத்தி ஒரு புக் வாங்கித் தர்றேன்னு பணம் கேட்டிருந்தார். கொடுத்துட்டு உடனே வந்துடறேன்" கையில் வைத்திருந்த பாட்டு நோட்டுடன் பக்கத்து வீட்டுக்கு வந்து கதவைத் தட்டினாள்.

நேற்றிலிருந்து நூறு முறை மனதில் சொல்லிப் பார்த்திருந்த ஒத்திகை வசனங்கள் எல்லாம் ஒரே விநாடியில் காணாமல் போனதை உணர்ந்தாள் கண்மணி.

'இதோ கதவைத் திறக்கப் போகிறார் சுதர்சன். உள்ளே நுழையப் போகிறேன் நான் இரவு மூன்று மணி வரை யோசித்து யோசித்து எழுதிய கடிதம் என் நோட்டுப் புத்தகத்துக்குள் இருக்கிறது.'

'அதை எடுத்து அவர் கையில் கொடுப்பதென்பது வெகு சாதரரணமான செயல்தான். ஆனால், என்னவென்று சொல்வது? ஆட்டோவில் வரும்போதுகூட இரண்டு தடவை பேசிப் பார்த்துக் கொண்டேனே... ஏன் இப்படி வியர்க்கிறது? இன்னொரு நாள் கொடுத்துக் கொள்ளலாமா?'

வீட்டின் வாசலுக்கு வந்து கதவைத் தட்டும் வரை வைத்திருந்த தைரியத்தைத் திடீரென்று தொலைத்து விட்டுத் தடுமாறினாள் கண்மணி:

கதவு திறக்கப்பட்டு, சுதர்சனின் அம்மா, "நீயா? வாம்மா உள்ளே..." என்றார். ஒரு ஆறுதலும் ஆச்சரியமும் கலந்து உணர்ந்த கண்மணி "நீங்க எப்பம்மா வந்தீங்க ஊர்லேர்ந்து?"

"காலைல தான் வந்தேன். உள்ளே வாம்மா..."

உள்ளே வந்ததுமே முடிவாகி விட்டது - அம்மா இருப்பதால் இன்றைக்கு இந்தக் கடிதத்தைக் கொடுக்கிற சந்தர்ப்பம் அமையப் போவதில்லை. ஏமாற்றமும் இருந்தது. பெருமூச்சும் வந்தது.

கண்மணியின் கண்கள் சுதர்சனைத் தேட, அவள் கேள்வி கேட்க அவசியமில்லாமல் அவன் அம்மாவே, "பெரிய பையன் வீட்ல மொட்டைமாடி இருக்கு. சுள்ளுன்னு வெயில் அடிக்குதேன்னு வத்தல் போட்டுக் கொண்டு வந்தேன். உறையூர்ல என் சித்திப் பொண்ணு இருக்கா. அவ வீட்டுக்குக் கொஞ்சம் வத்தல் கொடுத்தனுப்பிச்சேன். போய் ஒரு மணி நேரத்துக்கும் மேல் ஆச்சு. இப்ப வந்துடுவான் சுதர்சன். இன்னும் டிபன் சாப்பிடலை அவன். வந்து சாப்பிட்டுத்தான் ஸ்டூடியோவுக்குப் போறேன்னான். உட்காரும்மா. காபி தர்றேன்" என்றாள்.

தயங்கி நாற்காலியில் அமர்ந்தாள் கண்மணி.

காபி போடுவதற்காக சுதர்சனின் அம்மா உள்ளே செல்ல, அருகில் கதவு திறந்திருந்த சுதர்சனின் தனியறைக்குள் ஆள் யாரும் இல்லாமல் விரயமாக மின்விசிறி சுழன்று கொண்டிருப்பதைக் கண்டாள்.

எழுந்து இயல்பாக உள்ளே வந்து சுவிட்சை அணைத்து விட்டுத் திரும்பும்போது மேஜைமேல் இருந்த சிறிய லெதர்பேக் அவள் பார்வையில் பட்டது.

"சுதர்சன் தினமும் ஸ்டூடியோவுக்குப் புறப்படும் போது இந்த பேக்கைத்தான் எடுத்துச் செல்வார். கடிதத்தை இதற்குள் வைத்துவிட்டால் என்ன? நேரடியாகக் கொடுக்கும்போது என்ன பேசுவது என்று தவிக்கின்ற தடுமாற்றத்தைத் தவிர்க்க முடியுமே... எண்ணங்களை எல்லாம் தான் கடிதத்தில் கொட்டியாயிற்றே."

மேஜையை அணுகினாள். அவசரமாக அந்த பேக்கை எடுத்து அதன் ஜிப்பைத் திறந்தாள். உள்ளே பல புகைப்படங்கள், சில ரசீதுகள், வேறு ஏதேதோ காகிதங்கள் இருந்தன. தன் நோட்புக்குகள் வைத்திருந்த கவரை எடுத்தாள். அதன் மேல் 'உங்களுக்கு நான் காதலாய் எழுதியது...' என்று எழுதி வைத்திருந்ததை ஒருமுறை பார்த்துக்கொண்டு, வாசலை ஒரு தடவை பார்த்து விட்டு உள்ளே வைத்து ஜிப்பை மூடினாள்.

மேஜை மேல் ஒரு சின்ன பிரேமுக்குள் சுதர்சன் சிரித்துக் கொண்டிருப்பதைப் பார்த்தாள். சட்டென்று அதன் பிரேமை எடுத்து அதன் முதுகுப்புறத்தில் கழற்றி, போட்டோவை மட்டும் எடுத்துத் தன் நோட்டுப் புத்தகத்தில் வைத்துக்கொண்டு, பிரேமை பழையபடி வைத்து விட்டு வேகமாக வெளியே வந்து விட்டாள்.

ஆற்றியபடி எடுத்து வந்து காபியைக் கொடுத்த அம்மா, "யாராச்சும் வந்து உன்னைப் பொண்ணு பார்த்துட்டுப் போனாங்களா? என்ன நிலைமையில் இருக்கு உன் கல்யாணப் பேச்சு?" என்றாள்.

"லெட்டர் எழுதற லெவலுக்கு வந்திருக்கு. அதாவது என்னோட ஜாதகத்தை அச்சடிச்சுப் பல பேருக்கு லெட்டர் எழுதி

அதோட வெச்சு அனுப்பிட்டிருக்கார் அப்பா" என்றாள் காபியைக் குடித்தபடி கண்மணி.

அப்போது திறந்திருந்த வாசல் வழியாக அயர்ன் செய்த சில துணிகளோடு இஸ்திரி வண்டிக்காரர் உள்ளே வந்து மற்றொரு நாற்காலி மேல் வைத்து விட்டு, "நாலு ரூபா அம்பது காசு கொடுங்கம்மா" என்றார்.

அம்மா மர பீரோவில் இருந்து ஒரு தகர டப்பாவோடு வந்து, "அம்பது ரூபாய்க்குச் சில்லறை இருக்காப்பா" என்றாள்.

"காலைல எப்படிம்மா சில்லறை இருக்கும்? அஞ்சு ரூபா கொடுங்க. அம்பது பைசா தர்றேன்,"

"இரு வந்துட்டேன்" என்ற அம்மா சுதர்சனின் அறைக்குள் சென்று அந்த லெதர் பேக்கோடு வெளியே வந்து அதன் ஜிப்பைத் திறக்க முயற்சிக்க, பகீரென்றது கண்மணிக்கு.

அவளிடம் பணமிருந்தால் சமாளித்திருக்கலாம் வீணை கிளாஸுக்கு வரும்போது பணம் எதுவும் எடுத்து வரும் வழக்கமில்லை. ஆட்டோகாரருக்கு வீடு திரும்பியதும் தான் பணம் எடுத்துக் கொடுப்பாள்.

"இந்த ஜிப் எதிலேயோ சிக்கிக்கிட்டிருக்கு. திறக்க முடியலை. நீ திறந்து பாரும்மா" என்று அவளிடம் பேக்கைக் கொடுத்தாள் அம்மா.

கண்மணி கொஞ்சம் முயன்றதும் ஜிப் திறந்து கொண்டது. உள்ளே ஐந்து ரூபாய் நோட்டை அவளே தேடியெடுத்துக் கொடுத்தாள். அந்த ஆசாமி போனதும் சுதர்சன் உள்ளே வந்துவிட்டான்.

"வாங்க கண்மணி" என்றவன் அவள் தன் லெதர் பேக்கை வைத்திருப்பதைப் பார்த்துச் சற்றே குழம்ப, அதற்குள் அவன் அம்மா, "இஸ்திரிக்காரனுக்குக் கொடுக்கறதுக்கு சில்லறை இல்லைன்னு உன் பேக்கை எடுத்தேன். ஜிப் சிக்கிட்டிருந்துச்சு. கண்மணிதான் திறந்து எடுத்துக் கொடுத்திச்சு. தலையணையில

பஞ்சு திணிக்கிற மாதிரி உள்ளே என்னென்னவோ போட்டு வெச்சிருக்கியே..." சொல்லியபடி அயர்ன் செய்த துணிகளை எடுத்துக்கொண்டு அறைக்குள் செல்ல...

கண்மணி, அவனிடம் பேக்கை நீட்டினாள். "பேக்குக்குள்ளே இருக்கிற எல்லாத்தையும் வெளியே எடுத்து வெச்சு எதெது வேணும், எதெது வேணாம்னு பார்த்து, வேணுங்கிறதை வெச்சுக்கிட்டு, வேணாங்கிறதைக் கிழிச்சுப் போட்டுடுங்க. அப்போதான் குப்பை சேராது. நான் முதல்லயே வந்துட்டேன். டீச்சர் காத்துக்கிட்டிருப்பாங்க. நான் வர்றேன்" என்றாள்.

பேக்கை வாங்கிக்கொண்டு, அவனுக்கு ரொம்பவும் பிடித்தமான பேபிரோஸ் நிறத்தில் புடவையும் அதே நிறத்தில் காது, கை, கழுத்தில் பிளாஸ்டிக் அணிகலன்களும், கூந்தலில் அதே நிறத்தில் ஒற்றை ரோஜாவுமாக இருந்த கண்மணியையே பார்த்தான் சுதர்சன்.

"வாசலுக்கு நடந்தவள் நின்று திரும்பி, நான் சொன்னதை இன்னிக்கே செஞ்சுடுங்க சுதர்சன்" என்று சொல்லிவிட்டு வெளியேறிப் போனாள்.

சுதர்சனால் அவளிடம் இருந்த சில மாற்றங்களை உணர முடிந்தது. "எனக்குப் பிடித்த நிறத்தில் இன்றைக்குத் தன்னை அலங்கரித்துக் கொண்டிருக்கிறாள்."

இயல்பாக இல்லை. லேசான ஒரு வெட்கமும் படபடப்பும் அவள் முகத்திலும் பேச்சிலும் இருந்தன.

தான் சொன்னதில் வேறு ஏதோ அர்த்தம் இருப்பதை உணர்த்துவது போல வார்த்தைகளுக்கு இடைவெளி கொடுத்து, ஒரு அழுத்தம் கொடுத்துப் பேசினாள்.

லெதர்பேக்கினுள் இருக்கும் காகிதங்களைப் பார்த்து சுத்தம் செய்யச் சொன்னாள். அதில் இரண்டாவது அர்த்தம் என்ன இருக்க முடியும்?

சுதர்சனுக்கு அப்போது புரியவில்லை. டிபன் சாப்பிட்டுவிட்டு, அந்த லெதர் பேக்கோடு தன் ஸ்டூடியோ வந்து, காத்திருந்த சில கஸ்டமர்களை பாஸ்போர்ட் சைஸ் போட்டோவுக்காக வரையப்பட்டப் பின்னணியில் நிற்கவைத்துப் படமெடுத்து விட்டு, நேற்று வாங்கின ஒரு ஃபிலிம் ரோலுக்கான பில்லை முதலாளி கேட்க, அதை அவன் தன் பேக்குக்குள் தேடினபோது தான், அந்த கவரைப் பார்த்தபோது தான், **'உங்களுக்கு நான் காதலாய் எழுதியது'** என்பதைப் படித்தபோது தான் புரிந்தது.

சுதர்சனின் ரத்தக் குழாய்களில் அணை திறக்கப்பட்ட வெள்ளம் போல குப்பென்று ரத்தம் பாய்ச்சலாக ஓடத் துவங்கி, பதட்டம் ஏற்பட்டு, விரல்களில் நடுக்கமே வந்து விட்டது.

சில படங்கள் பிரிண்ட் போட வேண்டியுள்ளதாகச் சொல்லிவிட்டு சுதர்சன் உடனே ஸ்டூடியோவின் டார்க் ரூமுக்குள் நுழைந்து கதவை மூடிக்கொண்டான். விளக்கை போட்டுக் கொண்டான்.

அவசர ஆர்வ பரபரப்புத் துடிப்புடன் அந்தக் கவரை ஓரம் கிழித்து, உள்ளிருந்த கடிதத்தை எடுத்து விரிக்க, பொலபொலவென்று ரோஜா இதழ்கள் அவன் மடியில் கொட்டின. சிலிர்த்துப் போனான்.

கண்களை நீர்த்திரை மறைக்க, துடைத்துக்கொண்டு படிக்கத் துவங்கினான்.

என் பிரியத்துக்குரியவருக்கு... கண்மணி எழுதிக் கொண்டது.

இந்தத் திடீர் கடிதம் உங்களுக்கு அதிர்ச்சியைத் தருகிறதா? எனக்குத் தெரியும். ஆனாலும், அது இன்ப அதிர்ச்சியாகத்தான் இருக்கும்.

மனம் திறந்து வெளிப்படையாக சில விஷயங்களைப் பேசக் கடிதம் ரொம்ப சௌகரியம் இல்லையா?

சுதர்சன்... சமீபகாலமாக நாம் பழகி வருகிறோம். பேசுகிறோம். சிரிக்கிறோம். உங்களைச் சந்திப்பதும், பேசுவதும் எனக்குப் பிடித்திருக்கிறது. அதேபோல என்னைப் பார்ப்பதும், என்னோடு பேசுவதும் உங்களுக்குப் பிடித்திருக்கிறது என்பது எனக்குத் தெரியும்.

எப்படித் தெரியும் என்று கேட்கிறீர்களா? கண்கள் ரொம்ப வெகுளித்தனம் கொண்ட மனித உறுப்பு இது தன் பார்வையின் அர்த்தத்தில் வேஷம் போடவே தெரியாது. உள்ளே மனதில் ஓடுவதை அப்படியே பார்வையில் கொடுத்து விடும் உளறுவாய்!

சுதர்சன்... என்னைப்போலவே உங்களுக்கும் இனிய மென்மையான ரசனைகள். எனக்கு இருக்கும் அதே கருத்துக்கள் தான் பல விஷயங்களில் உங்களுக்கும். ஒரே அலைவரிசை என்பதால்தான் நம்மால் புரிந்து கொண்டு பழகமுடிகிறது.

இந்தப்பழக்கத்தின் வளர்ச்சியில் என் மனம் உங்களை நேசிக்கத் துவங்கிவிட்டது அப்பட்டமான உண்மை. அவ்விடத்திலும் அப்படித்தான் இல்லையா?

ஆனால், வெளிப்படுத்த உங்களுக்குத் தயக்கம். இந்தத் தயக்கத்துக்குக் காரணம் எனக்குப் புரிகிறது. என் குடும்பத்துப் பின்னணி, என் வசதி, என் அப்பாவின் குணங்கள். சரிதானே என் கணிப்பு?

சுதர்சன்... என் வீட்டில் எனக்கு மாப்பிள்ளை பார்த்துக் கொண்டிருப்பது உங்களுக்குத் தெரியும். யாரோ முன்பின் தெரியாத ஒரு ஜாதகப் பொருத்த நபரோடு என் மனமும் பொருந்தும் என்று எனக்கு ஆரம்பித்திலிருந்தே நம்பிக்கையில்லை.

கல்யாணம் என்று பேச்செடுத்த போதே எனக்குள் நடுக்கம் வந்து விட்டது. எனக்குப் பிடித்த, என்னைப் புரிந்து

கொள்கிற ஒரு அன்புக் கணவன் எனக்கு அமைவானா என்று கலக்கமாக இருந்தது.

உங்களை என் மனம் நாடத்துவங்கியதும் அந்தக் கலக்கம் கரைந்து போய் தெளிவு ஏற்பட்டது.

எனக்குப் பிடித்த நீங்கள், ஏன் என் வாழ்க்கைத் துணையாகக் கூடாது? நம் இனிய உறவு வாழ்நாள் முழுக்கத் தொடரட்டுமே...

சுதர்சன்... உங்களுக்கு இதில் சம்மதம் தானே?

எனக்கு அசைக்க முடியாத நம்பிக்கை உண்டு. உங்களுக்கு இருக்கும் திறமைக்கும் நல்ல பண்புகளுக்கும் நீங்கள் வாழ்வில் உங்கள் லட்சியங்களை நிச்சயம் சாதிப்பீர்கள். அந்த சாதனைகளுக்குக் கைகொடுக்க என்னையும் கூட்டுச் சேர்த்துக் கொள்ளுங்களேன்.

நாம் வாழ்வில் இணைய வேண்டும். இது விருப்பம். எப்படி இணைவது? இது விருப்பத்தின் செயற்பாடு முதல் கட்டமாக எனக்கு இப்போது உங்கள் விருப்பம் தெரிய வேண்டும். நம் திருமணத்துக்காக நான் எந்த ஒரு துணிகரமான செயலுக்கும் தயாராய் இருக்கிறேன். நீங்கள் தயாரா?

சுதர்சன்... இப்போது உங்கள் முறை! உங்கள் மனதின் பூட்டை உடைத்து வார்த்தைகளுக்கு வழி விடுங்கள். உங்கள் பதிலை நீங்கள் எழுதப் போகிறீர்களா? இல்லை நேரில் சொல்லப் போகிறீர்களா? வழி எதுவாக இருந்தாலும், உங்கள் பதிலுக்கும் நம் வாழ்க்கைக்கும் காத்திருக்கிறேன்.

காதலுடன்,

கண்மணி.

படித்து முடித்ததுமே சுதர்சன் ஆனந்தக் கண்ணீர் வழிய, மீண்டும் ஒரு முறை கடிதத்தை முதலிலிருந்து படிக்கத் துவங்கினான்.

ஒரு பத்திரிகைச் செய்தி:

"... அந்த லாட்ஜ் அறையில் ஜோடியாகத் தற்கொலை செய்துகொண்ட இளம் காதலர்கள் சற்று முன்பு வெண்ணிலா ஐஸ்கிரீம் வாங்கி வரச்சொல்லி தன் எதிரிலேயே ஒருவருக்கொருவர் ஊட்டிக்கொண்டு சாப்பிட்டதாக விசாரணையில் ரூம் பாய் தெரிவித்தார்... 'ஐஸ்க்ரீம் அளவுக்குக்கூட அவர்களுக்கு உயிர் தித்திக்கவில்லை' என்று கருத்து சொன்னார் காவலதிகாரி..."

***

11
அத்தியாயம்

தன் வீட்டின் பின்புறம் கே.கே.ஆர். வாய் கொப்பளித்துவிட்டுப் பெரிதாக ஒரு கொட்டாவி விட்டபடி வீட்டுக்குள் வந்து, தனது கட்சியின் செய்தித்தாளை முதலில் எடுத்துக்கொண்டு ஊஞ்சலில் அமர்ந்தார்.

கண்மணி காபி கொண்டுவந்து அவரருகில் வைத்து விட்டு, “அப்பா, காபி வெச்சிருக்கேன்... சூடு சரியா இருக்கும்...” என்று விட்டு நகர...

“கொஞ்சம் இரும்மா...” என்றார்.

“என்னப்பா...?” என்றாள், அருகில் வந்து.

“வீணை கிளஸுக்குத்தானே போயிக்கிட்டிருந்தே... புதுசா வேற எதுவோ கத்துக்கிறதா அம்மா சொன்னா... என்ன அது...” என்றார் காபியைப் பருகியபடி.

“போட்டோகிராஃபி அப்பா...”

“அப்படீன்னா...?”

“போட்டோ எப்படி எடுக்கறதுன்னு கத்துக்கறது...”

“அது யார் கத்துத் தர்றது...?”

"அன்னிக்குக்கூட இங்கே வந்தாரே... சைக்கிளைக் கூடத் தொலைச்சாரே... சுதர்சன்னு... அவருக்கு வீணை டீச்சர் வீட்டுக்கு அடுத்த வீடு..."

"அதைக் கத்துக்கிட்டு என்னம்மா செய்யப் போறோம்...?"

"நம்ம வீட்டுல காமிரா இருந்தா, நம்ம வீட்டுல நடக்கிற சின்னச் சின்ன விழாக்கள்ல நாமே போட்டோ எடுக்கலாமேப்பா..."

"காமிரா வாங்கித் தட்டினா விழுந்துட்டுப் போகுது... அதுல கத்துக்கறதுக்கு என்ன இருக்கு..."

"இல்லேப்பா... கலை நுணுக்கத்தோட படம் எடுக்கணும்னா, அதுக்குக் கொஞ்சம் கத்துக்கணும்... அதான்..."

"நீ கல்யாணம் பண்ணி, போற இடத்துல காமிரா இருக்கணுமே..."

"இல்லேன்னா, நீங்க வாங்கிக் கொடுத்துட்டுப் போறீங்க..."

"அது சரிதான்..." என்று கே.கே.ஆர். சிரித்த பிறகு தான், தன் அப்பா நிஜமாகவே வேறு அர்த்தம் எதுவும் இல்லாமல் தகவல் ஆர்வத்தில் கேட்டிருக்கிறார் என்று கண்மணியால் உணர முடிந்தது.

கே.கே.ஆர். செய்தித்தாளின் வேறு பக்கத்தைப் புரட்டியபோது, வீட்டின் வாசலில் ஒரு டாக்ஸி வந்து நின்று, அதிலிருந்து பதட்டமாக உள்ளே வந்தார் கட்சியின் முக்கிய பிரமுகர்களில் ஒருவரான நல்ல தம்பி.

"அட! வாங்கண்ணே... என்ன, இவ்வளவு காலையில ஆவேசமா..."

"என் பொண்ணு எனக்கு துரோகம் செஞ்சுட்டா தம்பி..."

"என்ன விஷயம்...? பதறாம சொல்லுங்கண்ணே..."

"என் பொண்ணு வீடியோ கடை வெச்சிருக்கிற ஒருத்தனோட பழகிக்கிட்டிருந்தானு ஏற்கனவே உங்ககிட்டே சொல்லியிருக்கேன், நினைவிருக்குதா...?"

“ஆமாம்... அந்தப் பையனைக்கூட ரெண்டு தட்டு தட்டி எச்சரிச்சு அனுப்பிச்சதா சொன்னீங்க... அதுக்கென்ன...?”

“அவனோட என் பொண்ணு ஓடிப்போயிட்டா... ஸ்ரீரங்கத்துல வெச்சு அவங்க ரெண்டு பேரும் கல்யாணம் செய்துக்கப் போறாங்கன்னு தகவல் கிடைச்சிருக்கு...”

“எப்போ...?”

“இன்னும் ஒரு மணி நேரத்துல... தம்பி... இந்தக் கல்யாணம் நடக்கக்கூடாது. என் பொண்ணை அவன்கிட்டேர்ந்து மீட்டுக்கிட்டு வரணும். கல்யாணம் மட்டும் நடந்துடுச்சு, என் சொந்தக்காரப் பய ஒருத்தனும் என்னை மதிக்கமாட்டான். நான் மீசையை மழிச்சுட்டுத் தலையைத் தொங்கப் போட்டுகிட்டுத்தான் தெருவுல நடக்கணும்...”

“இருங்க அண்ணே, டென்ஷன் ஆகாதீங்க... இன்னும் ஒரு மணி நேரம் இருக்குல்லே கல்யாணத்துக்கு...? அப்புறம் என்ன...?” என்று கேட்டபடியே கே.கே.ஆர். எழுந்து, கொடியில் கிடந்த சட்டையைப் போட்டுக் கொண்டார். மேஜையின் டிராயர் ஒன்றைத் திறந்து லெதர் உறை போட்ட நீளமான கத்தியை எடுத்து இடுப்பு பெல்ட்டில் வைத்துக் கொண்டார்.

வீட்டுக்கு வெளியே வந்து பந்தலை நோக்கி, “மாரியப்பா, நம்ம ஆளுங்க நாலு பேரைக் கூட்டிக்கிட்டு வாடா! அரிவாள், கத்தியெல்லாம் எடுத்துக்கோ... உடனே வரணும்...” என்று கத்தினார். டாக்ஸி அருகில் காத்திருந்தார்.

எல்லாவற்றையும் கேட்டுக்கொண்டிருந்த, பார்த்துக் கொண்டிருந்த கண்மணிக்குப் பதறியது.

காதலித்துக் கல்யாணம் செய்து கொள்ளப்போகிற அவர்களை என்ன செய்யப் போகிறார் அப்பா... அப்பாவிடம் போய்த் தடுத்துப் பார்க்கலாமா...? என்னவென்று சொல்லித் தடுப்பது...? கேட்பாரா, நான் சொன்னால்...?

அவள் யோசனையில் குழம்பிக் கொண்டிருக்கும் போதே, பந்தலிலிருந்து அவரின் நபர்கள் கைகளில் ஆயுதங்களோடு வர... அனைவரும் அந்த டாக்ஸியில் ஏறிக் கொண்டதும், டாக்ஸி புறப்பட்டு வேகமாக ஓடியது.

சில மணி நேரங்கள் கழித்து, சலவைத் தொழிலாளி எடுத்து வைத்த துணிகளைக் கண்மணி எண்ணி சரிபார்த்துக் கொண்டிருந்தபோது, வீட்டு வாசலில் அதே டாக்ஸி வந்து நிற்க அதிலிருந்து கே.கே.ஆரும் அவருடைய ஆட்களும் இறங்கினார்கள்.

கணக்கை நிறுத்திவிட்டு வாசலுக்கு வந்து பார்த்தாள் கண்மணி.

காருக்குள் கல்யாண உடை மற்றும் அலங்காரத்தில் இருந்த அந்தப் பெண் முகம் பொத்தி அழுது கொண்டிருக்க, நல்லதம்பி கீழே இறங்கி கே.கே.ஆருக்குக் கை குவித்தார்.

“இந்த உதவியை மறக்கவே முடியாதுங்க தம்பி...”

“அடப் போங்கண்ணே... பெரிய வார்த்தையெல்லாம் சொல்லிக்கிட்டு... வீட்டுக்கு அழைச்சுக்கிட்டுப் போய், உங்க பொண்ணை முதல்ல சமாதானப் படுத்துங்க... எடுத்துச் சொல்லுங்க நியாயத்தை ஒரு வாரத்துக்குத் தனியா படுத்துக்க விடாதீங்க... சட்டுப்புட்டுன்னு கல்யாணத்தை முடிங்க...”

“ஆகட்டும் தம்பி...” நல்லதம்பி ஏறிக்கொண்டதும் டாக்ஸி சென்றது.

“என்ன கண்மணி, வாசல்லயே நின்னுட்டே...? உள்ளே வா...” என்றார், வீட்டுக்குள் வந்த கே.கே.ஆர். தரையில் அமர்ந்திருந்த சலவைத் தொழிலாளி எழுந்து கும்பிடு போட்டான்.

அந்தக் கணக்குப் புத்தகத்தில் கண்மணி கையெழுத்துப் போட்டு அவனிடம் கொடுத்து, “பந்தல்ல போய்ப் பணம் வாங்கிக்குங்க...” என்றுவிட்டுத் தன் அப்பாவிடம் வந்தாள்.

“கல்யாணத்தை நிறுத்திட்டீங்களா அப்பா...? என்றாள் சலனமில்லாமல்.”

“பின்னே... போனது யாரு...?”

“ரெண்டு பேருமே இஷ்டப்பட்டுத்தானே...” என்று இழுத்தாள்.

“அதுக்காக விட்டுட முடியுமா...? இதுகளுக்கு என்ன தெரியும்...? வயசு முறுக்குல கெக்கே பெக்கேன்னு சிரிச்சுட்டா சரியா போச்சா...? நாளைக்குப் பெரியவங்க பேருல சந்தி சிரிக்கும். இப்பக் கல்யாணத்தை நிறுத்தி கூட்டிட்டு வந்தோமே, அவ பேரு நளினி. நளினி ஓடிப் போயிட்டானா ஊர்ல பேசுவாங்க...? ‘நல்லதம்பி பொண்ணு ஓடிப்போயிடுச்சு’ன்னுல பேசும்... யாரோட மானம் இங்கே போகுது...?”

“மகளோட மனசு புரிஞ்சு அவரே சம்மதிச்சிருந்தா...?”

“அதுசரி... ஜாதி, பரம்பரை, கௌரவம், அந்தஸ்துன்னு எதுவும் இல்லையா...? எவனோ ஒருத்தனை மனசுலே நினைச்சுட்டா, விட்டுடுவாரா அவரு...? நாளைக்குச் சொந்தக்காரன் துப்பமாட்டானா...? மரியாதைக்காக மூஞ்சில துப்பாம முதுகுல துப்புவான் சில பேரு... ஆனா, எல்லாரும் துப்புவான்...”

மனதில் பாரமாக உணர்ந்த கண்மணி நிமிர... கே.கே.ஆர். சட்டையின் மார்புப் பகுதியில் வெற்றிலை எச்சில் வழிந்து கொட்டியது போல சிவப்பாக ஒரு கறை... ரத்தமோ...?!

“அப்பா, இதென்ன கறை... ரத்தமா...?” என்றாள்.

அப்போது தான் அதைக் குனிந்து பார்த்துக் கொண்ட அவர், “என்மேல வந்து சாய்ஞ்சானா, அப்போ பட்டுடுச்சு போலிருக்கு...” என்று உடனே கழுத்து வழியாகச் சட்டையைக் கழற்றிய அவர், “இந்தா... உடனே எலுமிச்சம்பழம் பிழிஞ்சுத் துவைச்சுப் போட்டுடு... கறை போயிடும்...” என்றார்.

“அந்தப் பையனை அடிச்சீங்களாப்பா...?”

“பின்னே அவன் செஞ்சிருக்கிற காரியத்துக்குக் கொஞ்சுவாங்களா...? பசங்க பின்னியெடுத்துட்டானுங்க... சில்லுமூக்கு உடைஞ்சு கொடகொடன்னு ரத்தம் கொட்டி... விடு! இதெல்லாம் உனக்கு எதுக்கு...?”

“நீங்க போகலைன்னா கல்யாணம் நடந்திருக்குமாப்பா...?”

“இன்னும் அஞ்சு நிமிஷம் லேட்டா போயிருந்தா, அவ கழுத்துல தாலி ஏறியிருக்கும். எங்களைப் பார்த்தும் அவன் கூட நின்ன ஃப்ரெண்ட்ஸ் எல்லாம் ஒவ்வொரு திசையில ஓடினதைப் பார்க்கணுமே...” என்று நினைத்து ரசித்துச் சிரித்த கே.கே.ஆர், “குளிச்சுட்டு வந்துடறேன்... என்ன டிபன் இன்னிக்கு...?” என்றார்.

கண்மணிக்கு வெறுப்பாக வந்தது. என்ன கொடூரமான மனது இது! கல்யாணத்தை நிறுத்தி, இருவரையும் பிரித்து, அவனை உதைத்துவிட்டு வந்து, சம்பவத்தை நினைத்துச் சிரிப்பதோடு, டிபன் என்ன என்று சகஜமாகக் கேட்க எப்படி முடிகிறது இவரால்...?

“கண்மணி...” அவள் முகத்துக்கு முன்னால் சொடக்கு போட்டு, “என்ன டிபன்னு கேட்டேன்... எங்கே ஞாபகம்...?”

“இட்லிப்பா...” என்றாள்.

கே.கே.ஆர். குளிக்கப் பின்புறம் சென்றார். ரத்தக் கறை படிந்த அந்தச் சட்டையைப் பார்க்கவே வெறுப்பாக வந்தது. துவைக்கும் வாளியில் அதைப் போட்டுக் கைகழுவிவிட்டுச் சமையலறைக்கு வந்தாள்.

அம்மா இட்லித் தட்டுகளில் அமைதியாக மாவு ஊற்றிக் கொண்டிருக்க, “ஏம்மா... இப்போ அப்பா என்ன பண்ணிட்டு வந்திருக்காருன்னு தெரியுமா உனக்கு...?” என்றாள் கண்மணி.

“கேட்டுக்கிட்டுத்தான் இருந்தேன்...”

“பதறலையா உனக்கு...?”

அம்மா புன்னகை செய்துவிட்டுத் தன் காரியத்தைத் தொடர, "என்னம்மா, கேக்கறேனில்ல... பதில் சொல்லு..." என்றாள்.

"என்னடி சொல்லச் சொல்றே...? உனக்கு விவரம் தெரிஞ்சு, கொஞ்ச வருஷமா எல்லாத்துக்கும் பதறிட்டு இருக்கே.... நான் கல்யாணமாகி, இவருக்கு வாழ்க்கைப்பட்டு வந்து இருபத்திரண்டு வருஷமா பதறிப் பதறி, சுத்தமா மரத்துப் போச்சு... புதுசா ஒரு பதட்டம் எப்படி வரும்...?"

"யாரோ ரெண்டு பேர் கல்யாணம் பண்ணிட்டுச் சந்தோஷமா இருந்துட்டுப் போறாங்க. இவருக்கு என்ன...? இவர் போய் அதைக் கலைச்சு, அவங்க வயித்தெரிச்சலைக் கொட்டிக்கணுமா...? பாவமில்லையா...?"

"வருவாரு... கேளு..." என்று அம்மா, மாவு ஊற்றிய தட்டுகளை குக்கருக்குள் வைத்து மூடிவிட்டுப் பாத்திரத்தில் தண்ணீர் பிடித்தாள்.

குளித்து முடித்து வந்து, தரையில் அமர்ந்த கே.கே.ஆரின் முன்னால் தட்டும் ஒரு டம்ளர் தண்ணீரும் வைத்த கண்மணி, "ஏம்ப்பா... நான் ஒண்ணு கேட்கலாமா...?" என்றாள்.

"கேளும்மா... நீ கேட்டு எது வாங்கித் தரலை நான்...? என்ன வேணும் உனக்கு...?"

"ஒரு நல்ல நியாயமான பதில் வேணும்ப்பா... இப்போ நீங்க பண்ணிட்டு வந்திருக்கிற காரியம் பாவம்னு உங்க மனசுக்குப் படலையா...?"

கே.கே.ஆரின் கன்னத்துத் தசைகள் இறுகின. தலையை உயர்த்தி அவளைத் தீவிரமாகப் பார்த்தார்.

"என்ன கண்மணி, கேள்வியெல்லாம் புதுசா இருக்குது...? என்ன சொர்ணம், அவளா கேக்கறாளா... இல்லை, நீ கேக்கச் சொன்னியா...?" என்றார், தன் மனைவியைப் பார்த்து.

"ஐயோ! நான் எதுவும் கேக்கச் சொல்லலைங்க... 'உங்கப்பா ஏதாச்சும் செஞ்சா, அதுக்கு ஒரு நல்ல காரணம் இருக்கும்...

அவரைக் கேளும்மா, சொல்வாரு'ன்னு தான் சொன்னேங்க...” பதறினாள் அம்மா.

“காரணம் தெரிஞ்சுக்கிற மாதிரி அவ கேக்கலையே... புத்தி சொல்ற மாதிரில்ல இருக்கு. கண்மணி, நல்லது கெட்டது உங்கப்பாவுக்குத் தெரியும். இதெல்லாம் வேணாம். புரிஞ்சுதா...? கல்யாணத்துக்குப் பார்த்துக்கிட்டிருக்கிற பொண்ணு... அதனால கடுமையா பேச வேணாம்னு நினைக்கிறேன்...” என்றார் கே.கே.ஆர்.!

“என் மனசுல பட்டதைக் கேட்டேன்... ஏம்ப்பா, நீங்க போனப்போ அவங்களுக்குக் கல்யாணம் முடிஞ்சிருந்தா என்ன செஞ்சிருப்பீங்க...? அதை மட்டும் சொல்லுங்க...” என்றாள் கண்மணி.

“ரெண்டு அட்சதை எடுத்து அவங்க தலையில போட்டுட்டுத் திரும்பியிருப்பேன். என்ன பார்க்கறே...? என்னை என்ன நீதி, நியாயம் புரியாத காட்டு மிராண்டின்னு நினைச்சியாம்மா...? கார்ல போறப்பவே சொல்லிக்கிட்டுத்தான் போனேன். தாலி ஏறியிருந்தா விட்டுடலாம்... இல்லேன்னா, கூட்டிட்டு வந்துடலாம்னு தான் போனோம் நல்லதம்பிக்குக் கௌரவம் காப்பாத்தப்படணும்னு இருந்திச்சு. கூட்டிட்டு வந்தாச்சு. ஏன் இதைப் பத்தியே கேக்கறே இன்னிக்கு...?”

“கேக்கணும்னு தோணிச்சு... கேட்டேன். தப்புன்னா மன்னிச்சிடுங்கப்பா...” என்று வெளியே வந்து, பின்புறம் அந்த ரத்தக்கறை படிந்த சட்டையைத் துவைக்கத் துவங்கிய கண்மணிக்கு மனதில் ஒரு உறுதி ஏற்பட்டது.

நான் சுதர்சனை அடைய வேண்டுமென்றால், அப்பாவுக்கு விஷயம் தெரிவதற்கு முன்பாக, ரகசியமாக அவர் கையால் தாலி கட்டிக்கொண்டுவிட வேண்டும்!

“நேற்றைக்கு என் காதல் கடிதத்தை அவர் படித்திருப்பாரா...? நாளைக்கு வீணை கிளாஸ் செல்லும்போது தான் அவரின் விருப்பம் தெரியும்... தெரியட்டும். அதன் பிறகு திட்டமிட வேண்டும்...”

அந்த ரத்தக்கறை போயே விட்டது துணியிலிருந்து... ஆனால், கண்மணியின் மனதில் அழுத்தமாகப் படிந்திருந்தது.

ஒரு கல்லூரி நோட்டீஸ் போர்டில்...

நமது கல்லூரிக்குத் தன் அழகால் பெருமை சேர்த்த ஃபிகர் அரசி மிஸ்.மோனிஷாவுக்கு இந்த வருடத்தோடு படிப்பு முடிவதைக் கண்டித்து இன்று ஸ்டிரைக்!

மோனி ஃபேன்ஸி கிளப்

***

12
அத்தியாயம்

சுதர்சனுக்குச் செய்தி கேள்விப்பட்டதும் உடனே சென்று ஆஸ்பத்திரியில் மூர்த்தியைப் பார்த்துவிட்டு வர வேண்டும் போலிருந்தது.

ஆனால், ஸ்டூடியோவில் முதலாளி இல்லை. ஒரு வேலையாகப் போயிருக்கிறார். அவர் வந்த பிறகு அனுமதி வாங்கிக் கொண்டுதான் இவன் புறப்பட முடியும்.

'பாவம் மூர்த்தி! யாருக்கும் தெரியாமல், தான் நேசித்த பெண்ணை ஸ்ரீரங்கத்தில் ரகசிய கல்யாணம் செய்துகொள்ள இருந்தானாம். கடைசி நிமிடத்தில் அவன் காதலியின் தந்தை அடியாட்களோடு வந்து பெண்ணை அடித்துத் தன்னோடு இழுத்துச் சென்று விட்டாராம். இவனுக்கு எக்கச்சக்கமான அடி, உதையாம். உணர்வில்லாத நிலையில் தான் ஆஸ்பத்திரியில் சேர்த்தார்களாம்.'

மூர்த்தியோடு சுதர்சனுக்கு அதிகமான நெருக்கம் இல்லையென்றாலும், சந்திக்கும்போதெல்லாம் நின்று இரண்டு வார்த்தை அன்பாகப் பேசாமல் போக மாட்டான்.

கொஞ்சநேரம் கழித்து முதலாளி வந்ததும் - ஒரு மணி நேரத்தில் வந்து விடுவதாகச் சொல்லிப் புறப்பட்டான் சுதர்சன்.

பஸ் ஸ்டாண்ட் அருகில் ஒரு சந்தில் இருந்தது அந்தத் தனியார் ஆஸ்பத்திரி. டவுன் பஸ்ஸில் பஸ் ஸ்டாண்ட் சென்று இறங்கி, ஆறு ஆப்பிள் பழங்கள் வாங்கிக் கொண்டு நடந்தான்.

'உயிர் என்பது எவ்வளவு அற்புதமான விஷயம்! நம் உடலின் எல்லா உறுப்புக்களுக்கும் மாற்று இருக்கிறது. இந்த உயிர் போய்விட்டால் மாற்று ஏற்பாடு ஏதாவது உண்டா உலகத்தில்?'

அப்படியிருக்க, அதைப் போய் துச்சமாக நினைத்து 'சாகசம் செய்கிறேன் பேர்வழி' என்று வீரம் காட்ட முனைந்து... இப்போது என்ன ஆயிற்று? எந்த ஒரு செயலிலும் வெறி எதற்கு? எதிர்ப்பு காட்டாமல், இப்படி வன்முறைச் சூழல்களை உண்டு பண்ணாமல் காரியம் சாதிக்க முடியாதா?

சிந்தித்தபடி சுதர்சன் நடந்து வந்து ஆஸ்பத்திரியின் வரவேற்புப் பகுதியில் பெயர் சொல்லி அறை எண் விசாரித்தான்.

சொல்லப்பட்ட வழியில் நடந்து, படிகள் ஏறி அந்தத் தனியறைக்கு வந்தான். வாசல் கதவு திறந்தேயிருக்க, உள்ளே மூர்த்தி கட்டிலில் படுத்திருந்தான். கண்கள் மூடியிருந்தான். மயக்கமா இல்லை உறக்கமா என்று தெரியவில்லை. வலது கையிலும், இடது தொடையிலும் மாவுக்கட்டு போடப்பட்டிருந்தது. உதடுகள் வீங்கியிருந்தன. மூக்கில் பிளாஸ்திரி இருந்தது. விழியோரத்தில், கழுத்தில், கையில் என்று அங்கங்கே ரத்தக்காயங்களுக்கு மருந்து தடவப்பட்டிருந்தது.

கட்டிலுக்கு அருகில் மூர்த்தியின் அப்பாவும், இரண்டு நண்பர்களும் மௌனமாக நின்று கொண்டிருக்க - இவனும் போய் சேர்ந்துகொண்டு கொஞ்சநேரம் மௌனமாக இருந்தான்.

மூர்த்தியைப் பார்ப்பதற்கே கஷ்டமாக இருந்தது. அவன் எழுந்து நடமாட குறைந்தது ஒரு மாதம் ஆகலாம் என்று தோன்றியது.

"ஃப்ராக்சர் ஆகியிருக்கா?" என்றான் பொதுவாக.

"ரெண்டு இடத்தில் ஃப்ராக்சர். ஜனங்க எல்லாம் கூடித் தடுத்திருக்காங்க. இல்லேன்னா செத்தே போயிருப்பான் என் புள்ளை" - மேல் துண்டு முனையை வாயில் பொத்திக்கொண்டார் அவன் அப்பா.

சுதர்சன் பழங்களை ஓரமாக வைத்துவிட்டு, "கண் திறந்து பார்த்தானா?" என்றான்.

"ஒரு தடவை பார்த்தான். அப்பக்கூட அம்மான்னு சொல்லலை. அந்தப் பொண்ணு பேரைத்தான் சொன்னான். வலி தெரியாம இருக்கறதுக்காக ஊசி போட்டுத் தூங்க வெச்சிருக்காங்க."

அந்த இரண்டு நண்பர்களில் தனக்கு அறிமுகம் உள்ள அழகிரியை வெளியே வரும்படி சமிக்ஞை செய்து விட்டு சுதர்சன் அறைக்கு வெளியே வராந்தாவுக்கு வர, அழகிரி தொடர்ந்து வெளியே வந்தான் வராந்தாவில் போட்டிருந்த பச்சை நிற பெஞ்சில் அமர்ந்து கொண்டார்கள்.

"எப்படி அழகிரி? நீ கூட இருந்தியா?"

"இருந்தேன். இந்தக் கல்யாண ஏற்பாடே எனக்கும் தனபாலுக்கும் மட்டும் தான் தெரியும். எல்லா ஏற்பாடுகளையும் நாங்கதான் கிட்டே இருந்து செஞ்சோம். நளினியோட வீட்ல எப்படித் தகவல் தெரிஞ்சதுன்னு புரியவே இல்லைப்பா. இன்னும் அஞ்சே அஞ்சு நிமிஷம் அவங்க வராம இருந்திருந்தா தாலி கட்டியிருப்பான். அதுக்கப்புறம் எதுவும் செஞ்சிருக்க முடியாது" என்றான் அழகிரி, குரலில் வருத்தம் தொனிக்க.

"அவங்கப்பா ஆளுங்களோட வந்துட்டாரா?"

"அவங்கப்பாகிட்டே ஏது ஆளுங்க? கே.கே.ஆர். தானே கட்சித் தலைவரு... அவர்கிட்டே போயிட்டார் நளினியோட அப்பா. கே.கே.ஆரைப் பத்தித்தான் உனக்குத் தெரியுமே. அவருதான் ஆளுங்களைக் கூட்டிட்டு வந்து இறங்கிட்டாரு. மனுஷனுங்களா அவனுங்க? மாமிச மலை மாதிரி இருக்கானுங்க.

இப்படி உதைக்கிறதுக்காகவே சோறு போட்டு வளர்த்திருக்கார் போலிருக்கு! அங்கே வந்தவன், நின்னவன், போனவன், பார்த்தவன் எல்லாருக்கும் சகட்டு மேனிக்கு அடி! எனக்குக்கூட முதுகுல செம அடி! ரத்தம் கட்டிக்கிட்டு இருக்கு."

இத்தனைக்கும் காரணம் கே.கே.ஆர். என்று கேள்வி பட்டதுமே 'திக்' என்றது சுதர்சனுக்கு.

"அப்புறம்" என்றான்.

"கே.கே.ஆரே வேட்டியை மடிச்சிக்கிட்டு இறங்கிட்டாருப்பா. மூர்த்திக்கு விழுந்த அடி, உதையில் முக்காவாசி அவரோட கைங்கரியம்தான். ஒரு ஆளா இருந்தா எதிர்த்துப் போராடிப் பார்க்கலாம். அஞ்சாறுபேரு... அதுவும் ஆயுதங்களோட தாக்கறப்ப நிக்க முடியுமா? எல்லாரும் சிதறி ஓட வேண்டியதாப் போச்சு. 'என்னடா காதல் வேண்டிக் கிடக்கு?'ன்னு கேட்டு கேட்டு மிதிச்சாரு கே.கே.ஆர்.! வலி தாங்காமல் மூர்த்தி அலறினான் பாரு, ஜென்மத்துக்கும் யாரும் அப்படி அலறி நான் கேட்டதில்லை."

பிரமைப் பிடித்தவன் போல ஆகிவிட்டான் சுதர்சன்.

உடனே அவன் நினைவுக்கு வந்தது. அவனுடைய பாண்ட் பாக்கெட்டில் மறுபடி மறுபடி படித்து ரசிப்பதற்காக வைத்துக் கொண்டிருந்த கண்மணியின் கடிதம் தான்.

'என்மேல் எவ்வளவு காதலாக உருகி கடிதம் எழுதியிருக்கிறாள் அவள்! அவளின் அப்பாவோ தன் கட்சி நண்பரின் மகளைக் காதலித்த எவனோ அறிமுகமில்லாதவனையே எலும்புகள் முறிய உதைத்து உயிர்வதை செய்திருக்கிறார்.'

அவருக்கு தன் மகளே காதலில் ஈடுபட்டிருப்பதும், அந்த நபர் நான் என்பதும் தெரிய வந்தால் என்ன செய்வார்?

'சந்தேகமே இல்லை... நிச்சயம் நெஞ்சில் கத்தி சொருகி விடுவார்.'

நினைத்துப் பார்த்தபோதே உடம்பெல்லாம் சிலிர்த்துப்போய், சட்டென்று சுதர்சனுக்கு வியர்த்துவிட்டது.

"என்ன சுதர்சன், ஒரு மாதிரியா ஆயிட்டே?"

"குடிக்கக் கொஞ்சம் தண்ணி வேணும். வா உள்ளே போயிடலாம்"

சுதர்சன் உள்ளே வந்து தண்ணீர் கேட்டு வாங்கிக் குடித்துவிட்டு, மீண்டும் மூர்த்தியைப் பார்த்தான். அவன் விரும்பாமலேயே அந்த நிலையில் தான் படுத்திருப்பதாகவே ஒரு கற்பனை சுதர்சனின் மனதில் வந்து போனது.

"நான் வர்றேங்க. கவனிச்சுப் பார்த்துக்குங்க" என்று சொல்லிவிட்டு வெளியேறி அமைதியாக நடந்தான்.

கண்மணியோடு பேச, பழக மனதுக்குப் பிடித்திருந்தது. 'இது காதலா... எனில் எனக்குத் தகுதி உண்டா, அவள் மனதில் என்ன இருக்கிறது?' என்று ஏகப்பட்ட குழப்பமான கேள்விகள் மனதில் வியாபித்திருந்தபோது அத்தனை கேள்விகளுக்கும் விடைகள் தாங்கிய கடிதம் கொடுத்துத் தன் மனதை வெளிப்படுத்திவிட்டாள் கண்மணி.

'நான் நெகிழ்ந்துபோய், உச்சி குளிர்ந்து போய், நாளை சந்திக்கும் போது எனது பதில் வெளிப்பாட்டை எப்படி நிகழ்த்துவது என்று கற்பனை செய்து பார்த்துப் பலவிதமாக யோசித்துக் கொண்டிருக்கும் இந்தச் சூழ்நிலையில், என் மண்டையில் அடித்து நிறுத்தியதைப் போல இந்தச் சம்பவம் நிகழ்ந்திருக்கிறது.'

கே.கே.ஆர். சட்டத்தின் கண்களை ஒரு கையால் பொத்திக்கொண்டு, மற்றொரு கையால் எத்தனை விதமான அயோக்கியத்தனங்களைச் செய்திருக்கிறார் என்று எனக்கு நிறையவே தெரியும். சிலவற்றைக் கேள்விப்பட்டு சிலிர்த்திருக்கிறேன். சிலவற்றைக் கண்ணால் கண்டு மலைத்திருக்கிறேன். சிலவற்றை அவரே தன் வாயால் சொல்லியிருக்கிறார். மூர்த்திக்கு நிகழ்த்தியது சமீபத்து அநியாயம்!

இப்படிப்பட்டவரின் மகளை நான் எப்படி அடைய முடியும்?

விரும்பலாம்... விருப்பத்துக்கென்ன விவஸ்தையா இருக்கிறது? சொந்தமாக ஒரு ராக்கெட் வாங்கி வைத்துக் கொண்டு வார இறுதிக்கு சந்திரனுக்குப் போய்வரக் கூட ஆசைப்படலாம். ஆசை என்பது மனதின் சுலப செயல் தானே? அதற்கு ஏது எல்லை?

சாத்தியமா? இது தானே முக்கியம்! சாத்தியப்படுவதை ஆசைப்பட்டால் தானே அடைதல் நிகழும்.

நானும் கண்மணியும் எந்தப் பிரச்னையும் இல்லாமல் இணைய சாத்தியம் உள்ளதா? கே.கே.ஆர். மனப்பூர்வமாகச் சம்மதித்தால் தான் சாத்தியம்.

அவர் எப்படிச் சம்மதிப்பார்? சம்மதிக்கலாமா என்று யோசனைகூட செய்ய மாட்டாரே! செய்தி கேட்ட அடுத்த விநாடி, அவர் கை அரிவாளை எடுக்கும். மீசை துடிக்கும்.

வெட்டோ ரத்தமோ அவருக்கு ஒன்றும் புதிதில்லை. உட்கார்ந்து, 'தன் ஆவேசம் சரிதானா?' என்று யோசித்துப் பார்த்து செயல்புரிகிற ஆசாமி இல்லை அவர்!

இதையெல்லாம் யோசிக்காமல் கண்மணி கடிதம் கொடுத்ததுமே நான் எப்படிப் புளகாங்கிதம் அடைந்தேன்?

கே.கே.ஆரை ஏமாற்றி அவருக்குத் தெரியாமல் எங்காவது போய்த் திருமணம் செய்து கொண்டுவிட்டால் கூட, எத்தனை நாளைக்கு ஒளிந்து கொண்டிருக்க முடியும்?

'தன் மகளின் வாழ்க்கை நாசமானாலும் பரவாயில்லை' என்று என்னை எப்போது பார்த்தாலும் வெட்டத் தயாராய் இருப்பார். அதுதான் அவருடைய சுபாவம்.

'எனக்கு பிடித்திருக்கிறது. முதலில் நான்... பிறகுதான் என் விருப்பம். என் உயிரைத் தாண்டி உன்னதமான விஷயமா காதல்? உயிர் இருப்பதால் தானே காதலே வருகிறது?'

யோசனை செய்தபடி நடந்த சுதர்சனுக்கு இப்போது பாண்ட் பாக்கெட்டில் இருந்த கண்மணி எழுதிய கடிதம் முள்ளாகக் குத்தியது.

மாலை வீட்டுக்கு வந்ததும் கை, கால் கழுவிக் கொண்டு மேஜை முன்னால் உட்கார்ந்து காகிதம் எடுத்து எழுதத் துவங்கினான் சுதர்சன்.

மதிப்புமிக்க செல்வி கண்மணி அவர்களுக்கு...

வணக்கம்.

தங்கள் கடிதம் பார்த்து திடுக்கிட்டேன். யாரிடமும் நகைச்சுவையாகப் பேசி, இனிமையோடு பழகுவது என் இயல்பு. அப்படித்தான் உங்களிடமும் பழகினேன். ஆனால் என் பேச்சும் செயலும் தங்கள் மனதில் தவறான அர்த்தங்களை விதைத்து விட்டன என்று உணர்கிறேன். என்னையறியாமல் நான் உங்கள் மனதைப் பாதித்திருப்பதற்கு மன்னிப்பு கேட்டுக்கொள்கிறேன்.

இதுவரை தங்களிடம் ஒரு தோழமை உணர்வுடன் நான் பழகி வந்திருந்தாலும், தங்களின் மனம் திறந்த கடிதத்துக்குப் பிறகு தங்கள் முகத்தை நிமிர்ந்து பார்ப்பதே கூட தர்மசங்கடமான விஷயமாக இருக்கும் என்றும் கருதுகிறேன். இனி உறுத்தல் இல்லாமல் நாம் தொடர்ந்து பழக முடியுமா என்பது சந்தேகம். எனவே, இனி நாம் சந்திப்பதைத் தவிர்க்கலாம் என்று படுகிறது.

நீங்கள் நினைத்தது போல நான் நினைக்கவில்லை. இதுவே உண்மை நிலை. தயவு செய்து புரிந்து கொள்ளுங்கள். இந்தக் கடிதம் தங்களைக் காயப்படுத்தினால் என்னை மன்னித்து விடுங்கள். உங்கள் கடிதம் என்னிடம் இருப்பது நல்லதல்ல என்பதால் இத்துடன் இணைப்பு. இந்த என் பதில் கடிதம் உங்களிடம் இருப்பது கூட நல்லதல்ல. அழித்து விடுங்கள் கடிதங்களையும், கடித விஷயங்களை மனதிலும்!

தங்கள் நலம் விரும்பி,

சுதர்சன்.

எழுதி முடித்ததைப் படித்துப் பார்த்தான் சுதர்சன் ஒவ்வொரு வார்த்தையும் பொய் என்று உணர்ந்ததால் அவன் கண்கள் கலங்கின.

ஒரு ஆட்டோகிராப் புத்தகத்திலிருந்து...

உனக்குத் தேவை ஒரு மீன். நீ தூண்டிலோடு ஆற்றுக்குப் போவாயா இல்லை, பணத்தோடு சந்தைக்குப் போவாயா? ஆற்றுக்கு என்றால், உனக்கு வாழத் தெரியவில்லை. சந்தைக்கு என்றால், உனக்கு வாழ்க்கை தெரியவில்லை.

சுந்தர். RIII B.A. (ECO)

***

13
அத்தியாயம்

கண்மணியின் விரல்கள் வீணையை மீட்டிக் கொண்டிருக்க, மனம் அடுத்த வீட்டில் இருந்தது. எதிரே 'லீலா டீச்சர், கண்மூடி இசையில் லயித்து தன் வீணையை வாசித்துக் கொண்டிருந்தார். பிரித்து வைத்த பாட்டு நோட்டில் பக்கங்கள் லேசாக உயர்ந்து அடங்கிக் கொண்டிருந்தன.'

'என் கடிதத்தை சுதர்சன் படித்த பிறகு இன்றைக்கு தான் சந்திக்கப் போகிறேன். தன்னுடைய பதிலை அவர் எப்படி வெளிப்படுத்தப் போகிறார்? நேரில் வாய்விட்டுப் பேசுவதில் எப்படியும் தயக்கம் முன்வந்து நின்றுவிடும். சூழ்நிலையும் அனுமதிக்காது. அநேகமாக அவரும் கடிதத்தில்தான் தன் எண்ணத்தை வெளிப்படுத்துவார் அதுதான் சுலபம். அதில் தான் அழுத்தம் இருக்கும். அதில்தான் ஓரளவுக்கு நிஜமான உணர்வுகளை வெளிப்படுத்த வாய்ப்புள்ளது.'

'சரி, சுதர்சன் தன் பதில் கடிதத்தை எப்படி என்னிடம் சேர்க்கப் போகிறார்? நான் நேரில், கையில் கொடுக்காமல் அவரிடம் சேர்ப்பித்து விட்டேன். அந்த மாதிரியான வாய்ப்பு அவருக்கு இல்லையே. வேறு எப்படி?'

“கண்மணி” சற்று ஓங்கி ஒலித்த டீச்சரின் குரலுக்குச் சிந்தனை கலைந்து, எதிரே பார்த்தாள்.

“போதும்மா... எத்தனை தடவை அதே வர்ணத்தை வாசிப்பே?” என்று டீச்சர் கேட்டதும் தான் வாசிப்பதை நிறுத்தினாள்.

டீச்சர், தன் கம்பி நகங்களைக் கழற்றத் துவங்கிய பிறகுதான் ஒரு மணி நேர வீணை கிளாஸ் முடிந்தே விட்டது என்பதை உணர்ந்தாள்.

“காபி சாப்பிடறியா கண்மணி?”

“வேணாம். நான் புறப்படறேன்”- தன்னுடைய பாட்டு நோட்டுடன் கண்மணி எழுந்துகொண்டு சேலையின் சுருக்கங்களைச் சரிசெய்து கொண்டாள்.

“கண்மணி, மறந்துட்டேன் பாரு வர்றேன் இரு...” என்று டீச்சர் உள்ளறைக்குக் சென்று திரும்பி, “பக்கத்து வீட்டு சுதர்சன் தம்பி இதை உன்கிட்டே கொடுக்க சொல்லிச்சும்மா. போட்டோ எடுக்கறது சம்பந்தமா ஏதோ புக்ஸ் பேரெல்லாம் நீ கேட்டிருந்தியாம். எல்லாம் விவரமா இதில இருக்குதாம்” என்று சொல்லி நீட்டிய, வாய் ஒட்டப்பட்ட வெள்ளைக் கவரைக் கண்டதும் உடனே கண்மணிக்குச் சிரிப்பு வந்து விட்டது.

சரியான ஆசாமி! டீச்சர் மூலமாகவே காதல் கடிதத்தைப் பரிமாற்றம் செய்கிற துணிச்சலைப் பார்!

வாங்கி நன்றி சொல்லிப் புறப்பட்டாள்.

வாசலில் காத்திருந்த ஆட்டோவில் ஏறிக்கொண்டு வீட்டுக்கு வரும் வரை, கடிதத்தை உடனே கிழித்துப் படிக்கிற ஆர்வத்தை சிரமப்படுத்திக் கட்டுப்படுத்திக் கொண்டாள். நோட்டுப் புத்தகத்துக்குள் வைத்திருந்த அந்தக் கவரின் மேல் ‘செல்வி. கண்மணி’ என்று சுதர்சன் எழுதியிருப்பதையே அடிக்கடி பார்த்துக் கொண்டாள்.

தன் பெயரை சுதர்சனின் கையெழுத்தில் பார்ப்பதில் கூட, ஒரு சின்ன சந்தோஷ உணர்வலை ஏற்பட்டது.

வீட்டுக்கு வந்தபோது, அம்மா சமையலறையில் எதையோ தாளித்துக் கொண்டிருக்கும் சத்தம் கேட்டது. கூடத்தில் அப்பா ஒரு நண்பரோடு வெற்றிலை போட்ட படி பேசிக் கொண்டிருந்தவர் இவளைப் பார்த்ததும், "வாம்மா இப்படி" என்றார்.

அவர் அருகில் வந்து நின்று, "என்னப்பா?" என்றாள்.

"இவர் திண்டிவனத்திலேர்ந்து வந்திருக்காரு, நமக்கு ஒருவகையில் சொந்தம். காபி குடுக்கச் சொன்னேன். இவ்வளவு நேரமாகுது போய் வாங்கிட்டுவா" என்ற கே.கே.ஆர், இயல்பாக அவள் கையில் வைத்திருந்த பாட்டு நோட்டை வாங்கி. "இதை வெச்சுட்டுப் போ" என்று டீப்பாய் மேல் வைத்தார்.

கண்மணிக்குத் திக்கென்றது. அதற்குள் தானே அந்த கவர் இருக்கிறது! எதுவும் சொல்லவும் முடியவில்லை.

"வீணை கிளாஸுக்குப் போயிட்டு வர்றா" என்று கே.கே. ஆர். அவரிடம் சொல்ல, அந்த ஐம்பது வயது மதிக்கத்தக்க திண்டிவனத்துக்காரர், வேண்டியது தான் என்றார்.

கண்மணி சமையலறைக்கு வந்து பரபரப்பு காட்டினாள். "என்னம்மா இன்னும் காபி குடுக்கலையா? அப்பா சொல்லிக்காமிக்கிறார் பாரு."

அம்மா நிதானமாக காபியைக் கலந்தபடி, "கேட்டுட்டா மறு நிமிஷம் கொண்டாந்து வெச்சிடணும் உங்கப்பாவுக்கு. இந்தா, கொண்டு போ" என்றாள்.

காபியோடு கண்மணி வந்தபோது, கரண்ட் போய் மின்விசிறி தன் சுழற்சியை நிதானமாக நிறுத்த ஆரம்பித்திருந்தது.

"அவருக்குக் கொடு" என்ற கே.கே.ஆர். "கரண்ட் போயிடுச்சா? உஸ்ஸ்ஸ..." என்று சத்தம் பண்ணிவிட்டு இயல்பாக அந்த பாட்டு நோட்டைக் கையிலெடுத்து விசிறிக் கொள்ளத் துவங்கினார்.

கண்மணிக்கு வியர்க்கத் துவங்கியது. எந்த விநாடியும் நோட்டுப் புத்தகத்திலிருந்து அந்தக் கவர் நழுவி கீழே விழலாம்... நிச்சயம் அது அப்பாவின் கவனத்தைக் கவரும். எடுத்துப் பார்ப்பார். பெயர்

எழுதப்பட்டிருப்பதைப் படிப்பார். புருவங்கள் உயரும்... என்னைப் பார்ப்பார்... நான் விழிப்பேன். கவரைக் கிழித்து, கடிதத்தை எடுத்துப் படித்து...

“ஆந்த அட்ரஸ் சொல்றேன், குறிச்சுக்கறீங்களா?” என்றார் திண்டிவன ஆசாமி.

“இருங்க” என்ற கே.கே.ஆர். “கண்மணி, அவர் ஒரு அட்ரஸ் சொல்வார். அதைக் குறிச்சுக்கோ... இந்த நோட்லயே ஒரு பக்கத்தில் குறிச்சு வையேன்” என்று பாட்டு நோட்டைத் திரும்பக் கொடுத்தார்.

உயிரே திரும்பி வந்ததைப் போன்று உணர்ந்த கண்மணி, நோட்டைப் புரட்டி ஒரு வெள்ளைப் பக்கத்தில் வந்தவர் சொன்ன விலாசத்தை எழுதிக் கொண்டதும், அவர் குடித்து விட்டு வைத்திருந்த காபி டம்ளரை எடுத்துக்கொண்டு இயல்பாக விலகி வந்து விட்டார்.

“ஏன் உனக்கு முகமெல்லாம் இப்படி வேர்த்துப் போயிருக்கு?” என்று அம்மா கேட்க, “கரண்ட் போயிடுச்சும்மா” என்று பதில் சொல்லி, விரைவாகப் படிகளேறி மாடிக்கு வந்து, தன் அறைக் கதவை மூடிக் கொண்டு கட்டிலில் விழுந்தாள் கண்மணி.

முதலில் அந்த கவருக்கு முத்தம் கொடுத்துவிட்டு ஓரத்தில் கிழித்து, உள்ளிருந்து இரண்டு கடிதங்களை வெளியே எடுத்தாள். ஒன்றில் தன் கையெழுத்தைப் பார்த்து, தான் எழுதிய கடிதமென்று உணர்ந்து குழம்பி, மற்றதை எடுத்தாள்.

நிதானமாக வரிவரியாகப் படிக்க, அவளுக்குள் ஐஸ் கத்தியை இறக்கியது போல அதிர்ச்சி இறங்கியது.

படித்து முடித்தபோது விழிகளின் தாழ்வாரங்களில் தயாராகக் காத்திருந்த கண்ணீர் முத்துக்கள் உதிர்ந்தன.

“இந்தக் கடிதத்தில் சுதர்சன் எழுதியிருப்பது முழுக்க பொய்” என்று உடனே அவள் மனம் அறிவித்தது. ஒரு ஆண் பேசும் விதத்தில், பழகும் விதத்தில் அவனுக்குத் தன்மேல் ஏற்பட்டிருப்பது

நட்பா இல்லை, காதலா என்று கூடப் புரிந்துகொள்ள முடியாத அளவுக்கு ஒரு பெண் இருப்பாளா?

நான் என்ன முட்டாளா? காதலில் ஒரு பெண் முந்திக்கொண்டு தன் மனதை வெளிப்படுத்துவது எவ்வளவு பெரிய விஷயம்! நான் முன்வந்தேனே. முந்திக் கொண்டேனே. உங்கள் மனதைப் புரிந்து கொள்ளவில்லை என்றால் இது சாத்தியமா?

இல்லை... இது வேறு ஏதோ காரணத்துக்காக எழுதப்பட்டுள்ள சமாளிப்புக் கடிதம். உண்மையான உணர்வுகள் இதில் புதைக்கப்பட்டிருக்கின்றன.

ஏன்? அது என்ன காரணம்? சுதர்சன், நான் எவ்வளவு எதிர்பார்ப்போடு இருந்தேன் தெரியுமா? எப்படியெல்லாம் குதூகலிக்கலாமென்று திட்டமிட்டிருந்தேன் தெரியுமா? எதற்காக இந்த நழுவல்?

கண்மணிக்கு இப்போது சுதர்சன் மேல் லேசான கோபம்கூட ஏற்பட்டது. அவளால் கடித விஷயங்களைத் துளிகூட நம்பமுடியவில்லை, ஏற்கமுடியவில்லை. மனதைச் சமாதானப்படுத்திக் கொள்ளத் தெரியவில்லை. உணர்வுகளின் மோதல்களின் விளைவாகப் பீறிட்டுப் பொங்கிய அழுகையைக் கட்டுப்படுத்த முடியவில்லை.

கவிழ்ந்து விழுந்து, முதுகு குலுங்க அழுது கொண்டேயிருந்தாள்... ரொம்ப நேரமாக.

பந்தலில் உட்கார்ந்திருந்தார் கே.கே.ஆர்.! எதிரே வீட்டில் காப்பி சாப்பிட்ட அதே திண்டிவனத்து ஜிப்பாக்காரர் அமர்ந்திருந்தார்.

“என்ன பதிலே பேசலே?” என்றார் கே.கே.ஆர்.

“உங்க பொண்ணைப் பார்த்த பிரமிப்புல எனக்குப் பேச்சே வரலை” என்றார் அவர்.

“உங்க தம்பிப் பையனுக்குப் பிடிக்குமா?”

"உங்கப் பொண்ணை ஒருத்தன் பிடிக்கலைன்னு சொன்னா, ஒண்ணு அவனுக்குக் கண்ணுல கோளாறு இருக்கணும். இல்லைன்னா, புத்தில் கோளாறு இருக்கணும்."

"ஆனா எனக்குத்தான் யோசனையா இருக்கு,"

"என்ன யோசனை?"

"பையன் மளிகைக் கடை வெச்சிருக்கிறதா சொல்றீங்களே..."

"அதனால என்ன? தினம் ரெண்டாயிரம் கல்லா கட்டறான். என்ன லாபம் தெரியுமா? வீடுண்டு கடை உண்டுன்னு இருக்கறவன்; ஒரு வம்பு தும்புக்குப் போறதில்லை... அடக்கமான பையன்."

"அங்கதான் மனசுக்கு இடறுது. இந்தக் காலத்தில் கொஞ்சம் தைரியமா செயல்படறவங்கதான் முன்னுக்கு வர முடியுது. அரசியல்ல ஆர்வம் இருக்கிற மாப்பிள்ளையா இருந்தா தேவலாம்னு யோசிக்கிறேன். எதிர்காலம் பிரைட்டா இருக்கும் பாருங்க. மளிகைக் கடை நல்ல தொழில் தான். ஆனா, ஜாக்பாட் அடிக்கிற மாதிரி பெருசா எதாச்சும் பார்க்க முடியுமா? நிதானமாக, கொஞ்சம் கொஞ்சமாத்தானே முன்னேறணும்?"

"நான் விவரத்தைச் சொல்லிட்டேன். முடிவு பண்ண வேண்டியது நீங்கதான். கண்மணியை அவனுக்கு நிச்சயமா பிடிக்கும். அதில் சந்தேகமே இல்லை. ஜாதகமும் நல்லா பொருந்தியிருக்குது. இப்போ நீங்க சரின்னு சொன்னா, நல்ல நாள் சொன்னா அவங்களைப் பொண்ணு பார்க்க கூட்டிட்டு வர்றேன்."

"இப்பதானே ஜாதகம் எடுத்துப் பாக்க ஆரம்பிச்சிருக்கோம். நாலு நாள் நல்லா யோசிச்சுட்டு உங்களுக்குத் தகவல் சொல்றேனே" என்றார் கே.கே.ஆர்.

"தாராளமா..." என்று ஜிப்பாக்காரர் எழுந்து கொண்டு விடைபெற்றுச் சென்றதும், கே.கே.ஆர். செம்புத் தண்ணீரில் வாயைக் கொப்பளித்து விட்டு வந்து சிகரெட் எடுத்தபோது, டெலிபோன் ஒலித்து, கணக்குப் பிள்ளை பேசிவிட்டுத் துண்டால் துடைத்து ரிஸீவரை இவரிடம் நீட்டினார்.

“நாதன் பேசறாருங்க...”

கே.கே.ஆர். வாங்கி, “ஹலோ, சொல்லுங்க தம்பி” என்றார்.

“அண்ணே. ஓய்வா இருந்தீங்கன்னா உங்களைப் பார்க்கறதுக்குப் புறப்பட்டு வரலாம்னு நினைச்சேன்.”

“நீங்க என்னைப் பார்க்க வர்றதுக்கு நேரம் காலம் பார்க்கணுமா? ஏதாச்சும் விவகாரமா தம்பி?”

“இல்லை... ஒரு சொந்த விஷயமா உங்களைப் பார்க்கணும்... வர்றேன், நேர்ல விவரமா பேசலாம்” என்றான் எதிர்முனையில் நாதன்.

ஒரு சுயசரிதையிலிருந்து...

நாற்பத்தி ஏழு வருடங்கள் என் மனைவியோடு குடித்தனம் நடத்திய பிறகும் என் மனதிலிருந்த அந்தக் ‘கேள்விக்கு விடை தெரியவே இல்லை.’ அந்தக் கேள்வி, ‘இவளைப்போய் எப்படிக் காதலித்தேன்?’ என்பதே...

***

14

அத்தியாயம்

நேரில் வந்து வணக்கம் வைத்துவிட்டு, உட்காரச் சொன்ன பிறகு பவ்யமாக உட்கார்ந்த நாதனின் நெற்றியில் விபூதியைப் பார்த்து, கே.கே. ஆருக்கு ஆச்சரியமாக இருந்தது.

"என்ன தம்பி, நீங்க கோயிலுக்குப் போவீங்களா என்ன?" என்று கேட்டே விட்டார், அவர்.

"தினசரி போறதில்லைண்ணே, எப்பவாவது முக்கியமான முடிவுகள் எடுக்கறப்போ போறதுண்டு. மலைக்கோட்டை உச்சிப்பிள்ளையாரைப் பார்த்து பூ எடுத்துக் கொடுக்கச் சொன்னேன். நான் நினைச்ச பூவை எடுத்துக் கொடுத்தாரு விநாயகரு. அதுக்கப்புறம் தான் உங்களை நேர்ல பார்த்துப் பேசறதுன்னு முடிவு செஞ்சேன்" என்ற நாதன் இயல்பாகத் தன் சட்டை பாக்கெட்டுக்குள்ளிருந்த சிகரெட் பெட்டியை வெளியே எடுத்துவிட்டு, திடீரென்று தீர்மானித்து மறுபடி பாக்கெட்டில் வைத்துக் கொண்டு விட்டான்.

குண்டூசியால் தன் பல்லிடுக்கில் குத்திக் கொண்டிருந்த கே.கே.ஆர். ஒரு துணுக்குத் துகளைத் 'தூ' என்று சைடில் துப்பிவிட்டு,

"என்ன தம்பி வெச்சிட்டீங்க... சும்மா பத்தவையுங்க, 'சிகரெட் பிடிக்காதீர்கள்' போர்டு மத்தவங்களுக்குத்தான். நானே இங்கே உக்காந்து பிடிக்கிறது தான்" என்றார்.

"அதுக்கில்லை... இருக்கட்டும்."

"என்ன சாப்பிடறீங்க தம்பி? ஜின் வாங்கிட்டு வரச் சொல்லவா?"

"அதெல்லாம் எதுவும் வேணாம் தலைவரே" என்ற நாதன் என்றும் இல்லாத வழக்கமாகக் கைகளைக் கட்டிக் கொண்டது. கே.கே.ஆருக்கு மேலும் திகைப்பேற்படுத்தியது.

"என்ன தம்பி, என்கிட்டே போயி இவ்வளவு தூரம் மரியாதை காட்டறீங்க? சகஜமா எப்பவும் மாதிரிபேசுங்க. என்னமோ பிள்ளையாரு-பூன்னு ஏதோ சொன்னீங்களே, என்ன விஷயம்?"

நாதன் தொண்டையைச் செருமிக் கொண்டான்.

"வந்து... நான் என் மனசுல உள்ளதை ஒளிவு மறைவு இல்லாம பேச ஆசைப்படறேன். நீங்க எந்த விதத்திலயும் என்னைத் தப்பா நினைச்சிடக் கூடாதேன்னு ஒரு கவலை வருது."

"நானா? உங்களைத் தப்பா நினைக்கிறதா? என்ன தம்பி இப்படிச் சொல்லிட்டிங்க...? உங்க மேல எனக்கு எவ்வளவு மரியாதையும் பிரியமும் இருக்குன்னு தெரியாதா?"

"தெரியும். அந்த உரிமையில் தான் தைரியம் வந்து பேச வந்திருக்கேன்."

"பொடி வெச்சுப் பேசறீங்களே... நேரா வாங்க. உங்களுக்கு நான் ஏதாச்சும் உதவி செய்யணுமா? சொல்லுங்க... எப்போ, எப்போன்னு காத்துக்கிட்டிருக்கிறவன் நான்."

"அதாவது... வந்து... உதவி எதுவும் இல்லை இதில. இப்ப நான் கேக்கப்போறது பிடிச்சிருக்கலாம். பிடிக்காமலும் இருக்கலாம். பிடிச்சிருந்தா சரி. பிடிக்கலைன்னா என்னை வெறுத்துடக் கூடாது. நம்ம பழக்கவழக்கம் எப்பவும் போல இருக்கணும்."

“அய்யய்யே! இதென்ன பொம்பளை மாதிரி சுத்திச் சுத்திப் பேசிட்டு இருக்கீங்களே ஒழிய, விவரம் என்னன்னு பட்டுன்னு வரமாட்டேங்கறீங்களே...”

“தலைவரே, உங்க பெரிய பொண்ணு கண்மணியை எனக்குப் பிடிச்சிருக்கு. எனக்குக் கல்யாணம் பண்ணி வைப்பீங்களா?” என்ற நாதன் அவர் முகத்தில் பதிலை எதிர்பார்த்து நோக்கினான்.

கே.கே.ஆர். ஆச்சரியத்தால் தாக்கப்பட்டார். ஆனால், மலர் பந்தால் அடி வாங்கியது போல இனிய ஆச்சரியம்! அவரால் நம்பவே முடியாத ஆச்சரியம்!

சில மாதங்கள் முன்பு அவர் மனதிலேயே அப்படி ஒரு எண்ணம் வந்தது. ஆனால் ‘நாதன் தன் வீட்டில் பெண் எடுப்பானா?’ என்று சந்தேகக் கேள்வி வந்து அந்த எண்ணத்தை அழித்து விட்டது.

ஆனால் இப்போது - அவர் மனதில் ஒரு லட்சிய வீரனாக மதிப்பு கொடுத்து வரும் இளம்புயல், கட்சியில் நம்பிக்கை நட்சத்திரம். நாளைய கலங்கரை விளக்கம்... தன்னைத் தேடி வந்து இப்படிச் சொல்வதென்றால்... இது நிஜம்தானா?

கே.கே.ஆர். பிரமிப்பிலேயே வாயடைத்துப் போய் அமர்ந்திருந்தார். அவர் முகக்குறிப்பில் இருந்து எதையும் சரியாகப் புரிந்து கொள்ள முடியாத நாதன், “நான் கேட்டது தப்புன்னா என்னை மன்னிச்சிடுங்க” என்றான்.

அதற்குப் பிறகுதான் சுயநினைவுக்கு வந்த கே.கே.ஆர். அவன் கைகளைப் பிடித்துக்கொண்டு, “மன்னிக்கிறதா? என்ன தம்பி இது! இது கனவா, நிஜமான்னு புரியாம எனக்கு அப்படி ஒரு இன்ப அதிர்ச்சி கொடுத்திருக்கீங்க, உங்களை மன்னிக்கிறதா? எனக்கு இப்ப இருக்கிற சந்தோஷத்தில் பேச்சே வரமாட்டேங்குது தம்பி. சத்தியமா சொல்றேன். இதே யோசனை என் மனசுல வந்திச்சு... நான் கேட்டு, நீங்க மறுத்திட்டா கௌரவமா இருக்காதேன்னு மனசுக்குள்ளேயே வெச்சிருந்தேன். இப்படி வந்து கேப்பிங்கன்னு நான் எதிர்பார்க்கவே

இல்லை தம்பி. பாருங்க! உடம்பு பூரா சிலிர்த்து நிக்குது, பாருங்க" என்று தன் கைகளில் ரோமக் கால்கள் புடைத்து நிற்பதைக் காட்டினார்.

நாதன் முகம் பூரா சிரித்து, "ரொம்ப சந்தோஷம். எதுக்கும் கண்மணியை ஒரு வார்த்தை கேட்டுக்கிட்டு தேதி சொல்லி விட்டிங்கன்னா முறையா வந்து நிச்சயம் பண்ணிக்கிறேன்" என்றான்.

"அவளை என்ன கேக்கறது தம்பி? கொடுத்து வெச்சிருக்கணும் அவ! நாளைக்கே நல்ல நாள் பார்த்து உங்களுக்குத் தகவல் சொல்றேன் தம்பி."

"ரொம்ப சந்தோஷம் தலைவரே" கைக்கூப்பியபடி எழுந்து கொண்டான்.

"இன்னும் என்ன தலைவரேன்னு சொல்றீங்க? மாமான்னு சொல்லுங்க தம்பி" என்றார் கே.கே.ஆர்.

புன்னகைத்துப் புறப்பட்டு, பைக்கில் ஏறிச் சென்றான் நாதன். அவன் போனதுமே வேட்டியை மடக்கிக் கட்டிக் கொண்டு உற்சாக நடையில் வீட்டுக்கு வந்தார் கே.கே.ஆர்.

ரேடியோ அருகில் நாற்காலியில் அமர்ந்து பாட்டு கேட்டுக் கொண்டிருந்தாள் சித்ரா. தரையில் அமர்ந்து ஒரு வெள்ளி விளக்கை விபூதி போட்டுத் துடைத்துக் கொண்டிருந்தாள் அம்மா.

வந்தவர் முதல் காரியமாக ரேடியோவை அணைத்தார். ஊஞ்சலில் அமர்ந்தார். மாடியை நோக்கி, "கண்மணி" என்று குரல் கொடுத்தார்.

"என்னப்பா?" என்று பதில் மட்டும் வந்தது.

"சீக்கிரம் இறங்கி வா, சொல்றேன்."

"என்னங்க விஷயம்?" என்றாள் அம்மா.

"நல்ல விஷயம் தான். கண்மணியும் வரட்டும். சொல்றேன்" என்றார்.

கண்மணி படிகள் இறங்கி வந்து, "என்னப்பா?" என்றாள்.

"தூங்கிட்டிருந்தியா? ஏன் முகம் டல்லா இருக்கு? சரி, இப்ப நான் சொல்ற சேதியில பூ மாதிரி மலர்ந்துடும். இப்படி உக்காரு" என்று அவள் கையைப் பிடித்து ஊஞ்சலில் தன்னருகில் உட்கார வைத்துக்கொண்ட கே.கே.ஆர். தன் மனைவியையும் சித்ராவையும் பார்த்து, "நீங்க ரெண்டு பேரும் கண்மணியை நல்லா காக்கா பிடிச்சு வெச்சுக்குங்க. நாளைக்கு இவ தயவு உங்களுக்குத் தேவைப்படும்" என்றார்.

"என்னங்க சொல்றீங்க?"

"எதிர்காலத்தில் உன் பொண்ணு இந்த மாநிலத்து மந்திரியோட பொண்டாட்டியா இருப்பான்னு சொல்றேன். மந்திரி பொண்டாட்டி தயவு இருந்தா எவ்வளவு சாதிக்கலாம்!"

"டாடி, புதிர் போடாதீங்க" என்றாள் சித்ரா.

"அந்த அளவுக்கு ஃபர்ஸ்ட் கிளாஸ் மாப்பிள்ளை பார்த்துட்டேன் கண்மணிக்கு. மாப்பிள்ளைக்குப் பூரண சம்மதம். நிச்சயதார்த்தத்துக்கும். முகூர்த்தத்துக்கும் தேதி குறிக்க வேண்டியது தான் பாக்கி."

திக்கென்றது கண்மணிக்கு. சுதர்சன் தன் கடிதம் மூலம் கொடுத்த அதிர்ச்சியே இன்னும் அவள் மனதிலிருந்து கலையவில்லை. கல்யாணம் நிச்சயம் என்று உடனே அடுத்த அதிர்ச்சியா?

"அப்படி யாருப்பா மாப்பிள்ளை?" என்றாள் சித்ரா.

"நம்ம நாதன் தம்பிதான்!"

இந்தப் பதிலில் உறைந்து போனது கண்மணி மட்டுமல்ல, அவள் அம்மாவும் தான். சித்ராவுக்கு அது அதிர்ச்சியாய் இல்லை.

"என்னங்க இது? அன்னிக்கி ராத்திரி ஓவரா குடிச்சுட்டு, வாந்தியெடுத்து நம்ம வீட்லயே படுக்க வெச்சு காலைல அனுப்பி

வெச்சிங்க. அந்தாளைப்போய் மாப்பிள்ளைன்னு சொல்றீங்க?" என்று கேட்ட தன் மனைவியை முறைத்தார் கே.கே.ஆர்.

"வாயை மூடுடி! எல்லாத்திலயும் கரை கண்டவளாட்டம் பேச வந்துட்டா பெரிசா! குடிச்சா தப்பா? குடிச்சா கெட்டவனா? இன்னைய தேதிக்கு எவன் குடிக்காதவன்னு நினைச்சிட்டிருக்கே? வேணும்னா கொஞ்சமா குடிக்கிறவன், நிறைய குடிக்கிறவன்னு ரெண்டு விதமா பிரிக்கலாம். நாதனைப்பத்தி எனக்கு நல்லா தெரியும். தினைக்கும் பாட்டிலை இடுப்புல வெச்சுக்கிட்டு அலையறதில்லை. அப்பப்போ! எதுவும் லிமிட்டோடத்தான். இது ஒரு விஷயம்னு சொல்ல வந்துட்டா! மத்தபடி கட்சியில் நாதனுக்கு வளர்ந்து வர்ற செல்வாக்கைப் பத்தி உனக்கு என்ன தெரியும்?"

"வர்ற பொதுத் தேர்தல்ல நம்ம தொகுதியில் எம்.எல்.ஏ. ஸீட் இவருக்குத்தான் கொடுக்கப்போறதா பேப்பர்ல படிச்சேம்பா" என்றாள் சித்ரா.

"நல்லா நாலு தடவை, மண்டையில் உக்கார்ற மாதிரி அதை உன் அம்மாவுக்குப் படிச்சு சொல்லு. ஆளுங்கட்சி மேல பரவலா பொதுமக்களுக்கு அதிருப்தி அதிகமாயிடுச்சு. நடுவில் ஒரு இடைத்தேர்தல்கூட கவுந்துட்டாங்க. அடுத்து கட்டுக்கோப்பா ஸ்டிராங்கா இருக்கறது நம்ம கட்சிதான். வர்ற பொதுத் தேர்தல்ல இருநூறு ஸீட் நம்ம கட்சிக்கு வரப்போகுது. நாதன் எம்.எல்.ஏ. ஆகறது பெரிய விஷயமே இல்லை. மந்திரி சபையில் அவருக்குக் கண்டிப்பா இடம் இருக்கு. போக்குவரத்துத்துறைன்னு இப்பவே பேசிக்கிறாங்க. நாதன் தம்பிக்கு நம்ம தொகுதியில் மட்டுமல்ல. எங்கேயும் கட்சியில் நல்ல பேரு. எல்லார்கிட்டயும் சுமூகமான பழக்கம் வெச்சிருக்காப்பல. அவ்வளவு பெரிய ஆளு தானாத் தேடி வந்து 'உங்க பொண்ணைப் பிடிச்சிருக்கு. கல்யாணம் பண்ணி வைக்கிறீங்களா?'ன்னு கேக்கணும்னா, அதுக்கு இவ போன ஜென்மத்தில் எக்கச்சக்கமா புண்ணியம் செய்திருக்கணும்."

அதிர்ச்சியில் உறைந்து போயிருந்த கண்மணியின் பக்கம் திரும்பினார் கே.கே.ஆர்.

"உங்கம்மாவை விடு கண்ணு. அவளுக்கு அடுப்பங் கரையை விட்டா வேற வெளியுலகமே தெரியாது. அதனால புரியாத்தனமா எதையாச்சும் பேசுவா, உனக்கு இந்த சம்பந்தத்திலே சந்தோஷம் தானே?"

"அப்பா! வேணாம்பா" என்றாள், கண்மணி தலையை அசைத்து.

"என்ன வேணாம்?" என்றார் லேசான எரிச்சலுடன்.

"எனக்குப் புடிக்கலைப்பா. இந்தக் கல்யாணம் வேணாம்."

"ஏன் பிடிக்கலை? எவ்வளவு பெரிய அந்தஸ்துக்குப் போகப்போறேன்னு எடுத்துச் சொன்னேன்ல? கார், பங்களா, நகை, பணம், வேலைக்காரங்கன்னு ஒரு மகாராணி மாதிரி வாழ்க்கை அமையப் போகுது. அது உனக்கு ஏன் பிடிக்கலை? அவர் குரலில் இப்போது லேசாகக் கோபம் இருந்தது."

"இதெல்லாத்தையும் விட ஒரு பொண்ணுக்கு வேண்டியது நல்ல புருஷன்பா. நீங்க சொல்ற நாதன் ஒரு நல்ல புருஷனா?"

"ஏன்... அந்தத் தம்பிக்கு என்ன குறைச்சல்?"

"உங்க மனசாட்சியைத் தொட்டுப் பேசுங்கப்பா... உங்களோட இந்தப் பாழாப் போன வன்முறை அரசியல்ல அவரும் ஒரு தளபதிதானே? உங்க தலைமையிலயும் தனியாவும் அவர் எத்தனை குடும்பத்தோட வயித்தெரிச்சலைக் கொட்டிக்கிட்டிருக்கார்னு உங்களுக்குக் கணக்குத் தெரியுமில்லையா? அப்படியிருந்தும்..."

அவளை முடிக்க விடாமல் கே.கே ஆர். எழுந்து கொண்டு, "மேலே ஒரு வார்த்தை பேசினாலும் கழுத்தை நெரிச்சுடுவேன். எங்கிட்டேயே எதிர்த்துப் பேசறியா நீ? உனக்கு எது நல்லது, எது நல்லதில்லைன்னு எனக்குத் தெரியும். உன்கிட்டே சம்மதமான்னு கேட்டதுதான் தப்பாப் போச்சு. வாயை மூடிக்கிட்டு ரூமுக்குப் போ! உனக்கு மாப்பிள்ளை அந்த நாதன்தான். இதில் எந்த மாற்றமும் இல்லை" என்று ஓங்கின குரலில் கத்தினார்.

ஒரு தொலைக்காட்சி பேட்டி நிகழ்ச்சியில்...

'எந்த வகை, திருமணத்தை நீங்கள் விரும்புகிறீர்கள்?' என்று ஒரு அப்பா மற்றும் மகனை தனித்தனியாகக் கேட்ட போது...

அப்பா : இந்த காலத்தில் பிள்ளைங்க தன் வாழ்க்கைத் துணையோட பேசி, பழகி, மனசைப் புரிஞ்சிகிட்டு கல்யாணம் பண்ணிக்க விரும்பறாங்க. அதுவும் சரிதான். காதல் கல்யாணத்தை நான் ஆதரிப்பேன்.

மகன் : உண்மையான காதல் இப்போ இல்லை. நமக்கு எது நல்லதுன்னு பெரியவங்களுக்குத் தெரியும். அதனால பெற்றோர் பார்த்துப் பண்ணிவைக்கிற கல்யாணத்தை நான் ஆதரிக்கிறேன்.

***

15
அத்தியாயம்

கண்மணி துடித்துப் போனாள்.

திடீரென்று வாழ்க்கையில் எல்லாம் தன் விருப்பத்துக்கு எதிராக நிகழத் துவங்கியுள்ளதை அவளால் ஜீரணிக்க முடியவில்லை.

சுதர்சன் என் மேல் அன்பு கொண்டுள்ளது நிச்சயம். ஆனால், ஏதோ ஒரு காரணத்தை மனதில் வைத்துக் கொண்டு நாசூக்காக என் விருப்பத்தை மறுத்துப் பதில் எழுதியுள்ளார்.

இந்த அதிர்ச்சியே என்னைக் குடைந்து கொண்டிருக்கிறது. சுதர்சனிடம் நேருக்கு நேராக மனம்விட்டுப் பேசலாமா என்று ஒரு யோசனை எழுந்து கொண்டிருக்கிறது.

இந்தச் சூழ்நிலையில் அப்பா இப்படி விபரீதமாக ஒரு முடிவெடுத்து மிரட்டுகிறாரே, என்ன மனிதர் இவர்! கொஞ்சமாவது தன் மகளின் மனதைப் பற்றிப் புரிந்து கொண்டிருக்கிறாரா?

இவருக்கு ஓர் அந்தஸ்தான மாப்பிள்ளை கிடைத்து விட்டால் போதுமா? ‘என் மாப்பிள்ளை

ஒரு எம்.எல்.ஏ., என் மாப்பிள்ளை ஒரு மந்திரி' என்று ஊரில் இவர் மார் தட்டிக்கொண்டு திரிந்தால் போதுமா?

வாழப்போவது நானில்லையா? எனக்குப் பிடிக்க வேண்டாமா? என் குணங்களுக்குப் பொருத்தமான துணை வேண்டாமா?

அப்பாவைப் பற்றித் தெரியும். ரொம்ப நன்றாகத் தெரியும். ஒரு விஷயத்தில் முடிவெடுத்து விட்டால் அதை எக்காரணம் கொண்டும் மாற்றிக் கொள்வதில்லை. எந்தப் பின்விளைவுகளையும் சந்திக்கத் தயாராவாரே ஒழிய, முடிவைப் பற்றிப் பரிசீலித்துக் கூடப் பார்க்க மாட்டார்.

இவருடைய அரசியல் லட்சியம், பெரிய பதவியை அடைவது. ஆனால், இவருக்குக் கட்சியின் மேல் மட்டத்தில் பெரிய அளவில் ஆதரவு இல்லை என்பதால், மாவட்டத் தலைவர் என்கிற பதவியோடு திருப்தியாகி விட்டார்.

அதனால் பெரிய பதவிகளுக்குப் போகப் போகிற நபரைத் தன் மாப்பிள்ளையாக்கிக் கொண்டு, தன் லட்சியத்தில் திருப்திப்பட்டுக் கொள்ளத் தீர்மானித்து விட்டார்.

சரி, அதற்குப் பலி கொடுக்க என் வாழ்க்கைதான் கிடைத்தா? அப்பா செய்கிற இந்த அடிதடி அரசியலே பிடிக்காமல் முகம் சுளிப்பவள் நான்! எனக்கு வரும் கணவனும் அதேமாதிரி அமைந்து அம்மாவைப் போல நானும் ஒரு நடமாடும் பொம்மையாக வேண்டுமா?

அம்மா இப்போது அப்படித்தானே வாழ்ந்து கொண்டிருக்கிறாள்! தன் விருப்பம் இது என்று எதிலாவது அபிப்பிராயம் சொல்கிறாளா? சொல்ல விட்டிருக்கிறாரா அப்பா? தன் சின்ன ஆசைகள் எதையாவது நிறைவேற்றிக் கொண்டிருக்கிறாளா? நிறைவேற்றி வைத்திருக்கிறாரா?

அம்மா என்ன உடுத்த வேண்டும், என்ன சமைக்க வேண்டும், என்ன பேச வேண்டும் என்கிற எல்லாவற்றையும் அப்பா வடிவமைத்துவிட்டார். அம்மாவும் அதே போல இயங்கி

வருகிறாள். அம்மா வாழ்கிறாள் என்று சொல்லவே முடியாது. அவள் நடமாடுகிறாள் என்பது தான் உண்மை.

அப்பா தேடிப் பிடித்திருக்கும் இந்த நாதனைத் திருமணம் செய்து கொண்டால், நாளைக்கு நானும் அப்படித்தான் மாறவேண்டும்.

ச்சே! என்ன முகம் அது! ஐயனார் கோயில் வாசலில் நிற்கும் கொடூர முகம் கொண்ட சிலையைப் போல... பார்த்ததுமே அடிவயிற்றில் ஒரு திகில் ஏற்படுத்தும் முகம்!

அந்த முகத்தை எப்படி என் கணவனாக ஏற்பது? வாழ்நாள் முழுக்கக் கூடவரும் முகமாக அதை எப்படி ஒப்புக் கொள்வது?

முடியாது... என்னால் எந்தவிதத்திலும் நினைவில் கூடப் பொருத்திப் பார்த்துக்கொள்ள முடியாது.

தன் தோள் தொடப்பட்டதும் எழுந்து, திரும்பிப் பார்த்தாள் கண்மணி.

அம்மா நின்று கொண்டிருந்தாள். கைநீட்டி அவள் கண்களில் வழியும் நீரைத் துடைத்துவிட்டு அம்மா அமைதியாக அமர்ந்தாள்.

"அம்மா!" பொங்கி அழுதபடி அவள் மடியில் தன் தலையைப் புதைத்துக்கொண்ட கண்மணியின் முதுகை ஆதரவாகத் தடவினாள் அம்மா.

"கண்மணி, வாம்மா... காலையிலேர்ந்து எதுவுமே சாப்பிடாம இப்படி அழுதுட்டிருந்தா எப்படி? வா, சாப்பிடலாம்..."

"மனசு நிறையற மாதிரி ஒரு நல்ல சேதியை அப்பா சொல்லியிருக்கிறப்ப, எப்படிம்மா பசிக்கும்?" என்றாள் கண்மணி வெறுப்பாக.

"நம்ம கைல எதுவும் இல்லை கண்மணி. யாருக்கு யாருன்னு எப்பவோ மேல ஒருத்தன் தீர்மானிச்சுடறான். அதுபடிதான் நடக்கும்."

விசுக்கென்று எழுந்து, தன் அம்மாவை வெறுப்பாகப் பார்த்தாள் கண்மணி. "என்னம்மா சொல்றே நீ? அப்பா சொன்ன மாதிரி இந்தக் கல்யாணம் நடக்கட்டும்னு சொல்றியா?"

அம்மா விரக்தியாகச் சிரித்து, "கண்மணி, காலைல உன்கிட்ட கோபமாக பேசின கையோட புறப்பட்டுப் போய், புரோகிதரைப் பார்த்து தேதிகூடக் குறிச்சுட்டு வந்துட்டார் உங்கப்பா. வர்ற பதினேழாம் தேதியாம். இன்னும் பத்து நாள் தான் இருக்கு. நம்ம வீட்டு வாசல்லேயே பெரிசா பந்தல் போட்டுக் கல்யாணமாம்... கல்யாணத்துக்குத் தலைமைதாங்க பெரிய பெரிய கட்சித் தலைவர்களை எல்லாம் போன்ல கூப்பிட்டுச் சொல்ல ஆரம்பிச்சுட்டார். நாளைக்குக் காலையில மாப்பிள்ளை வீட்டுக்காரங்க வந்து பாக்கு, வெத்திலை மாத்தி நிச்சயம் பண்றாங்க. நாளைக்கே கல்யாணப் பத்திரிகை அடிக்கிறதுக்குக் கொடுக்கறாங்க" என்றாள்.

விழிகள் அதிர்ச்சியில் விரிய கண்மணி, "அம்மா. என்னம்மா இதெல்லாம்? அப்பாதான் இப்படிப் பிடிவாதமா இறங்கினார்னா, நீ கூட எடுத்துச் சொல்லலையா? உனக்கு இந்தக் கல்யாணத்துல இஷ்டமா? என்னைப் பாரும்மா. என் முகத்தைப் பார்த்துப் பதில் சொல்லும்மா" என்று தன் அம்மாவின் மோவாயைப் பிடித்து நிமிர்த்தியபோது, அம்மாவின் இடது கன்னத்தில் சிவப்பாக நான்கு வரியில் அச்சுக்களைப் பார்த்தாள். பதறினாள். "அம்மா, என்ன இது?"

"உனக்கு ஆதரவா நாலு வார்த்தை பேசலாம்னு போனப்போ எனக்குப் பந்தல்ல, முப்பது பேருக்கு முன்னால, அதுவும் வேலைக்காரங்களுக்கு முன்னால அறை விழுந்தது. இது எனக்குப் புதுசில்லைம்மா. பழகிப் போச்சு... மரத்தும் போச்சு. நீயும் பழகிக்க வேண்டியது தான்" என்றாள் அம்மா.

"அம்மா, என்னை இந்தக் கல்யாணத்துக்குச் சம்மதிக்கச் சொல்றியா?"

"அசடு! உன் சம்மதத்தைக் கேட்டுட்டா உங்கப்பா தீர்மானிச்சார்? உன் சம்மதத்தைக் கேட்டா எல்லா ஏற்பாடுகளையும் செய்துக்கிட்டிருக்கார்?"

“இதெல்லாம் யார் வேணாலும் செய்யலாம்மா. ஆனா, என் சம்மதமில்லாம ஒருத்தர் எப்படி என் கழுத்தில தாலி கட்ட முடியும்?”

“கண்மணி, நான் சொல்றதைக் கொஞ்சம் பொறுமையா கேட்டுக்கோ... நினைச்ச மாதிரி எல்லாருக்கும் வாழ்க்கை அமையறதில்லை. நமக்கு அமையற வாழ்க்கையில் அனுசரிச்சு, சந்தோஷமா நடக்கறது தான் நல்லது. அப்பதான் சந்தோஷம் கிடைக்குமோ இல்லையோ சங்கடம் இல்லாம இருக்கும். நடக்கப் போற கல்யாணத்தை நானோ, நீயோ நிறுத்த முடியாது. அது நிச்சயம். நமக்கு இதில் பிரியமில்லை... ஆனா, வேற வழியில்லை. அதனால மனசைத் தைரியப்படுத்திக்கிட்டு...”

“இப்படியெல்லாம் என்னைச் சமாதானப்படுத்தச் சொல்லி உன்னைத் தூது அனுப்பிச்சாராம்மா அப்பா?”

“இல்லை கண்மணி. என்னை ஆத்திரம் தீர அறைஞ்சிட்டு அவர் உன்கிட்ட சொல்லச் சொன்னது வேற...! அதைச் சொல்றதுக்கு எனக்கு வாய் வரலையம்மா...”

அழுதபடி எழுந்த அம்மா, “மனசைத் தைரியப்படுத்திக்க கண்மணி. சமாதானமாகிக்கோ. கண்ணைத் துடைச்சுக்கிட்டு இறங்கி வந்து சாப்பிடு. உங்கப்பாவை எதிர்த்துக்கிட்டு எதுவும் பண்ண முடியாது. அப்படி இருக்கறப்ப அழறதாலேயோ, ஆத்திரப்படறதாலேயோ என்ன லாபம்?” என்றாள்.

“அதுக்காக?”

“என்னடீ பண்ணச் சொல்றே! நீ ஒரு பாவிடி! போன ஜென்மத்துல அவ்வளவு பாவம் செஞ்சு தொலைச்சிருக்கே! இல்லேன்னா இப்படி ஒரு அப்பனுக்கு மகளா வந்து பொறந்திருக்க மாட்டே!”

அம்மா அறையை விட்டுச் சென்ற சில நிமிடங்களில், கன்னங்களில் காய்ந்து போன கண்ணீர்க் கோடுகளுடன் முழங்கால்களில் முகம் புதைத்து அமர்ந்திருந்த அவளிடம் வந்தாள் சித்ரா.

"அக்கா! ஏய்! என்ன இது நான்சென்ஸ்! காலையிலேர்ந்து அழுதுகிட்டு இருக்கியாமே?" என்று அருகில் அமர்ந்து அவள் முகத்தை நிமிர்த்தினாள்.

"சித்ரா, உனக்கு விளையாட்டா இருக்கா?" என்றாள் கோபமாக கண்மணி.

"இல்லைக்கா. ஆச்சரியமாத்தான் இருக்கு, எதுக்காக நீ இவ்வளவு தூரம் அழறேன்னு தான் எனக்குப் புரியலை. காலைல அப்பா சொன்னவிதம் கொஞ்சம் கரடுமுரடா இருந்திருக்கலாம். ஆனா, அவர் சொன்ன மாதிரி இந்த மாப்பிள்ளை ஒரு நல்ல செலக்ஷன் தெரியுமா?"

"என்ன பேசறே நீ?"

"நீதான் புரியாம கோபப்படறே! நிச்சயமா நாதன் ரொம்ப சீக்கிரமா மினிஸ்டர் ஆயிடுவாரு. ஒரு மினிஸ்டர் பொண்டாட்டிங்கிறது எவ்வளவு பெரிய அந்தஸ்து தெரியுமா?"

"நான் கேட்டேனா இப்படி?"

"அசடு! இது எவ்வளவு பெரிய அதிர்ஷ்டம்னு உனக்குப் புரியவே இல்லை. அந்த மாப்பிள்ளைகிட்டே என்ன தப்பு கண்டுபிடிச்சே? சிகரெட் பிடிக்கிறார், தண்ணியடிக்கிறார்னு சொல்லாதே. அது இப்போ சகஜமான ஒரு பழக்கமா போயிடுச்சு. வேறென்ன பண்ணிட்டார்? வீடு புகுந்து கொள்ளையடிச்சாரா? வயசுப் பொண்ணைக் கற்பழிச்சாரா? எதிர்க்கட்சி ஆளுங்களோட தகராறு வர்றப்ப அடிதடியில் இறங்கத் தயங்காதவர்! இன்னிக்கு உள்ள அரசியலுக்குத் தேவையான குவாலிஃபிகேஷனே அதுதானே கண்மணி?"

தன் தங்கையை வெறுப்பாகப் பார்த்தாள் கண்மணி.

"நிர்வாண ஊர்ல கோவணம் கட்டறவன் பைத்தியக்காரன்னு நீ கேள்விப்பட்டதில்லையா? இன்னிக்கு அரசியல், கொள்கைகளை வெச்சு நடக்கலை. குண்டர்களை வெச்சுத்தான் நடக்குது. சாத்வீகமான முறையில இப்போ அரசியல் நடத்த முடியாது.

அதனால நாதனும் அப்படி முரட்டுத்தனமா இருக்கார். ஒண்ணுமில்லை... இப்போ நம்ம அப்பா அரசியல்ல இருக்கறதால ஊர்ல நம்ம குடும்பத்துக்கு என்ன ஒரு மரியாதை இருக்கு பார்த்தியா? எங்கே போனாலும் எவ்வளவு சலுகைகள் கிடைக்குது! எத்தனை பெரிய பெரிய ஆளுங்க எல்லாம் வந்து அப்பாவைப் பார்த்துட்டுப் போறாங்க! இதெல்லாம் பெரிய கௌரவம் இல்லையா? அப்பா சொல்லியிருக்கிற இந்த மாப்பிள்ளையைக் கட்டிக்கிறதால கிடைக்கப்போற சௌகரியங்களைப் பத்தியே நீ யோசிக்க மாட்டியா?"

"பேசிட்டியா?" என்றாள் கண்மணி. "இந்த மாப்பிள்ளையைக் கட்டிக்கிறது பெரிய பெருமைனு உனக்குப்பட்டா போய் அப்பாகிட்டே, 'நான் கட்டிக்கிறேன், அக்காவை விட்டுடுங்க'னு சொல்லிடு."

சித்ரா சிரித்து, "சொல்லிடுவேன். என்ன பண்றது... நீ மூத்தவளா பொறந்து தொலைச்சிட்டியே! நீ இருக்கிறப்ப எனக்குக் கல்யாணம் பண்ண மாட்டாங்க. அது மட்டுமில்லை. அவர் உன்னைத்தானே பிடிச்சிருக்குன்னு வந்து, அவராவே பொண்ணு கேட்டிருக்காரு! எனக்கென்னவோ நீ அழறது பைத்தியக்காரத்தனமா படுது. இத்தனையும் மீறி உனக்கு இந்தக் கல்யாணத்தில விருப்பமில்லைன்னா அதுக்கு ஒரே ஒரு காரணம் தான் இருக்க முடியும்" என்றாள்.

'என்ன?' என்பது போல அவளைப் பார்த்தாள்.

"உன் மனசுல வேற யார் மேலயாவது அபிப்பிராயம் இருக்கணும். ஆனா, உன் வாழ்க்கைல அப்படி எதுவும் இல்லையே..."

கண்மணிக்குத் திக்கென்றது. இவளுக்குத் தெரிந்து போய்க் கேட்கிறாளா...? இல்லை தெரியாமல் யதார்த்தமாகப் பேசுகிறாளா?

"கண்மணி, முதல்ல அழறதை நிறுத்து. எந்தப் பிரச்னையையும் தைரியமா சந்திக்கணும், இந்த மாப்பிள்ளை பிடிக்கலைன்னு உடனே தீர்மானிக்காதே. நல்லா யோசனை செஞ்சு முடிவுக்கு

வா. அப்பா எப்படியும் தன் முடிவை மாத்திக்கப் போறதில்லை. உன் கைவசம் நான் சொன்ன மாதிரி வேற யாராச்சும் மனசுக்குப் பிடிச்ச மாப்பிள்ளை இருந்தா, துணிச்சலா அவரோட பேசி அதிரடி நடவடிக்கைகள்ல இறங்கலாம். அப்படியெல்லாம் எதுவும் இல்லாத சூழ்நிலையில் வறட்டுத்தனமா பிடிவாதம் பிடிக்கிறது புத்திசாலித்தனம் இல்லை. அவ்வளவு தான் என்னால சொல்ல முடியும்” என்று சொல்லிவிட்டு சித்ரா போனதும்...

கண்மணி மனதில் அந்தக் கேள்விகள் எழுந்தன.

சுதர்சனுக்கு உண்மையில் என்மீது அன்பு இருக்கிறதா, இல்லையா? எனக்கு இப்படி ஒரு திடீர் சிக்கல் என்பது அவருக்குத் தெரிய வந்தால் அவரின் ரியாக்ஷன் என்னவாக இருக்கும்? அப்போதாவது தன் உண்மையான மனதை வெளிப்படுத்துவாரா? அதன் பிறகு என்ன அதிரடி நடவடிக்கையில் இறங்கலாம் என்று இணைந்து தீர்மானிக்கலாமா?

நான் சுதர்சனை உடனே சந்தித்துத் தனிமையில் பேச வேண்டும். எப்படி? சிந்திக்கத் துவங்கினாள் கண்மணி...

ஒரு பெண்பித்தரின் தத்துவக் குறிப்பு:

பூக்களைப் பறிக்கத் தடைவிதிக்காத ஒரு அழகான பூந்தோட்டத்திலிருந்து ஒரே ஒரு பூவை மட்டும் பறித்து வருகிற சோம்பேறித்தனத்துக்குப் பெயர்தான் காதல் என்பது!

***

16
அத்தியாயம்

சுதர்சனை எப்படித் தனிமையில் சந்திப்பது? அதுவும் உடனடியாக?

கன்னத்தில் கைதாங்கி யோசனையில் ஆழ்ந்தாள் கண்மணி. கழுத்தைத் திருப்பிச் சுவரில் மாட்டியிருந்த கடிகாரத்தில் நேரம் பார்த்தாள். மணி மாலை ஐந்தை நெருங்கிக் கொண்டிருந்தது.

இந்த நேரத்தில் சுதர்சன் தன்னுடைய போட்டோ ஸ்டூடியோவில் இருப்பார். இரவு எட்டு மணிக்கு மேல்தான் வீட்டுக்குப் புறப்படுவார். தெப்பக்குளம் அருகில் கடைத் தெருவில் இருக்கிறது அந்த ஸ்டூடியோ.

இப்போது என்ன காரணம் சொல்லிவிட்டு வீட்டை விட்டுப் புறப்பட்டுப் போக முடியும்? வீட்டை விட்டு வெளியில் சென்று வருவதே வீணை வகுப்புக்காக மட்டும் தான் அந்த வகுப்புகளும் காலை வேளைகளில் தான். மாலை வேளைகளில் வெளியே செல்வதென்றால், ஒன்று அம்மாவோடு ஏதாவது ஒரு கோயிலுக்குப் போவதுண்டு அல்லது தங்கையோடு ஏதாவது பொருட்கள் வாங்கச் செல்வதுண்டு.

மற்றபடி, காரணம் எதுவும் இல்லாமல் தனியாக வெளியே போனதில்லையே. இப்போது எப்படிப் போவது? வீட்டில் கல்யாணப் பேச்சு துவங்கி, நான் அதை எதிர்த்து, அழுது கோபமாக அறைக்குள் உட்கார்ந்திருக்கும் இந்தச் சூழ்நிலையில் திடீரென்று எப்படிப் புறப்பட்டுச் செல்ல முடியும்?

சட்டென்று அவளுக்கு ஒருயோசனை உதித்தது. உடனே எழுந்து குளியலறைக்குச் சென்று முகம் கழுவிக் கொண்டாள். லேசாக மேக்கப் செய்து கொண்டு கீழே இறங்கி வந்தாள்.

காய்ந்த துணிகளை எல்லாம் ஒவ்வொன்றாக மடித்துக் கொண்டிருந்த அம்மா அருகில் வந்து, “பசிக்குதும்மா” என்றாள் மெதுவான குரலில்.

“இதோ வந்துட்டேன்... வா” - எழுந்து சமையலறைக்கு வந்து தட்டு எடுத்து வைத்துப் பரிமாற ஆரம்பித்தாள் அம்மா. எதுவும் பேசமால் அமைதியாகச் சாப்பிட்டாள் கண்மணி. அம்மாவும் எதுவும் பேசாமல் பரிமாறுவதில் மட்டும் கவனமாக இருந்தாள்.

சாப்பிட்டு முடித்ததும் கண்மணி கைகழுவிவிட்டு வந்து, “அம்மா, எனக்கு மனசெல்லாம் பாரமா இருக்கும்மா. ஒரே குழப்பமா இருக்கு” என்றாள்.

“எனக்கே அப்படித்தான் இருக்கு. கட்டிக்கப் போற உனக்கு இருக்காதா? நாலு நாளைக்கு அப்படித்தான் இருக்கும். அப்புறம் இப்படித்தான் நம்ம வாழ்க்கை அமையப் போகுதுன்னு மனசுல உறுதியா பதிஞ்சு போனதும் கொஞ்சம் தெளிவாயிடுவே கண்மணி...”

“அம்மா, கோயிலுக்குப் போயிட்டு வரலாமாம்மா, வர்றியா?”

“நாளைக்குக் காலைல நிச்சயதார்த்தம் முடிஞ்சதும் சாயங்காலம் எல்லாருமா சமயபுரம் போயிட்டு வரலாம்னு அப்பா சொல்லி இருக்காரும்மா.”

“அது நாளைக்குத்தானே... இப்போ போகலாமான்னு நான் கேட்டேன் போயிட்டு வந்தாலாவது கொஞ்சம் பாரம் இறங்குதான்னு பார்க்கலாம்.”

“சரிம்மா... வா, நம்ம தெருவுல இருக்கிற மாரியம்மன் கோயிலுக்குப் போய் சூடம் ஏத்திட்டு வரலாம்” என்று உடனே புறப்பட்டாள் அம்மா.

“இல்லையம்மா. மலைக்கோட்டை பிள்ளையார் கோயிலுக்குப் போகலாம்மா எப்பவும் எனக்கு அங்கே போனாத்தான் மனசுக்கு நிம்மதியா இருக்கும்...”

“சரிம்மா உங்கப்பாகிட்டே சொல்லி ஆட்டோ கொண்டாரச் சொல்றேன். ஆட்டோ வர்றதுக்குள்ளே நீ புடவை மாத்திட்டு வந்துடு. இந்தப் புடவை நல்லால்லை.”

கண்மணி புடவை மாற்றிக்கொண்டு வந்தபோது, வாசலில் தயாராக ஆட்டோ காத்திருந்தது. அம்மாவும், கண்மணியும் அதில் ஏறிப் புறப்பட்டார்கள்.

மணி ஐந்தரை ஆகியும் கோடை வானம் இன்னும் பிரகாசம் இழக்காமல் இருந்தது. பிள்ளையாரைக் கும்பிட்டுவிட்டு மலைக்கோட்டையின் மேலேயே ஒரு பாறையில் அம்மாவும் மகளும் அமர... காற்று அவர்களின் கூந்தல் உதிரிகளைத் துடிக்க வைத்துக் கொண்டிருந்தது. கும்பிட வந்தவர்களும், காற்று வாங்க வந்தவர்களும், காதலிக்க வந்தவர்களும் அங்கங்கே தீவுகளாக உட்கார்ந்திருந்தார்கள். கீழே தூரத்தில் காவேரி பாலத்தின் மேல் பொம்மை பொம்மையாக வாகனங்கள் ஊர்ந்து கொண்டிருந்தன.

தன் நாடகத்தின் இரண்டாவது கட்டத்தைத் துவங்கத் தீர்மானித்த கண்மணி, அம்மாவோடு ஏதோ பேசிக் கொண்டிருந்ததைச் சட்டென்று பாதியில் நிறுத்தி வயிற்றைத் தொட்டுக்கொண்டு முகத்தைச் சுளித்தாள்.

“கண்மணி, என்னம்மா... என்னாச்சு?”

“இல்லைம்மா... வயத்தைப் பிரட்டுது...”

“அப்ப எந்திரி, வீட்டுக்குப் போயிடலாம்.”

“வீட்டுக்குப் போறவரைக்கும் தாங்காது போலிருக்குமா...”

"இங்கே எதுவும் டாய்லெட் ரூம் இருக்கிற மாதிரி தெரியலையே..."

"அம்மா, இங்கே அடிவாரத்தில என்னோட படிச்சவளோட வீடு இருக்கு. நீ இங்கேயே இரு. நான் வந்துடறேன்..."

"நான் இங்கே இருந்து - என்னடீ பண்ணப் போறேன்? வா, நானும் வர்றேன்... அப்படியே வீட்டுக்குப் போயிட வேண்டியது தானே?"

"இல்லைம்மா... நான் உன்கிட்ட ஒரு முக்கியமான விஷயம் பேசணும். இங்கேயே இரு. வீட்டுக்குப் போனா பேச முடியாது. நான் பத்து நிமிஷத்தில வந்துடறேன்" என்ற கண்மணி தன் அம்மாவின் பதிலைக்கூட எதிர்பார்க்காமல் விடுவிடுவென்று நடந்து மலைக்கோட்டையின் படிகளில் இறங்கத் துவங்கினாள்.

கீழே வந்து. பரபரப்பான கடைத் தெருவில் ஓட்ட நடையில் அந்த போட்டோ ஸ்டியோவை நோக்கி விரைந்தாள் கண்மணி.

தன்னை யாரும் பார்த்துவிடக் கூடாது என்கிற பதைப்போடு, சுதர்சன் வெளியே எங்கும் சென்றிருக்காமல் ஸ்டூடியோவில் இருக்க வேண்டுமே என்கிற கவலையோடு. அம்மாவைக் காத்திருக்கச் செய்திருப்பதால் ஒரு பக்கம் ஏற்பட்ட குற்ற உணர்வோடு கண்மணி நடந்தாள்.

சாலையில் மக்கள் ஒரு ரயில்வே ஸ்டேஷனின் பதட்டத்தோடு வேகமாக நடந்து கொண்டிருக்க, தான் யார் மீதும் மோதி விடாமல், நடக்கும்போது வேகம் தடைப்பட்டது.

ஸ்டூடியோவுக்கு வந்து சேர்ந்தபோது கொஞ்சம் மூச்சு வாங்கியது. உள்ளே வந்தவள் கண்களால் துழாவ... தொங்கின அகலத் திரைக்கு அந்தப் பக்கம், "பாப்பா, இங்கே பார்த்துச் சிரிம்மா" என்ற சுதர்சனின் குரல் கேட்டதும் ஒரு சின்ன நிம்மதி ஏற்பட்டது.

கல்லா போன்ற மேஜையில் யாருமில்லை. நிறைய நாற்காலிகள் இருந்தன. அமர்ந்தாள்... ஒரு சுவர் முழுக்க விதவிதமான

புகைப்படங்கள் குத்தி வைக்கப்பட்டிருந்தன. குள்ள மேஜை மேல் ஆல்பங்கள் கிடந்தன. ஃபிலிம் ரோல் தயாரிக்கும் கம்பெனியின் விளம்பர அட்டைப் பெண் ஆளுயரத்துக்கு நின்று சிரித்தாள்.

உள்ளே பிரகாசமான விளக்குகள் அணைந்தன.

“படம் எப்பங்க கிடைக்கும்” - யாரோ கேட்டான்.

“நாலு நாள் கழிச்சுக் கிடைக்கும். ரசீதுலயே தேதி போட்டிருக்கேன்” என்று சுதர்சன் பதில் சொன்னான்.

தொடர்ந்து ஸ்கிரீனை விலக்கி, அந்த ஆசாமி கையில் ஒரு குழந்தையோடு வெளியே வந்து கடையை விட்டு விலகினதும், கண்மணி எழுந்து கொண்டாள்.

சுதர்சன் காஷுவலாக வெளியே வந்தவன் அவளைப் பார்த்ததும் அதிர்ச்சியடைந்தான்! “என்னங்க... நீங்க... இங்கே...” வாக்கியம் முடியாமல் வெட்டி நின்றது.

என்னென்னவோ பேசவேண்டும் என்று உள்ளுக்குள் பொங்கின துடிப்பு, அவனை நேருக்கு நேர் பார்த்ததும் அதே விநாடியில் மாயமாகக் கரைந்து போனது!

எதுவும் பேசாமல் அமைதியாக அவனை ஒருதரம் பார்த்துவிட்டுத் தலையைக் குனிந்து கொண்டாள் கண்மணி.

“உட்காருங்க கண்மணி” என்றான்.

அவள் உட்காரவில்லை.

“என்னங்க விஷயம்? அப்பா எதுவும் கூட்டிட்டு வரச் சொன்னாரா?”

அவள் நிமிரவில்லை.

“அதுக்கு உங்களை அனுப்ப மாட்டாரே... போட்டோ எதுவும் எடுக்கணுமா?”

இந்தக் காரணங்களுடன் நான் அவனைத் தேடி வரவில்லை என்பது நிச்சயமாக உணரமுடியாத விஷயமில்லை. பின் ஏன் இந்த நடிப்பு?

"சுதர்சன்" என்றாள். நிமிர்ந்து முகம் பார்க்கத் தயக்கம் அனுமதிக்கவில்லை.

"சொல்லுங்க..."

"உங்க பதில் லெட்டர் எனக்கு ரொம்ப அதிர்ச்சியா இருந்திச்சு."

"உங்க லெட்டரைப் படிச்சப்போ எனக்கும் அப்படித்தான் இருந்திச்சு..."

"எனக்கு வீட்ல திடீர்னு கல்யாண ஏற்பாடு பண்ணிட்டாங்க"

"அப்படியா? ரொம்ப சந்தோஷங்க."

"நாளைக்கு தட்டு மாத்தி நிச்சயம் பண்றாங்க..."

சுதர்சன் அமைதியாகத் தன் விரல்களைக் கோர்த்துக் கொண்டான்.

"மாப்பிள்ளையை என்னைக் கேட்காமலேயே முடிவுசெஞ்சுட்டார் என் அப்பா. கட்சியில் இருக்கிற மாவட்டச் செயலாளர் நாதன். அவரோட மனைவியா என்னைக் கற்பனைலகூட நினைச்சுப் பார்த்துக்க முடியலை. வர்ற பதினேழாம் தேதி முகூர்த்தம்னு தேதி கூட முடிவு பண்ணிட்டார். எல்லா ஏற்பாடுகளையும் செய்ய ஆரம்பிச்சுட்டார். உங்களை எப்படியாச்சும் நேர்ல சந்திச்சுப் பேசணுங்கிறதுக்காக அம்மாவைக் கோயிலுக்கு அழைச்சுட்டு வந்து உட்கார வெச்சுட்டு, ஒரு நாடகமாடிட்டு அவசர அவசரமா உங்களைப் பார்க்க வந்திருக்கேன் நான்."

"அப்படியா? இதில் நான் என்னங்க செய்யணும்?"

"இப்போது தைரியம் பெற்று அவனை நேராகப் பார்த்தாள்."

"சுதர்சன், உங்களால என்னைப் புரிஞ்சுக்க முடியுது. ஆனா, ஏன் இப்படி மூணாவது மனுஷர் மாதிரி பேசறீங்க? நீங்க லெட்டர்ல எழுதியிருந்தது பொய்னு எனக்கு நல்லா தெரியும்."

"ஐயோ! நிஜத்தைத்தான் நான் எழுதி இருந்தேங்க கண்மணி" என்ற சுதர்சன் அவள் முகத்தைப் பார்ப்பதைத் தவிர்த்து வேறு திசையில் திரும்பிக் கொண்டான்.

"இல்லை... இப்பக்கூட நீங்க உண்மை பேசலை. உங்களுக்கு என்னைப் பிடிக்கலைன்னு மனசாட்சியை தொட்டுச் சொல்ல முடியுமா? நீங்க மனசுக்குள்ளே என்னை நேசிக்கிறீங்க. இதைப் புரிஞ்சுக்க முடியாத அளவுக்கு நான் முட்டாள் இல்லை. உங்க மனசைப் புரிஞ்சுக்காம லெட்டர் எழுதி முந்திக்கிறதுக்கு நான் பைத்தியக்காரியும் இல்லை. ஆனா, உங்க மனசில வேற ஏதோ தயக்கம் இருக்கு. என்னோட காதலை ஏத்துக்கிறதில வேற ஏதோ இடைஞ்சல் இருக்கு. அதுதான் உண்மை. தயவுசெஞ்சு அதை ஒப்புக்குங்க... ப்ளீஸ்..."

சுதர்சனுக்கு என்ன சொல்வதென்றே புரியவில்லை.

ஒரு பக்கம் அவள் சொன்ன திருமணச் செய்தி வருத்தத்தை ஏற்படுத்தியிருந்தாலும், அதைத் தாண்டி ஆஸ்பத்திரியில் தன் நண்பனைப் படுக்கையில் பார்த்த காட்சி வந்து முன்னால் நின்றது.

இவள் குறிப்பிடுகிற அந்த நாதனையும் நன்றாகத் தெரியும். அடிதடி, வம்புகளில் கே.கே.ஆருக்கு எந்த வகையிலும் குறைந்தவனில்லை. கே.கே.ஆர் பேசினால் தான் எதிரிக்குப் பயம் வரும். நாதனைப் பார்த்தாலே பயம் வரும்.

அப்படிப்பட்ட ஒருவனை மாப்பிள்ளையாக்க கே.கே. ஆர் தீர்மானித்து ஏற்பாடுகள் செய்துகொண்டிருக்கும் இந்தச் சூழ்நிலையில், என் மனதுக்குள்ளேயே வைத்துப் புழுங்கிக் கொண்டுள்ள என் உண்மையான காதலை எப்படி வெளிப்படுத்த முடியும்?

இப்போது இவள் கண்ணீர் துடைத்து, கரம் பற்றி 'ஆமாம்... நான் லெட்டர்ல எழுதியிருந்ததெல்லாம் பொய். நான் உன்னை உயிருக்குயிரா நேசிக்கிறது தான் உண்மை' என்று சொல்ல சில விநாடிகள் போதும்.

ஆனால், விளைவுகள்?

காதலை ஏற்றுக்கொண்டால் போதுமா? - அடுத்து நடக்க இருக்கும் கல்யாணத் திட்டத்தை முறியடிக்க வேண்டும். அதற்கு ரகசியமாக ஓடிப்போய் அவசரமாக இவளைக் கல்யாணம் செய்து கொள்ள வேண்டும்.

அதென்ன சாதாரண விஷயமா? கொஞ்சம் விஷயம் கசிந்துவிட்டாலும் என்னை உயிரோடு எரிக்கத் தயங்கமாட்டார் கே.கே.ஆர்.

சரி, வெற்றிகரமாக ரகசியம் காப்பாற்றி கல்யாணத்தையே முடித்துக்கொண்டு வந்துவிட்டால் ஒருவேளை பெற்ற பாசத்துக்காக கே.கே.ஆர். எனக்கோ, அவளுக்கோ எந்தத் தண்டனையும் தராமல் கோபத்தை அடக்கிக் கொள்ளலாம்.

ஆனால், நாதன்? தன் திருமணம் நிற்கக் காரணமாக இருந்த என் மேல் இரக்கப்பட அவனுக்கு என்ன அவசியம்? தனக்கு மனைவியாக வரவேண்டியவளை வசப்படுத்திக் கொண்டதற்காக அவனுக்கு என்மேல் ஆத்திரம் பத்து மடங்கு அதிகரித்துப் பழிவாங்காமல் விடமாட்டான்.

இந்த விவகாரங்கள் தேவைதானா?

சுதர்சன் அவள் பக்கம் திரும்பித் தெளிவாகச் சொன்னான். “இதோ பாருங்க கண்மணி, நீங்க உங்க கோணத்திலேயே... ஒருவித யூகத்திலேயே பேசிட்டிருக்கீங்க. என்னைத் தெளிவா புரிஞ்சுக்குங்க. நான் உங்களை வேற அர்த்தத்தில் பார்க்கலை, பழகலை. லெட்டர்ல எழுதி இருந்தது தான் உண்மை. உங்க அப்பா பார்த்த மாப்பிள்ளையைக் கட்டிக்கிறதும், கட்டிக்காததும் உங்க சொந்த விஷயம். தயவு செஞ்சு இதுக்கு மேல இதைப் பத்தி நாம எதுவும் பேச வேணாம்னு நினைக்கிறேன்.”

நெஞ்சில் குத்து வாங்கியவள் போல திடுக்கிட்டு நிமிர்ந்த கண்மணி. போட்டோ ஸ்டுடியோ வாசலில் தன் மோட்டார்

பைக்கை நிறுத்திவிட்டு உள்ளே வந்த நாதனைப் பார்த்து மேலும் அதிர்ந்தாள்!

ஒரு வழக்கின் விசாரணைக் குறிப்பிலிருந்து:

வக்கீல் : என் மனைவிக்குக் கூடத்தான் என் பிறந்த நாள் நினைவிருக்காது... இதற்காக உங்கள் மனைவியை விவாகரத்து செய்ய நினைப்பது சரியா?

கணவன் : உங்கள் மனைவி, தன் வளர்ப்பு நாயின் பிறந்த நாளை பார்ட்டி வைத்துக் கொண்டாடினார்களா சார்?

***

17
அத்தியாயம்

திடுதிப்பென்று எதிரே நாதன் வந்து கொண்டிருப்பதைப் பார்த்த விநாடியிலேயே வியர்த்துப் போனாள் கண்மணி.

நாதன், போட்டோ ஸ்டூடியோவுக்குள் காலெடுத்து வைக்கும் முன்பாக ஒரு சிகரெட்டைப் பற்றவைத்தான்.

அந்த அவகாசத்தில் அவனைக் கவனிக்காததைப் போல, வேகமாக வெளியேறிச் சாலையில் கலந்து விட நினைத்து கண்மணி விரைய...

ஆனால், அவன் பார்த்துவிட்டான்... ஆச்சரியப்பட்டான்!

"ஏய்! கண்மணி, என்ன இது, இங்கே வந்திருக்கே?" என்றான்.

கண்மணி மௌனமாக நின்றாள். உள்ளே பொருத்தமான பதிலைத் தேடிக் கொண்டிருந்தது புத்தி. ஒரு நடுக்கம் வியாபித்தது.

"உன்னைத்தானே கேக்கறேன்... எங்கே வந்தே?"

“இங்கே ஒரு ஃபிலிம் ரோல் கழுவக் கொடுத்திருந்தேன். அதை வாங்கிட்டுப் போறதுக்காக...” என்றாள் நிமிராமல்.

“வாங்கிட்டியா?”

“இன்னும் ரெடியாகலையாம்...”

“கடைத்தெரு பக்கம் நீங்க போனா, நாளைக்கு நிச்சயதார்த்தத்தைப் போட்டோ எடுக்க வரச்சொல்லித் தகவல் சொல்லிடுங்க’ன்னு மாமா போன் செஞ்சாரு. வந்தா நீ நிக்கறே. நீ மட்டும் தானே வந்தே?”

“இல்லை. அம்மாவும் வந்திருக்காங்க...”

“எங்கே, காணோம்?”

“பிள்ளையார் கோயில்ல எனக்காகக் காத்திருக்காங்க. நான் வர்றேன்” என்று நகரப் போனவளைக் குறுக்கே கைநீட்டித் தடுத்தான்.

“இரு கண்மணி. யதேச்சையாகப் பார்த்திருக்கோம்... வா, பக்கத்துக் கடையில் போய் ஐஸ்கிரீம் சாப்பிடலாம்.”

“இல்லைங்க. நான் போறேன். வழி விடுங்க.”

“அட! சும்மா வா... அம்மா ஒண்ணும் சொல்ல மாட்டாங்க. பத்து நிமிஷத்துல போயிடலாம்.”

“நான் போறேன், வரலைன்னா விட்டுடுங்க. ப்ளீஸ்...”

“ரொம்பத்தான் பிகு பண்ணிக்காம வா கண்மணி” என்ற நாதன் சட்டென்று அவள் கையைப் பிடித்துக் கொண்டு முன்னால் நடக்க, அவனுடைய பிடியின் காரணமாக அவள் அவனைத் தொடர்ந்து நடக்க வேண்டியிருந்தது. வலித்தது... கையிலும், மனதிலும்.

“கையை விடுங்க!”

“தாலிக் கட்டப் போறவன் கையைப் பிடிச்சா ஒண்ணும் தப்பில்லை. பேசாம வரணும்!” என்ற நாதனின் குரலில் அதட்டல் இருந்தது.

அருகிலிருந்த ஒரு ஏர்கண்டிஷன்ட் ஐஸ்கிரீம் பார்லருக்குள் தன் பிடியைத் தளர்த்தாமல் கண்மணியை வலுக்கட்டாயமாக அழைத்துச் சென்று, ஒரு நாற்காலியில் அமரச் செய்து அருகில் தானும் அமர்ந்த பிறகுதான் கையை விடுவித்தான் நாதன்.

இப்போது, அவன் எழுந்து வழி கொடுக்காமல் அவளால் மேஜைக்கு வெளியே வரவே முடியாத நிலையில் இருந்தாள் கண்மணி.

நாதன் கையைப் பிடித்த இடம் சிவந்து போயிருந்தது. ச்சே! இதென்ன முரட்டுத்தனம்... என்ன உரிமையில் இவர் இப்படி நடந்துகொள்கிறார்? இவரோடு நான் வாழ்நாள் முழுக்க... கடவுளே!

"என்ன ஐஸ்கிரீம் சாப்பிடறே கண்மணி?" என்றான் நாதன், தன் மீசையை அடிவிரலால் நீவியபடி.

"எனக்கு எதுவும் வேண்டாங்க. என்னைப் போகவிட்டா பரவால்ல..."

"போகலாம் இரு."

"அம்மா தேடுவாங்க."

"நான் கொண்டாந்து விட்டுட்டு என்னோட தான் பேசிட்டு இருந்தானு சொல்றேன். ஒண்ணும் சொல்ல மாட்டாங்க" என்ற நாதன், "யாருப்பா இந்த மேஜைக்கு?" என்று உரக்கக் கத்தினான்.

வந்தவனிடம், "முதல்ல அந்த மியூஸிக்கை நிறுத்திடு. இல்லைன்னா சத்தம் கம்மியா வை! நாங்க எப்படிப் பேசறது? அப்புறம் ரெண்டு கப் ஐஸ்க்ரீம் கொண்டா..."

"என்ன ஐஸ்க்ரீம் சார்?"

"எது நல்லா இருக்கும் உன் கடையில? அதைக் கொண்டா..."

அவன் போனதும் கண்மணி பக்கம் திரும்பினான். "உனக்குப் பச்சை கலர் பிடிக்குமா கண்மணி?" என்றான்.

பேசாமல் இருந்தாள்.

“ஏன் பேச மாட்டேங்கறே?”

“எனக்குப் பிடிக்கலை.”

“என்ன பிடிக்கலை?”

“இப்படி உட்கார்ந்து பேசிக்கிட்டிருக்கிறது பிடிக்கலை...”

“அவனவன் கல்யாணத்துக்கு முன்னாடி எவ்வளவோ நடத்திடறான். இதென்ன பெரிய விஷயம்னு இவ்வளவு தூரம் பேசறே நீ? கேட்டேனே, பதில் சொல்லு... பச்சை கலர் பிடிக்குமா?”

“அதுக்கென்ன?”

“நாளைக்கு நிச்சயத்துக்கு உனக்குப் பச்சை கலர்ல தான் பட்டுப்புடவை எடுத்திருக்கேன். கடையில் இருக்கிற அத்தனை சேலையையும் எடுத்துப் போடச் சொல்லிப் பொறுக்கி எடுத்தேன்” என்ற நாதன் அங்கே, ‘சிகரெட் பிடிக்காதீர்’ என்று தமிழிலும் ஆங்கிலத்திலும் எழுதியிருந்த போதிலும் ஒரு சிகரெட்டைப் பற்ற வைத்தான்.

அருகில் அவள் இருப்பதைப் பற்றி அக்கறைப்படாமல் புகையை வெளியேற்ற... அவள் இருமினாள்.

“சிகரெட் புகை அலர்ஜியா உனக்கு? ரெண்டு நாள் இப்படி இருமல் வரும். அப்புறம் பழகப் பழகச் சரியாப் போயிடும். ‘சிகரெட் பிடிக்கிறதை விட்டுடுங்க’னு நீபாட்டுக்கு எதாச்சும் அட்வைஸ் சொல்ல ஆரம்பிச்சுடாதே! அதெல்லாம் விட முடியாது. ஆரம்பத்திலேயே சொல்லிடணும் இல்லையா... என்ன நான் சொல்றது?”

‘சரிதான் போடா!’ என்று ஓங்கிக் கன்னத்தில் அறைந்து விட்டு, எழுந்து அவனைப் பிடித்துத் தள்ளிவிட்டுப் போய்விட வேண்டும் போல இருந்தது. அவளால் அதை எண்ணத்தில் மட்டுமே செய்ய முடிந்தது.

“இரண்டு கப் ஐஸ்க்ரீம் கொண்டு வந்து வைத்த சர்வர் மிக பவ்யமாகக் குனிந்து, சார். சிகரெட் இங்கே பிடிக்கக் கூடாது” என்றான் நாதனிடம்.

"அப்படியா? எனக்குத் தெரியாது" என்றான் நாதன்.

"இதோ போர்டுகூட வெச்சிருக்கோமே சார்."

"அதை நான் படிக்கலை"

"பரவால்லை... அணைச்சிடுங்க சார்."

"இனிமே பத்த வைக்காதீங்க சார்னு சொல்லு, நியாயம். பத்த வெச்சதை அணைக்கச் சொல்றதுக்கு நீ யாருய்யா? ம்... இதென்ன பெட்ரோல் பங்க்கா இல்லை, பட்டாசுக் கடையா? ரொம்பத்தான் லொள்ளு பண்ணாதீங்கப்பா."

"முதலாளி, சொல்லச் சொன்னதை நான் சொன்னேங்க."

"அப்படித்தான் பத்த வைப்பேன்னு போய்ச் சொல்லுய்யா உன் முதலாளிகிட்டே..." என்ற நாதன் தூரத்தில் கல்லா மேஜைக்குப் பின்னால் அமர்ந்திருந்த முதலாளியை இங்கிருந்தே முறைத்தான்.

சர்வர் சென்று முதலாளியிடம் ஏதோ சொல்ல, அவர் மேஜையைப் பூட்டிக்கொண்டு எழுந்து வந்து விட்டார்.

"சார், தயவு செஞ்சு வம்பு பண்ணாம சிகரெட்டை அணைச்சிடுங்க. இல்லைன்னா வெளில போய்ப் பிடிச்சு முடிச்சுட்டு உள்ளே வாங்க?" என்றார்.

தொடர்ந்து சிகரெட்டைப் புகைத்தபடி இருந்த நாதன் எழுந்து, "என்னை யாருன்னு தெரிஞ்சிகிட்டுத் தான் பேசறீங்களா?" என்றான்.

"நீங்க யாராயிருந்தாலும் இப்படிப் பிடிவாதம் பிடிக்கிறது தப்பு. மத்தவங்களுக்கு இடைஞ்சலா இருக்கும். தகராறு செஞ்சா நான் போலீஸைக் கூப்பிட வேண்டியதா இருக்கும்" என்று அந்த நடுத்தர முதலாளி சொன்னதும்...

சுறுசுறுவென்று கோபம் உச்சந்தலைக்கு ஏற, நாதன் எழுந்து அவரின் சட்டையைப் பிடித்துக்கொண்டு மகா மோசமான ஒரு கெட்ட வார்த்தையை உதிர்த்துவிட்டு, "என்னடா பூச்சாண்டி காட்டறியா? நாளைக்கு இந்த இடத்தில உன் கடை இருக்க

வேண்டியதில்லைன்னு தீர்மானிச்சுட்டியா?” என்று ஒரு தள்ளு தள்ளிவிட...

ஒரு ரகளை ஆக்ரோஷமாகத் துவங்கிய அந்தச் சந்தர்ப்பத்தைப் பயன்படுத்திக் கொண்ட கண்மணி, எழுந்து நைஸாக நழுவி கதவைத் திறந்து கொண்டு வீதிக்கு வந்து, ஜனத்திரளில் அவசரமாகத் தன்னைத் திணித்துக்கொண்டு கோயிலை நோக்கி நடந்தாள்.

அவளுக்குப் படபடப்பாக வந்தது. என்ன மனிதன் இவன்! சிகரெட் பிடிக்கக்கூடாது என்று எழுதி வைத்திருக்கும் இடத்தில் அதைப் பிடித்ததே நியாயமில்லை. அதற்குமேலும் நியாயமே இல்லாமல் சண்டைக்குப் போவது எவ்வளவு திமிரான வேலை! இவருக்குப் போய் நான் மனைவியா?

கண்மணி கோயிலுக்குத் திரும்பி வந்ததும் அம்மா, “என்ன கண்மணி, இவ்வளவு நேரம்? நான் பதறிப் போயிட்டேன்” என்றாள்.

“திடீர்னு அந்த நாதன் என்னைப் பார்த்துட்டு வலுக்கட்டாயமாக ஒரு ஐஸ்க்ரீம் கடைக்கு இழுத்துட்டுப் போயி...” நடந்ததைப் படபடப்புடன் சொன்னாள் கண்மணி.

“அதுக்காக ஐஸ்க்ரீமும் சாப்பிடாம, சொல்லவும் செய்யாம புறப்பட்டு வரலாமா நீ?”

“என்னம்மா பேசற நீ? என் கையைப் பிடிக்கிறதுக்கு அவர் யாரும்மா? கல்யாணத்துக்கு நான் சம்மதிச்சுட்டேனா? என் கழுத்தில் தாலி கட்டிட்டாரா? கொஞ்சமாவது நாகரிகம் வேணாமா? வீணா வெட்டிச் சண்டைக்குப் போற இந்த முரட்டு ஆசாமியைப் போய் என்னைக் கட்டிக்கச் சொல்றீங்களே... இது நியாயமாம்மா?”

கொஞ்சம் இடைவெளிவிட்டு, “நியாயம் இல்லை கண்மணி. ஆனா, உங்கப்பா உன்கிட்டே சொல்லச் சொன்னதைச் சொல்லிடறேன். அப்புறம் ஒரு முடிவுக்கு வா!” என்றாள் அம்மா.

“என்னம்மா?”

“ஏதாச்சும் ஒரு காரணத்தால நீ சம்மதம் தெரிவிக்காம இந்தக் கல்யாணம் மட்டும் தடைபட்டுச்சுன்னா உங்கப்பா அரிவாளை எடுப்பார்.”

“அதான் தெரியுமேம்மா... இந்தாளைக் கல்யாணம் செஞ்சுக்கிறதுக்குச் செத்துப் போறது ரொம்ப நிம்மதி. பேசாம என்னை வெட்டிப் போட்டுடச் சொல்லும்மா... சந்தோஷமா போயிடறேன்.”

“கண்மணி, அவர் வெட்டுவேன்னு சொன்னது உன்னை இல்லை... என்னை!” திடுக்கிட்டாள் கண்மணி.

“என்னம்மா சொல்றே?”

“என்னை அறைஞ்சுட்டு அப்படித்தான் சொன்னார். ‘கல்யாணம் மட்டும் நடக்காமப் போயி அவமானமாயிட்டா அந்தப் பொண்ணைப் பெத்ததுக்காக உன்னைத் தாண்டி வெட்டிப் போடுவேன். இதை உன் பொண்ணுகிட்டே தெளிவா சொல்லிடு’ன்னு சொன்னாரும்மா உங்கப்பா!”

கண்மணி பேச்சற்றுப்போய்த் தன் அம்மாவையே பார்த்துக் கொண்டு நின்றாள். ரொம்ப நேரம் பார்த்தாள். மெதுவாகச் சொன்னாள்.

“இல்லைம்மா... நீ உயிரோடு இருக்கணும். எனக்கு உயிர் கொடுத்த உன்னோட உயிருக்கு என்னால எதுவும் ஆபத்து வரக்கூடாது. நான் வாழறதைவிட நீ உயிரோட இருக்கறது தான் முக்கியம்மா...” என்று அவளின் குரல் நடுங்கியது.

“கண்மணி” என்றாள் அம்மா.

“வாம்மா, வீட்டுக்குப் போகலாம். இந்தக் கல்யாணத்தை எதிர்த்து இனிமே ஒரு வார்த்தை நான் பேசமாட்டேம்மா... எந்தக் கவலையும் இல்லாம அப்பாவை எல்லா ஏற்பாடுகளும் பண்ணச் சொல்லும்மா...” என்று ஏதோ இயந்திரம் போல சொன்ன கண்மணி, தொய்ந்து போய் நடக்கத் துவங்கினாள்.

அந்த நிமிடம் அவள் உதடுகளில் வந்தமர்ந்த மௌனம், அவள் உள்ளத்தில் கொதித்த அத்தனை உணர்ச்சிகளையும் அடைத்து வைத்துக் காவல் புரியத் துவங்கியது.

மறுநாள், குறிப்பிட்ட முகூர்த்த நேரத்தில் பாக்கு வெற்றிலை மாற்றப்பட்டு, சித்ரா வந்து தனியறையிலிருந்த கண்மணியைக் கையைப் பிடித்துக் குலுக்கி வாழ்த்துச் சொன்னபோது கண்மணி சீறவும் இல்லை... சிரிக்கவும் இல்லை.

ஒரு பூங்காவில் டயலாக்:

அவர் : "ஆயிரம் பேர் முன்னிலையில் செஞ்ச ஒரு சின்ன தப்புக்காக இப்போ தினமும் தண்டனையை அனுபவிக்கிறேன்."

இவர் : "அப்படி என்ன தப்பு செஞ்சீங்க?"

அவர் : "என் பொண்டாட்டிக் கழுத்தில் தாலி கட்டினதைத்தான் சொல்றேன்..."

***

18

அத்தியாயம்

அறை வாசலில் தொண்டையைச் செருமும் ஒலி கேட்டதும், கண்மணியும் சித்ராவும் திரும்பிப் பார்த்தார்கள்.

பீடாவைக் குதப்பியபடி நின்றிருந்தான் நாதன்.

"என்னம்மா சித்ரா, என்ன சொல்றா உங்கக்கா? அவளை உங்கப்பா ரொம்பதான் மிரட்டி வளர்த்திருக்கார் போலிருக்கு... இன்னும் ஒரு வார்த்தை என்கிட்டே முகம் பார்த்துப் பேசமட்டேங்கறா" என்று சொல்லியபடி நெருங்கி வந்து, கண்மணி அருகில் நாற்காலியை எடுத்துப் போட்டுக் கொண்டு அமர்ந்தான்.

"நீங்க பேசிட்டிருங்க, நான் வர்றேன்" கட்டிலை விட்டிறங்கி. நடக்க யத்தனித்த சித்ராவின் கையைப் பிடித்து நிறுத்தினாள் கண்மணி.

"சித்ரா, நீ எங்கேயும் போகாதே. இங்கேயே இரு" என்றாள்.

"அத்தான் உன்கிட்டே ஏதோ தனியாப் பேசணும்னு வந்திருக்காரு. நான் எப்படிக்கா இங்கே இருக்கிறது? கையை விடுக்கா... நான் போறேன்" என்றாள் சித்ரா.

“அது காலேஜ்ல படிக்கிற பொண்ணு... இங்கிதம் தெரிஞ்ச பொண்ணு. குறிப்பு புரிஞ்சு நகருது. புரியாம அதை நீ இருக்கச் சொல்றியே... கையை விடு. நீ போம்மா சித்ரா. குடிக்க தண்ணி கொண்டாம்மா” என்றான் நாதன்.

சித்ரா தன் கையை விடுவித்துக் கொண்டு செல்ல, “ஒண்ணும் அவசரமில்லை நிதானமா கொண்டுவந்தா போதும்...” என்றவன் திரும்பி கண்மணியிடம், “உனக்கும் எனக்கும் கல்யாணம்னு தேதி நிச்சயம் பண்ணி பாக்கு, வெத்தலை மாத்திக்கிட்டப்புறம்கூட என்கிட்ட சகஜமா பேசறதுக்கு என்ன தயக்கம்” என்றான்.

கண்மணி, தலையை நிமிர்த்தவே இல்லை. தான் அங்கேயே இல்லை என்பது போல உணர்வில்லாமல் அமர்ந்திருந்தாள்.

“ஆமாம், என் கைல என்ன பிளாஸ்திரின்னுகூடக் கேக்கமாட்டியா? நேத்து அந்தக் கடையில் நடந்த வேடிக்கையை நீ பார்த்திருக்கணுமே கண்மணி... அவன் முகத்திலயே குத்தினனா... ஒரு குத்துல அவன் பல்லு லேசா என் கையைக் கிழிச்சிடுச்சு. வாசல் கண்ணாடி ரெண்டும் தூள் தூளாயிடுச்சு... கடைசில என் வாயில் சிகரெட் எடுத்து வெச்சு, அவன் கையாலயே பத்த வைக்கச் சொல்லி. அவன் முகத்திலேயே புகையை ஊதிட்டு தான் வெளில வந்தேன். நான் யாரு என்னன்னு விவரம் தெரியாம மோதிட்டான் பாவம்!”

“தெரிஞ்சதும், ‘அண்ணேவிட்ருங்க’ன்னு கெஞ்சினான் பாரு. காலை தான் பிடிக்கலை... இவ்வளவு நடந்திருக்கு. நீ என்னடான்னா நின்னு ரசிக்காம போயிட்டே... போகட்டும், விடு. உன் கைக்கு மருதாணி வெச்சிக்கிட்டிருக்கலாமில்ல; ஜோரா இருக்கும்” என்ற நாதன் இயல்பாக, உரிமையாக அவள் கையை எடுத்துக்கொள்ள... உடனே விருட்டென்று உருவிக் கொண்டாள் கண்மணி.

“என்னாச்சு? ஷாக் அடிச்ச மாதிரி இழுத்துக்கறே?”

“வேணாங்க...”

“ஏன்? நான் உன்னைத் தொடக் கூடாதா? உரிமை வந்தாச்சே!”

“எனக்குத் தலை வலிக்குதுங்க... தூங்கணும்...”

“தூங்கு... படுத்துக்கோ... தலையைப் பிடிச்சுவிடறேன் யம்மாடி! இந்தக் காலத்தில் கட்டிக்கப் போறவன்கிட்ட இவ்வளவு பிகு பண்றவ நீயாத்தான் இருப்பே... கல்யாணத்துக்குப்புறம் தான் தொடறதுக்கு இடம் கொடுக்கணும்னு யாராச்சும் பாட்டியம்மா ஸ்ட்ராங்கா சொல்லி வெச்சாங்களா உன்கிட்டே?”

“ஆமாம்...” என்றாள், விட்டுவிடுவான் என்கிற நம்பிக்கையில்.

“சரி, போ! கொஞ்ச நாள்தானே நடுவில... உனக்கு விஷயம் தெரியுமா கண்மணி? இன்னிக்குக் கல்யாணத்துக்கு நாள் பார்த்துட்டாங்க... கூடவே, சாந்தி முகூர்த்தமும் கல்யாணத்து அன்னிக்கே! அதுவும் இதே வீட்ல! உங்க அப்பாவோட கட்டில் ரொம்ப ராசியானதாமே...” என்ற நாதன், அவள் முகத்தை உற்றுப் பார்த்தான்.

எந்தச் சலனமும் இல்லாமல் இருந்தாள்.

“என்ன நீ, எது சொன்னாலும் சிரிக்க மாட்டேங்கறே? ஒரு சின்ன புன்னகை கூடக் காணோமே... என்னமோ சண்டைக்காரன் முன்னாடி நிக்கிற மாதிரி முகத்தைத் தூக்கி வெச்சுகிட்டு நிக்கிறியே...”

“அதான் சொன்னனே, தலைவலின்னு” என்று முணுமுணுத்தாள்.

“வட்டியும் முதலுமா சேர்த்து ஃபர்ஸ்ட் நைட் அன்னிக்குப்பேசிடு... ஓகே?” என்று அவள் கன்னத்தில் செல்லமாகத்தட்டிவிட்டு எழுந்த நாதன், “நான் ஒருமடையன்... ஃபர்ஸ்ட் நைட்ல பேசறதுக்கு எங்கே நேரம் இருக்கும்... மறுநாள் பேசு! சரியா?” கண்ணடித்து விட்டு, தன் மீசையை நீவியபடி அறையைவிட்டு வெளியே போனான்.

அவன் போவதற்குக் காத்திருந்தவள் போல, தலையணையை எடுத்துத் தன் மடியில் வைத்து, அதில் முகம் கவிழ்த்துத் தேம்பித் தேம்பி அழத் துவங்கினாள் கண்மணி.

ரைஸ் மில் மாடியில் நாதன் தன் வழக்கமான நண்பர்களுடன் அமர்ந்து. மும்முரமாகச் சீட்டு விளையாடிக் கொண்டிருந்தான்.

“நாதன், ஆனாலும் உனக்கு எல்லாத்திலயும் நல்ல அதிர்ஷ்டம்ப்பா...” என்றான் ஒருவன்.

“நீ எதைச் சொல்றே?”

“நம்ம தலைவர் பொண்ணை வளைச்சுப் போட்டுக் கல்யாணம் நிச்சயம் பண்ணியிருக்கியே... அது அதிர்ஷ்டமில்லையா? சும்மா ரதி மாதிரியில்ல இருக்கும் அந்தப் பொண்ணு!”

“கரெக்டா சொல்லணும்னா... தலைவர்தாம்பா என்னை மாப்பிள்ளையா வளைச்சுப் போட்டுட்டார். நான் கேக்கலைன்னா அவரே கேட்டுடறதா இருந்திருக்கார்... நாளைய அமைச்சரை மருமகனாக்கிக்கிறதுக்குக் கசக்குமா?”

“அது சரிதான்... கட்சித் தலைவர் கல்யாணத்துக்கு வர்றதா சொல்லிட்டாராமே...” என்றான் இன்னொருவன்.

“அதெல்லாம் எப்பவோ உறுதியாகிக் கல்யாணப் பத்திரிகையே புரூஃப் வந்துடுச்சு... இப்ப வந்து கேக்கறியே... மாவட்டத் தலைவர் வீட்டுக்கல்யாணம். மாப்பிள்ளையோ மாவட்டச் செயலாளர்... இந்தக் கல்யாணத்துக்கு அவர் வரலைன்னா நாளைக்குத் தொகுதியில பேர் கெட்டுப் போயிடும்னு அவருக்குத் தெரியாதா?” என்றான் நாதன்.

“தொகுதியில விடுப்பா. நம்ம தெருவுல நம்ம கட்சிப் பேரு கொஞ்சம் டேமேஜிங்கா இருக்கு... முதல்ல நீ அதைச் சரி செய்...”

“என்னடா சொல்றே?”

“நம்ம தெரு முக்கத்தில் நம்ம கட்சியோட கொடிக் கம்பம் சமீபத்துப் புயல் காத்துல விழுந்துச்சு இல்லையா, அதைப் பத்திக் கிண்டலடிச்சுப் பேச்சு வந்திருக்கு நாதன்...”

“என்ன பேச்சு?”

“தன்னோட தெருமுனையில விழுந்த கொடிக் கம்பத்துக்குப் பதிலா, வேற கம்பம் வைக்காத செயலாளர் தான் கட்சியைக் காப்பாத்தப் போறானான்னு கேட்டிருக்கான்...”

“யாரு?” என்றான் ஆத்திரமாக நாதன்.

“ஆளுங்கட்சி எம்.எல்.ஏ வோட ஜால்ரா. அந்த வெங்காய மண்டி பூபதிதான் அப்படிப் பேசியிருக்கான்...”

“அந்தப் பூபதி என்கிட்டே உரசிக்கிட்டே இருக்கான்... நானும் பல தடவை பொறுமையாகப் போயிட்டேன். என்னிக்கு அவனுக்குக் கச்சேரியோ தெரியலை...” என்றான் நாதன்.

“சரி, நான்தான் கேக்கறேன்... ஒருத்தன் சொல்லிக்காட்டறதுக்கு ஏன் இடம் கொடுக்கணும்? விழுந்த கொடிக் கம்பத்துக்கு மாத்துக்கம்பம் உடனே நட்டிருக்க வேண்டியதுதானே?” என்றார் வயதில் சற்று மூத்த கட்சிப் பிரமுகர், தன் சீட்டாட்டத்தைத் தொடர்ந்தபடி...

“அண்ணே, காத்துல விழுந்தது மரக்கம்பம். உடனே, மறுநாளே இன்னொரு சவுக்குக் கம்பம் நட்டிருப்பேன்... அது ஒண்ணும் பெரிய விஷயம் இல்லை. பக்கத்தில இருக்கிற மற்ற கம்பங்கள் எல்லாம் இரும்புக் கம்பம். அதனால நம்ம கட்சிக் கொடியையும் சிமெண்ட் மேடை கட்டி, பக்காவான இரும்புக் கம்பம் நட்டு அதில் பறக்க விடணும்னு திட்டம் போட்டு வெச்சிருந்தேன். அதான் கொஞ்சம் டிலே ஆகுது...”

“நாதன், எனக்கொரு யோசனை...”

“சொல்லுங்கண்ணே...”

“உன் கல்யாணத்துக்குத்தான் தலைவர் வர்றாரே. அவரை விட்டே அந்த இடத்தில் கொடியேத்திட்டா என்ன? கேள்வி கேட்டவன் மூஞ்சில கரியைப் பூசின மாதிரியும் இருக்கும்...”

“ரொம்ப நல்ல யோசனைண்ணே, நாளைக்கே கம்பம் நட ஏற்பாடு பண்ணச் சொல்லிடறேன். ஏம்ப்பா, தனபால்... இப்போ

அந்த இடத்தில் பக்கத்தில இருக்கற ஆளுங்கட்சியோட கொடிக் கம்பம் எவ்வளவு உயரம்?" என்றான் நாதன்.

"இருபத்தஞ்சடி இருக்கும்..."

"சரி... முப்பத்தஞ்சடி உயரத்தில் இரும்புக் கம்பம் தயார் பண்ணி, நாளைக்கே கொத்தனாரை விட்டு மேடை கட்டி நடச் சொல்லிடறேன்... கேட்டவன் அண்ணாந்து பார்த்துக் கழுத்தைச் சுளுக்கிக்கட்டும்..."

"எல்லாம் சரி... கொடியேத்தறதுக்குத் தலைவர்கிட்டே சம்மதம் வாங்கிக்க வேணாமா?"

"அது பார்த்துக்கலாம். அவர் இதுக்காக வரப் போறதில்லை. கல்யாணப் பந்தல்ல வெச்சு சொல்லிக்கிட்டாகூடப் போதும்..." என்றான் நாதன்.

இரண்டு நாளைக்குப் பிறகு, நாதன் தன் பைக்கில் சில உறவினர்கள் வீடுகளுக்குச் சென்று கல்யாணப் பத்திரிகை கொடுத்து விட்டுத் தன் ரைஸ் மில்லுக்குத் திரும்பினபோது, கணக்குப்பிள்ளை சொன்னார்.

"தம்பி, வெங்காய மண்டி பூபதி இல்லே... அவரு மூணு தடவை உங்களுக்கு போன் செஞ்சாரு. நீங்க வந்ததும் உடனே கூப்பிட்டுப் பேசச் சொன்னாரு. ஏதோ முக்கியமா பேசணுமாம்..."

நாதன் மேஜைக்கு வந்து ரிஸீவர் எடுத்து எண்களைச் சுழற்றி, "ஹலோ, நான் நாதன் பேசறேன்... பூபதி இருக்காரா?" என்றான்.

"பூபதி தான் பேசறேன். மூணு தடவை போன் செஞ்சேன். கல்யாணத்துக்குப் பத்திரிகை வைக்கப் போயிருக்கிறதா சொன்னாங்க. முதல்ல என்னோட வாழ்த்துக்கள்!"

"இருக்கட்டும். எதுக்கு போன் செஞ்சீங்க? அதைச் சொல்லுங்க..."

"புதுசா இரும்புக் கொடிக்கம்பம் பார்த்தேன். தலைவரே கொடியேத்தி வைக்கிறாராமே..."

"அதுக்கென்ன இப்போ?"

"எம்.எல்.ஏ. அண்ணனும் பார்த்திருக்கிறார் கம்பத்தை. விவகாரம் எதுவும் இல்லாம சுமுகமா போகலாம்னுதான் என்னை விட்டு உங்ககிட்டே போன்ல பேசச் சொன்னார்."

"என்ன விவகாரம் இருக்கு இதில? எனக்குப் புரியலையே.."

"எங்க கொடிக்கம்பம் இருபத்தஞ்சடி உயரம். நீங்க நட்டு வெச்சிருக்கிறது முப்பத்தஞ்சடி உயரக் கொடிக்கம்பம். எதிர்கட்சிக் கொடி, ஆளுங்கட்சிக் கொடியைவிட உயரத்துல பறக்கறது நியாயமில்லைன்னு அண்ணன் ஃபீல் பண்றார்..."

"எத்தனை நாளைக்கு நீங்க ஆளுங்கட்சி? இதோ தேர்தல் வரப் போகுது... அப்புறம் எதிர்க்கட்சி வரிசையில உக்கார்றதுக்கு உங்களுக்கு ஒரு ஸீட்டாவது கிடைக்குமான்னு முதல்ல யோசிங்க. அப்போ ஸ்டேட் பூரா எங்க கொடிதான் பறக்கப் போகுதுங்க."

"நீங்க பேசறது அத்தைக்கு மீசை முளைச்சு, சித்தப்பா ஆகற கதைங்க! இன்னிக்கு நிலைமையைப் பத்திப் பேசுவோம். ஸ்ட்ரைட்டா பேசுவோம்... கம்பத்தைப் பத்தடி உயரம் குறைச்சிடுங்கன்னு சொல்றோம். அவ்வளவு தான்... என்ன சொல்றீங்க?"

நாதனுக்கு ஆத்திரம் கொப்பளித்தது.

"முடியாது! நட்டு வெச்ச இந்த கம்பத்துல தான் - தலைவர் கொடி ஏத்துவார்."

"தாராளமா ஏத்திட்டுப் போகட்டும்! அதுக்கப்புறம் வர்ற விளைவுகளை யோசிக்க வேண்டியது நீங்கதான்..."

"என்னடா பண்ணுவீங்க? புடுங்கிடுவீங்களா?"

"டேய்! உங்க தலைவர் இந்தக் கம்பத்துல கொடி ஏத்தினாருன்னா; அடுத்த நாள் மேடையில் கம்பம் இருக்காதுடா...! தெரியுதா?"

"கம்பத்துல எவனாச்சும் கைவெச்சா, வெச்ச கை அவன் உடம்புல இருக்காதுடா... அதை நீ தெரிஞ்சுக்கோ, உன்னால

ஆனதைப் பாருடா!" என்று ஓங்கிச் சொல்லி விட்டு போனை ஆத்திரமாக வைத்தான் நாதன்.

ஒரு கல்யாண பத்திரிகையில்...

அன்பளிப்புகள் வழங்காதிருக்க கோருகிறோம். வழங்கித் தான் தீருவது என்று பிடிவாதமாகத் தீர்மானித்துவிட்டால், பிளாஸ்டிக் லெமன் செட், வால் கிளாக், பிஃளவர் வாஸ் இவை மூன்றும் வேண்டாம். போன கல்யாணத்துக்கு வந்தவை டஜன் கணக்கில் இருக்கின்றன.

***

19

அத்தியாயம்

பந்தல் காண்ட்ராக்டர் வீட்டுக் கல்யாணம் என்பதைத் தூரத்திலிருந்து பார்த்தாலே தெரியப்படுத்தும் விதமாக ரொம்பவும் பிரமாண்டமாகப் பந்தல் போட்டிருந்தார் கே.கே.ஆர்.

முகப்பு வளைவை ஒரு சினிமா செட்டிங் போல அமர்க்களப்படுத்தி, வெள்ளைத் துணியைக் கூரையில் கட்டி, அலங்கார வேலைப்பாடுகள் அத்தனையையும் அள்ளித் தெளித்து, புதிதாக ஆற்று மணலை லாரி லாரியாக அடித்து, வரிசை வரிசையாய் நாற்காலிகள் போட்டிருந்தார்.

மேடையின் பின்னணியை மலர்களாலேயே அமைத்து, செவ்வந்திக் குவியல்களுக்கு நடுவே 'கண்மணி - நாதன்' என்று ரோஜாக்களால் பெயர்கள் அமைக்கப்பட்டிருந்தன.

கல்யாணப் பந்தல் முழுக்க நிரம்பி வழிந்து, கொஞ்சப்பேர் - உட்கார நாற்காலி இல்லாமல் ஓரங்களில் நின்றிருந்தார்கள். தனியாக அமைக்கப்பட்ட ஒரு மேடையில் நாதஸ்வர பார்ட்டி மங்கள இசையைப் பிரதேசமெங்கும் நிறைத்துக் கொண்டிருக்க...

விசாலமான இன்னொரு மேடையில் அமைக்கப்பட்பட்டிருந்த மணவறையில் - பட்டு வேட்டி, பட்டுச் சட்டை, தலைப்பாகைக் கட்டு என்று மாப்பிள்ளை கோலத்தில் நாதன் அமர்ந்து, புரோகிதர் மந்திரங்களைச் சொல்லச் சொல்ல வளர்க்கப்பட்ட அக்னியில் மாவிலையால் நெய் எடுத்து வார்த்துக் கொண்டிருந்தான்.

பந்தலின் முகப்பில், தலைவர் வந்ததும் போடுவதற்கு ஆளுயர மாலையை ஒரு வேலைக்காரன் தூக்கிப் பிடித்திருக்க, பரபரப்புடன் தன் கைக்கடிகாரத்தைப் பார்த்தபடி காத்திருந்தார் கே.கே.ஆர்.

அவரைச் சுற்றிலும் கட்சிக்கரை போட்ட வேட்டி, துண்டனிந்த பிரமுகர்கள் நிறைய பேர் நின்றிருந்தார்கள். தெருவையே அடைத்துக்கொண்டு கல்யாணத்துக்கு வந்தவர்களின் கார்கள் வரிசை வரிசையாய் நின்றிருந்தன...

குடும்பத்தோடு வருகிறவர்கள், தனியாக வருகிறவர்கள் என்று எல்லோருக்கும் கைகுவித்து புன்னகைத்து வரவேற்றுக் கொண்டிருந்த கே.கே.ஆர்., சைடில் திரும்பித், தன் கணக்குப்பிள்ளையிடம், “முகூர்த்த நேரம் நெருங்கிகிட்டு இருக்கே... இன்னொரு தடவை ஓட்டலுக்கு போன் போட்டு, தலைவர் புறப்பட்டாச்சான்னு விசாரிக்கிறீங்களா?” என்றார்.

ஒரு பிரமுகர் குனிந்து காதருகில், “தலைவர் திருச்சிக்கு வந்துட்டாரில்லையா?” என்று விசாரித்தார்.

“காலைல ராக்போர்ட்ல வந்துட்டாருங்க. நான் ஸ்டேஷனுக்கு வண்டி எடுத்துட்டுபோய் வரவேத்து ராஜாளி ஓட்டல்ல தங்க வெச்சுட்டுத்தானே வர்றேன்” என்றவரின் முகம் தூரத்தில் கட்சித் தலைவரை அழைத்து வர அனுப்பப்பட்ட காரைப் பார்த்ததும் மலர்ந்து, “அதோ வந்துட்டார். பட்டாசு எல்லாம் ரெடியா இருக்கா? தலைவர் காரை விட்டு இறங்கினதும் பத்த வைங்க” என்றார்.

கார் வந்து நின்றதும், கே.கே.ஆரே துள்ளலாகச் சென்று காரின் கதவைத் திறந்துவிட்டார். தலைவர் கை குவித்தபடி, கீழே இறங்கினதும் பட்டாசுச் சரம் முழங்கத் துவங்கியது. மலர்

இதழ்களைத் தூவினார்கள். கே.கே.ஆர். பெரிய மாலையை அணிவித்து சைடில் திரும்பி போட்டோகிராபரைப் பார்த்துச் சிரித்து இன்னொரு முறை எடுக்கச் சொல்லியபின், தலைவரை மேடைக்கு வழிநடத்தி அழைத்துச் சென்றார்.

தலைவர் தனக்கு வணங்கியவர்கள் வணங்காதவர்கள் அனைவருக்கும் கை குவித்துத் தலையசைத்தபடி மேடைக்கு வந்து, அவருக்குக் காட்டப்பட்ட உயரமான ஆசனத்தில் அமர்ந்த பின்னரும் கூட அந்தப் பட்டாசு முழக்கம் தொடர்ந்து கொண்டிருந்தது.

கே.கே.ஆரின் வீட்டுக்குள் ஒரு அறையில் உறவுப் பெண்களால் மணப்பெண்ணாய் அலங்கரிக்கப்பட்ட கண்மணி முகத்தில் இப்போது உற்சாகமும் இல்லை, சோகமும் இல்லை.

சிரிக்க வேண்டிய கட்டத்தில் ஒப்புக்குச் சிரித்தாள். பேச வேண்டிய சந்தர்ப்பத்தில் ‘ஆமாம்’, ‘வேணாம்’ என்று ஒற்றை வார்த்தைகளில் பேசினாள். யாரையும் முகம் பார்த்துப் பேசுவதைத் தவிர்த்தாள்.

தூக்குத்தண்டனை விதிக்கப்பட்டு, நாள் குறிக்கப்பட்டு ஜெயிலில் இருக்கும் ஒரு கைதியின் மனநிலை அவளுக்குள் ஸ்திரமாக இறங்கிவிட்டது.

ஜெயிலுக்கு வந்த சந்தர்ப்பத்தில் அந்தக் கைதி தன் தீர்ப்புக்காக அழுதிருப்பான். நொந்திருப்பான். தீர்ப்பை மாற்ற முடிந்தவரையில் போராடியிருப்பான். எல்லாம் தோல்வியடைந்து தூக்கு நிச்சயம் என்று மனதில் பதிந்த பிறகு மரண பயம் கவ்வியிருக்கும். நாளாக நாளாக பயமும் கூடப் பழகிப்போய், விரக்திநிலை அழுத்தமாக வியாபித்து ஒரு கல்லின் நிலைக்கு மனது பக்குவப்பட்டிருக்கும். அதன் பிறகு துடிப்போ, மறுப்போ, எதிர்ப்போ, பயமோ எதுவும் இல்லாமல் ‘எப்போது?’ என்ற ஒரே ஒரு எதிர்பார்ப்பு மட்டுமே அவனுக்குள் நிலவியிருக்கும்.

அதைப்போல ‘நாதனை என் கணவனாய் ஏற்க வேண்டியதென்பது நிச்சயம் தவிர்க்க முடியாதது’ என்பது

தெளிவாகப் புரிந்து போனதால் கண்மணி மனதில் துக்கம், துடிப்பு, எதிர்ப்பு எதுவுமே இல்லை.

'என் வாழ்க்கை பற்றி நான் தீர்மானிக்கிற உரிமையும், வாய்ப்பும் கைநழுவிப்போன பிறகு, மற்றவர்கள் தீர்மானிக்கும் என் வாழ்க்கையில் எது நடந்தால் என்ன? நடக்கட்டும்.'

'நடக்கப்போகிற இந்தக் கல்யாணத்தால் எனக்குச் சந்தோஷம் கிடைக்குமா? கிடைக்கட்டும், சிரிக்கலாம். துக்கம் தான் கிடைக்குமா? கிடைக்கட்டும், அழலாம்.'

அவள் மனது பாறையாக இறுகிப்போன ஒருவித தயார் நிலைக்கு வந்திருந்ததால் கண்ணீரும் துக்கமும் நெஞ்சுக்குள்ளேயே உறைந்து போயிருந்தன.

'பொண்ணைக் கூப்பிடறாங்க'- யாரோ சொல்ல கண்மணியை அழைத்துச் சென்றார்கள். மணமேடைக்கு நடக்கும்போது வழியில் அம்மாவை ஒரே ஒரு தரம் பார்த்தாள். அம்மாவுக்கு விழியோரம் உடைப்பெடுக்கத் தயாராய் இருப்பதும், அதை அவள் விழுங்குவதும் புரிந்தது கண்மணிக்கு மட்டும். மற்றவர்களுக்குப் பெண்ணைப் பிரிய வேண்டியிருப்பதற்காகக் கலங்குவதாகத்தான் தெரியும்.

மணவறையில் நாதன் அருகில் அமர்ந்தாள் கண்மணி.

அவள் பக்கமாகத் தலையைச் சாய்த்த நாதன், "கண்மணி, வானத்திலேர்ந்து தேவதை இறங்கி வந்த மாதிரி இருக்கு. ஜொலிக்கிறே தெரியுமா? இப்ப உடனே ராத்திரி வந்துடாதான்னு இருக்கு" என்று கிசுகிசுப்பாகச் சொன்னான்.

எந்த ரியாக்ஷனும் இல்லாமல் புரோகிதர் சொன்னபடி, கலசங்கள் மேல் மலர்களைப் போட்டுக் கொண்டிருந்தாள் கண்மணி.

'க்ளிக்' என்று ஒரு ஃப்ளாஷ் அடித்ததும், ஓர் எதிர்பார்ப்பு அவளையும் மீறிப் படர, விழிகளை மட்டும் நிமிர்த்திப் பார்த்தாள்.

சுதர்சன் இல்லை... போட்டோ எடுத்துக் கொண்டிருந்த வேறு யாரோ ஒரு போட்டோகிராபர்.

'தன் மனதில் வேறு மாதிரியான எண்ணங்கள் இல்லையென்றால், சகஜமாகத் தொழில் முறையில் புகைப்படம் எடுக்க வந்திருக்க வேண்டியது தானே? ஏன் வரவில்லை? அப்படியானால் அவர் மனதில்...'

ச்சே! இதென்ன நினைப்பு? மணவறையில் இன்னும் சில நிமிடங்களில் தாலி கட்டிக்கொள்ளப் போகிற சூழ்நிலையில் சுதர்சனைப் பற்றி நினைப்பது நியாயமா?

ஒரு எண்ணம் என்பது - நியாயம், அநியாயம் யோசித்து மனதில் வருவதில்லை. அது இயல்பாக வருவது... வந்த பிறகு நியாயமா, அநியாயமா என்று யோசிப்பது மற்றொரு எண்ணம்.

ஒரு பெரிய தட்டில் மஞ்சள் பூசிய தேங்காய்மேல் வைக்கப்பட்ட புதுத் தாலியை புரோகிதர் தட்டோடு கே.கே.ஆரிடம் கொடுத்து, பெரியவங்ககிட்ட கொடுத்து "ஆசீர்வாதம் வாங்கிட்டு வந்துடுங்க" என்றார்.

கே.கே.ஆர். மேடையில் அமர வைக்கப்பட்டிருந்த கட்சித் தலைவர் மற்றும் முக்கிய பிரமுகர்களிடம் தானே எடுத்துச் சென்று பவ்யமாக வளைந்து நீட்டினார்.

இரண்டு நிமிடத்தில் தாலித் தட்டு மீண்டும் புரோகிதரிடம் திரும்பியது. தாலியைக் கையில் எடுத்துக் கொண்ட அவர், மந்திரங்களைச் சொல்லியபடி நாதன் கையில் கொடுத்துவிட்டு, நாதஸ்வர கோஷ்டி பக்கம் 'சகல வாத்தியம்' என்று குரல் கொடுத்துவிட்டு, "மாங்கல்யம் தந்துனானே..." என்று திருமண மந்திரங்களைத் துவங்கும்போது, கண்மணிக்கு உணர்ச்சிகளின் அலை மோதல்களில் கட்டுப்பாட்டையும் மீறி அழுகை வந்தது.

எல்லா திசைகளிலிருந்தும் அட்சதைகள் வந்து விழ, வீடியோ காமிரா விர்ர்ரென்று ஓட, இரண்டு காமிராக்கள் பளீர், பளீரென்று மின்னலடிக்க, நாதன் கண்மணிக்குத் தாலி கட்டினான்.

மணவறையைச் சுற்றி வந்ததும் அவர்களைத் தலைவரிடம் அழைத்து வந்தார் கே.கே.ஆர்...! தலைவர் மாலைகளை எடுத்துக் கொடுக்க, இருவரும் மாலைகளை மாற்றிக்கொண்ட பிறகு, அவர் கால்களில் விழுந்து ஆசீர்வாதம் வாங்கிக்கொண்டார்கள். தலைவர் பரிசுப் பொருளாக இரண்டு பேருக்கும் மோதிரங்களை வெல்வெட் பெட்டியில் வைத்துக் கொடுத்தார்.

அதற்குப் பிறகு வாழ்த்துரை துவங்கியது.

தலைவர், "மணமக்களை நீடுழி வாழவேண்டும்" என்று ஒரே வரியில் வாழ்த்துச் செய்தியை முடித்துக் கொண்டு, "இந்த அருமையான சந்தர்ப்பத்தில் நான் ஒன்றைக் கூறிக்கொள்ள விரும்புகிறேன் என்று ஆளுங்கட்சியின் சமீபத்து ஊழல்களைப் பற்றிப் பேசத் துவங்கினார்."

மேடையின் ஓரத்தில் நின்றிருந்த கண்மணியின் அம்மா, கன்னத்தில் காய்ந்த கண்ணீர்க் கோடுகளுடன் மேடையில் தலைகுனிந்து அமர்ந்திருக்கும் தன் மகளையே பார்த்துக் கொண்டிருந்தாள்.

அவளுக்குள் துக்கம் ஒரு பந்தாக உருண்டு கொண்டிருந்தது.

'என் மகளுக்குக் கழுத்தில் தாலி ஏறும்போது பூரிப்படைய வேண்டிய நான் வேதனையைத்தான் அனுபவித்தேன். கண்மணி, இந்தத் திருமணத்தில் எள்ளளவும் எனக்குச் சம்மதமில்லைதான். என்னைப் போல இன்னொரு வாயில்லாப் பூச்சியாக உன்னை உருவாக்குவதில் விருப்பமில்லை தான். ஆனால், என்ன செய்வேன்? தெரிந்தே உணர்ந்தே உனக்குப் பிடிக்காத ஒரு வாழ்க்கையை உன்மேல் திணிப்பதில் என் பங்கும் இருந்துவிட்டது. என் மௌனத்தின் காரணமாக என்னை மன்னித்து விடு கண்மணி.'

முந்தானை முனையால் தன் கண்களைத் துடைத்துக் கொண்ட அவள் தோளைத் தொட்டு உறவுக்காரப் பெண் சொன்னாள்... "உள்ளூர்லதானே கொடுத்திருக்கீங்க... நினச்சதும் போய்ப் பார்த்துக்கலாம். எதுக்காக நீங்க இவ்வளவு தூரம் கலங்கறீங்க..."

கண்மணியின் அம்மா வெறுமையாகச் சிரித்துக் கொண்டாள்.

சாந்தி முகூர்த்தத்துக்காக அந்த அறை பிரமாதமாக அலங்கரிக்கரிக்கப்பட்டிருந்தது. கட்டிலைச் சுற்றிலும் தொங்கவிடப்பட்ட பூச்சரங்கள் நிரப்பின மணம் போதாதென்று, ஒரு கட்டு ஊதுபத்திகள் புகைந்து, கண்மணியின் நாசியைத் திக்குமுக்காட வைத்துக் கொண்டிருக்க...

சார்த்தப்பட்ட கதவருகிலேயே நடுக்கத்துடன் நின்று கொண்டிருந்தாள். நெஞ்சுக் கூட்டுக்குள் ஆயிரம் பறவைகள் படபடவென்று இறக்கையடிப்பது போல ஒரு பதட்ட உணர்விருந்தது.

கட்டிலில் உட்கார்ந்திருந்த நாதன் அவளையே பார்த்துக் கொண்டிருந்தான்.

“கண்மணி! எவ்வளவு நேரம் தான் அங்கேயே நின்னுக்கிட்டிருப்பே? வா! நேரமாகுதில்ல?”

கைகளின் நடுக்கத்தில் பிடித்திருந்த பால் சொம்பின் மேல் கவிழ்த்திருந்த டம்ளர் கிடுகிடுத்தது. மெதுவாக நடந்து வந்து அதை மேஜையின் மேல் வைத்து விட்டுத் திரும்ப...

நாதன் ஒரு சிகரெட்டை எடுத்துப் பற்ற வைத்தான். சிகரெட்டை இடது கைக்கு மாற்றிக்கொண்டு, வலது கையால் அவள் கையைப் பிடித்தான். கையை விடுவித்துக்கொள்ள முயன்றாள்.

“இப்ப நான் உனக்குத் தாலி கட்டின புருஷன் கண்மணி. இனிமேல் நீ எந்த பிகுவும் பண்ணிக்க முடியாது. கிட்ட வா” என்று இழுத்தான். முரட்டுத்தனமான அந்த இழுப்பில் நிலை தடுமாறி அவன் மேல் சரிந்து, புகையும் சிகரெட்டின் நெருப்பைத் தன் இடுப்பில் பட்டுக் கொண்டு, எரிச்சல் தாங்காமல் ‘ஆ’ என்றாள்.

“சுட்டுடுச்சா? தடவிக் கொடுத்தா சரியாப் போயிடும்” என்று அவள் இடுப்பில் கை வைத்தான்.

சட்டென்று இரண்டடி விலகி நின்று அவனைப் பார்த்தாள் கண்மணி.

"கொஞ்சம் இருங்க... நான் உங்ககிட்டே கொஞ்சம் பேசணும்" என்றாள்.

ஒரு கருத்து சேகரிப்பில்...

காதலில் தோல்வியுற்ற இளைஞர்கள் தாடி வளர்ப்பது கோழைத்தனமானது! முட்டாள்தனமானது! அர்த்தமற்றது! அதை நான் வன்மையாகக் கண்டிக்கிறேன்.

ஏ. சீனு, உரிமையாளர், பாரத் சலூன்.

***

20

அத்தியாயம்

தன்னை விட்டு விலகி நின்ற கண்மணியை உற்றுப் பார்த்தான் நாதன். சாம்பலைத் தட்டிவிட்டு சிகிரெட்டை ஒரு தரம் இழுத்துக் கொண்டான்.

"பேசணுமா? என்ன பேசணும்? ஜாலியாப்பேசறதுக் கூப்பிட்டப்பல்லாம் பிகு பண்ணிக்கிட்டே பேச்சுக்கு அவசியமே இல்லாத இந்த இடத்தில வந்து பேசணுங்கறியே! உன்னை முதல்ல பார்த்த நிமிஷத்திலேர்ந்து இந்தச் சந்தர்ப்பத்துக்காக எப்போ, எப்போன்னு ஏங்கிட்டிருந்தேன்... உன் அழகும், கடைஞ்செடுத்த மாதிரி இருக்கற உன் உடம்பும் என்னைப் பாடாய்ப்படுத்திடுச்சு. பேச வேண்டியதெல்லாம் அப்புறம் பேசிக்கலாம் கண்மணி. முதல்ல கிட்டே வா. இப்போ நம்மைத் தனியா எதுக்காக இங்கே விட்டிருக்காங்களோ, அந்தக் காரியத்தைக் கவனிக்கலாம்" என்று கண்ணடித்து, இரண்டு கைகளையும் விரித்து, தலையசைப்பால் அவளை அழைத்த நாதனின் கண்களில் காமம் நிரம்பியிருந்தது.

கண்மணிக்கு அவனைப் பார்க்கவே உதறலாக இருந்தது. வியர்க்கத் துவங்கியது. எச்சில் விழுங்கினாள்.

மனதுக்குக் கொஞ்சமும் பிடிக்காத இவருடன் எப்படி? தாலி கட்டிக் கொண்ட ஒரே காரணத்துக்காகச் சம்மதிப்பது எப்படி? மனம் ஒன்று வேண்டாமா?

“பட்டுப் புடவை கசங்கிடும் கண்மணி. அவுத்துட்டு சாதாப் புடவை கட்டிக்கோ. சொல்லித் தரலையா?”

நாதன் கட்டிலை விட்டு எழுந்தான். சின்னதாகிப் போன சிகரெட்டிலிருந்து அவசர அவசரமாக இரண்டு மூன்று முறை புகை உறிஞ்சி விட்டு, அதைக் கீழேபோட்டு மிதித்துவிட்டு அவளருகில் வந்தான்.

“என்ன இப்படி நடுங்கறே கண்மணி?”

“எனக்கு... எனக்குப் பயமா இருக்கு.”

“இதில பயப்பட என்ன இருக்கு? சந்தோஷமான விஷயம் தானே?”

“இன்னிக்கு வேணாங்க. ப்ளீஸ்...”

“அது சரி... நாள், நட்சத்திரம் எல்லாம் பார்த்து இன்னிக்குன்னு வெச்சிகிக்குறாங்க, வேணாம்னா எப்படி? எதுல பிடிவாதம் பிடிக்கிறதுன்னு இல்லை?” பேசிக் கொண்டிருந்தவன் சட்டென்று அவளை முரட்டுத்தனமாக அணைத்து, அதே வேகத்தில் முத்தமிட்டான்.

கண்மணி விலகவோ, திமிறவோ சந்தர்ப்பம் தராமல் அவளை அப்படியே தூக்கிக் கட்டில் மேல் கிடத்தித் தன் இரையின்மேல் பாயும் வேட்டை வேங்கையின் வேகத்துடன் பாய்ந்தான்.

கண்மணிக்கு எலும்புகள் உடைந்து விடும் போலிருந்தது. மூச்சுவிடத் தவித்தாள். வலுக்கட்டாயமாகத் தன்னை அவனிடமிருந்து பிடுங்கிக்கொண்டு நகர்ந்து கட்டிலை விட்டு இறங்கி அவனைப் பார்த்து இரண்டு கைகளையும் கூப்பிக் கெஞ்சலாகப் பார்த்தாள்.

வெறியோடு இருந்த நாதன் அவளை மூச்சு வாங்கப் பார்த்தான்.

"கண்மணி!" - அதட்டலாக வந்தது குரல். "என்ன ஆச்சு உனக்கு?"

"கொஞ்சம் நான் சொல்றதைப் பொறுமையாக் கேளுங்க" என்றாள் ஒரு சின்ன விம்மலுடன்.

"என்ன சொல்லணும் உனக்கு? சொல்லித் தொலை சீக்கிரம்."

"இதோ பாருங்க... நீங்க எனக்குத் தாலி கட்டியிருக்கீங்க. நான் உங்க பொண்டாட்டி ஆயிட்டேன். என்கிட்டே உங்களுக்கு எல்லா உரிமையும் இருக்கு. ஆனா, என் மனசுல உள்ளதை அப்படியே சொல்றேன். கோபப்படாம பொறுமையா கேளுங்க."

அடிக் கண்களால் அவளைப் பார்த்த நாதன் கட்டில் மேல் தூவப்பட்டிருந்த மலர்களில் ஒரு கை அள்ளி இந்தக் கையிலிருந்து அந்தக் கைக்கு மாற்றியபடி "ம்... சொல்லு" என்றான்.

"கல்யாணத்தைப் பொறுத்தவரைக்கும் ஒவ்வொருத்தர் மனசுலயும் ஆயிரம் கற்பனைகள் இருக்கும். என்னைப் பார்த்ததும் உங்களுக்குப் பிடிச்சிப் போய் மனசுல கற்பனைகளை வளர்த்துக் கிட்டதால எங்கப்பாகிட்டே வந்து பொண்ணு கேட்டிங்க. எங்கப்பாவும் என்னோட சம்மதத்தைக் கேக்காமலேயே சரின்னு சொல்லிட்டார். என் மனசில இருந்த கற்பனைகளும், எதிர்பார்ப்புகளும் வேற. எங்கப்பா அடிதடி அரசியல்ல ஈடுபடறதையே வெறுக்கறவ நான். இந்தக் கல்யாணத்துக்கு நான் சம்மதிக்கலை. எங்கப்பா என்னை வற்புறுத்தினார். நான் சம்மதிக்கலைன்னா எங்கம்மாவோட உயிரை எடுத்துடுவேன்னு மிரட்டினார். சொன்னா செய்யக் கூடியவர் அவர். அதனாலதான் எனக்கு விருப்பம் இல்லைன்னாலும் வேற வழியில்லாம இந்தக் கல்யாணத்துக்கு நான் சம்மதிச்சேன்."

குரலடைக்க... கண்மணி சொல்லிக் கொண்டிருக்க, நாதனின் கண்கள் சிவப்பேறிக் கொண்டிருந்தன.

"அப்புறம்..?"

"எனக்கு இஷ்டமோ, இல்லையோ இது தான் என் வாழ்க்கைன்னு விதிக்கப்பட்டுடுச்சு. அதை நான் உணராம இல்லை. ஆனா, இந்தக் கல்யாணத்தை என் மனசு இன்னும் ஜீரணிக்கலை. மணமேடையில் ஒரு பொணம் மாதிரி தான் நான் உக்காந்திருந்தேன். இதுல உங்க மேல எந்தத் தப்பும் இல்லைங்க. 'தாலிகட்டிக்கிட்டாலும் உங்களோட வாழ மாட்டேன்'னு குதர்க்கம் பேச விரும்பலை. நான் உங்களோட வாழ்ந்துதான் ஆகணும். அதுதான் விதி. அதை ஏத்துக்கிட்டுதான் ஆகணும். ஆனா, நான் கேக்கறதெல்லாம் கொஞ்சம் அவகாசம்... நடந்து முடிஞ்ச அதிர்ச்சி எனக்குள்ள விலகறதுக்குக் கொஞ்சம் டைம் கொடுங்க. உங்களோட பேசி, பழகி கொஞ்சம் கொஞ்சமா உங்களை என் மனசுல கணவனா பதிய வெச்சுக்க விரும்பறேன். அதுக்கப்புறம் இதெல்லாம் வெச்சுக்கலாங்க."

நாதன் தன் கட்டை விரல் நகத்தைக் கடித்துத்துப்பிய படி, கோபமாக அவளைப் பார்த்தபடி சில விநாடிகள் இருந்தான்.

"என்ன சொன்னே? வேற வழியில்லாம என்னைக் கல்யாணம் பண்ணிக்கிட்டியா? நான் என்ன அத்தனை விகாரமாவா தெரியறேன்? இல்லை உன் மனசுல பெரிய உலக அழகின்னு நெனைப்பா? கொஞ்சம் மூக்கும் முழியுமா, செவப்புத் தோலா இருந்துட்டா மமதை மண்டையில ஏறிக்குமா? என்னடி குறைச்சல் எனக்கு! ம்... ஊர்ல எனக்கு என்ன மரியாதை தெரியுமா? என்னைப் பார்த்துட்டு எத்தனை பேர் தோள் துண்டை எடுத்து இடுப்புல கட்டுவான் தெரியுமா? கட்சியில எனக்கு என்ன பேர் தெரியுமா? 'இடிமுழக்கம்' நாதன்டி. என்னோட பேச்சைக் கேட்டிருக்கியா நீ? என் செல்வாக்கு தெரியுமா உனக்கு? வர்ற எலக்ஷன்ல காண்டிடேட் மந்திரிசபை அமைக்கிறப்ப எனக்கு ஒரு இலாகா உண்டு. ஒரு மந்திரிக்குப் பொண்டாட்டியா வர்றதுக்குக் கொடுத்து வெச்சிருக்கணும். நீ என்னடான்னா, என்னைப் புருஷனா மனசுல ஏத்துக்கறதுக்கு அவகாசம் கேக்கறே. எனக்கு வர்ற கோபத்துக்கு ...ம், தொட்டுத் தாலி கட்டிட்டனேன்னு பார்க்கறேன். வாடி இங்கே!"

நாதன் சொன்ன ஒவ்வொரு சொல்லும் அவளுக்குள் அமிலமாக இறங்கிக் கொண்டிருக்க, படபடக்கும் இதயத்துடன் மெதுவாக அவனருகில் வந்து நின்றாள்.

“நான் யாரு இப்போ?” என்றான்.

பேசாமல் நின்றாள்.

“சொல்லு. நான் யாரு? உனக்கு என்ன வேணும்?”

“பு... புருஷன்” என்றாள் நடுங்கியபடி.

“அதுல எந்த சந்தேகமும் இல்லையே? சொல்லு...” அதட்டினான்.

“இல்லை.”

“ஒரு பொண்டாட்டிகிட்ட புருஷனுக்கு எல்லா உரிமையும் இருக்குதில்லே?”

“இ... இருக்கு”

“அப்படின்னா கட்டில்ல உக்காரு... உக்காரு!”

தயக்கத்துடன் அமர்ந்த அவள் புடவையின் முந்தானையைச் சட்டென்று விலக்கிய நாதன், “நான் உன் புருஷங்கிறதை முதல்ல உடம்புல ஏத்துக்கோ மனசு தானா ஏத்துக்கும்” என்றான். முரட்டுத்தனமாக அவளைத் தள்ளிவிட்டுக் கவிழ்ந்தான்.

கண்மணியின் எதிர்ப்பு உறைந்து போக எந்தச் சிணுங்கலும் விலகலும் இல்லாமல் கழுகின் கால்களில், சிக்கி, போராட்டம் தீர்ந்து போய் உயிரை விட்ட ஒரு கோழிக் குஞ்சாகச் சலனமின்றிக் கிடந்தாள்.

கழுகு எதைப் பற்றியும் கவலைப்படாமல் தன் நோக்கத்தில் தீவிரமாய் இருந்தது.

ஊதுபத்தியின் முனையில் ரொம்ப நேரமாகச் சேர்ந்திருந்த சாம்பல் பிடிப்பில்லாமல் உதிர்ந்தது.

சன்னமான குறட்டை ஒலியோடு நாதன் உறங்கிக் கொண்டிருக்க, கட்டிலில் முழங்கால்களைக் கட்டிக் கொண்டு அமர்ந்திருந்த கண்மணி, தன் விசும்பல் ஒலி கேட்டுவிடக் கூடாதென்று அடக்கியபடி. அழுது கொண்டிருந்தாள்.

'எவ்வளவு இனிமையாக, மென்மையாக நடந்திருக்க வேண்டிய ஒரு ஆரம்பம்.'

என் நிலைமையைத் தெளிவாகத்தானே விளக்கினேன்? அதைக் கொஞ்சம் கூடப் புரிந்து கொள்ள முயற்சிக்காமல், அனுசரணையாகப் பேசாமல் வார்த்தைகளை முள்ளாய்க் கொட்டி, முரட்டுத்தனமாக நடந்து கொண்டு...

ஐயோ! இவரோடு என் வாழ்நாள் முழுவதையும் எப்படி நகர்த்தப் போகிறேன்? பார்த்தாலே பிடிக்கவில்லையே. பேசினாலே பயமாய் இருக்கிறதே. தொட்டால் வெறுப்பாய் தானே இருக்கிறது.

'எனக்கு அமையப் போகிற வாழ்க்கை பற்றி எப்படியெல்லாம் சிந்தித்து வைத்திருந்தேன். இவரோடு இனி ஒவ்வொரு தினமும் நரகமாய்தான் நகரப்போகிறது'.

அருகில் உறங்கிக் கொண்டிருந்த நாதனை ஒரு தரம் பார்த்தாள். ஆத்திரமும், அழுகையும் மேலும் அதிகரித்தது. முகம் கவிழ்த்து விம்மினாள்.

நாதன் குளித்து, வேறு உடை உடுத்திக் கொண்டு மாமனார் வீட்டின் டைனிங் மேஜையில் வந்து உட்கார்ந்தான். சமையலறையிலிருந்த கண்மணி கையில் இருந்த வளையல்களை நிமிண்டியபடி நின்றிருந்தாள்.

உறவுப் பெண்கள் சிலர் அவளைக் கிண்டலடித்துக் கொண்டிருக்க, எந்த உணர்ச்சிகளையும் வெளியே காட்டாமல் ஒப்புக்குப் புன்னகைத்துக் கொண்டிருந்தாள்.

அதிகாலையில் எழுந்து அறையை விட்டு வந்து தன் அம்மாவை மட்டும் தனியாக அழைத்துச் சென்று நடந்ததைச் சொல்லி அவள் தோளில் சாய்ந்து குமுறிய போது, அவள் அம்மா சொன்னது நினைவுக்கு வந்தது.

“கண்மணி, புருஷன்னு ஆயாச்சு. இனிமே பொங்கி அழறதை நிறுத்திக்கோ. நல்ல நிலத்தில விவசாயம் பார்க்கறதில என்ன சாமர்த்தியம் இருக்கு? தரிசாக் கிடக்கிற ஒரு பாறை பூமியில் பாடுபட்டு விவசாயம் பார்த்துப் பலன் காட்டினா அதுதான் சாமர்த்தியம். விருப்பமில்லாம இந்தக் கல்யாணத்துக்குச் சம்மதிச்சதா நீ சொன்னதுக்கு இன்னொரு ஆம்பளையா இருந்தா நாலு அறை அறைஞ்சி, கழுத்தைப் பிடிச்சு வெளில தள்ளி அந்த நிமிஷமே உன்னைத் தள்ளி வெச்சிருப்பான். அப்படிச் செய்யலை அவர். உன் மேல அந்த அளவுக்கு மோகம் இருக்குன்னு அர்த்தம். இதை நீ உன் பலமா... எடுத்துக்கணும் கண்மணி. மனசுக்குப் பிடிச்ச புருஷன் அமையலைன்னு வருத்தப்படறதை விட்டுட்டு, அமைஞ்ச புருஷனை மனசுக்குப் பிடிச்சவனா மாத்திக்கிறது எப்படின்னு யோசிக்கிறது புத்திசாலித்தனம். அந்த மாதிரி புருஷனை மாத்தற பக்குவம் எனக்கில்லாம நான் முட்டாளாவே இருந்துட்டேன். நீயும் அப்படி இருக்கப் போறியா? நீ படிச்சவ. விவரம் தெரிஞ்சவ. நீ முட்டாளா நடந்துக்கப் போறியா, இல்லை புத்திசாலியா நடந்துக்கப் போறியான்னு நீயே தீர்மானிச்சுக்கோ!”

அம்மா சொன்ன ஒவ்வொரு வார்த்தையிலும் அர்த்தமிருப்பதாக உணரத் துவங்கினாள் கண்மணி. ‘நான் முட்டாளா, புத்திசாலியா?’

“கண்மணி, மாப்பிள்ளை சட்னி கேக்கறார். போய் பரிமாறு” என்று அவள் கையில் சட்னி பாத்திரத்தைக் கொடுத்தாள் அம்மா.

நாதன் மட்டும் அமர்ந்து சாப்பிட்டுக் கொண்டிருக்க மெதுவாக அருகில் வந்து நிமிராமல் இலை பார்த்துப் பரிமாறினாள்.

“கொஞ்சம் முரட்டுத்தனமா நடந்துக்கிட்டேனா கண்மணி?” என்று மிகவும் பதவிசான குரலில் சன்னமாகக் கேட்ட நாதனை நிமிர்ந்து பார்த்தாள்.

உணர்கிற தன்மை இவரிடம் இருக்கிறதா? இப்படி மென்மையாகப் பேசக்கூட இவருக்குத் தெரியுமா? அம்மா சொன்னதுபோல இவரை என் சாமர்த்தியத்தால் எனக்குப் பிடித்தபடி மாற்ற முடியுமா?

“ஒண்ணும் கோபம் இல்லையே? இருந்தா துடைச்சிப் போட்டுடு. என்ன?” என்ற நாதன் எழுந்து கை கழுவி விட்டு, துண்டில் துடைத்துவிட்டு ஹாலுக்கு வர...

கே.கே.ஆர். முன்பாக நின்றிருந்த நான்கைந்து கட்சி இளைஞர்கள், “அதோ அண்ணன் வந்துட்டாரு” என்று நாதனிடம் வேகமாக வந்தார்கள்.

“அண்ணே, நேத்து நம்ம தலைவரை வெச்சு ஏத்தின நம்ம கட்சிக் கொடிக்கம்பத்தை நேத்து ராத்திரி, ஆக்ஸா பிளேடு வெச்சு அறுத்து சாய்ச்சுப் போட்டுட்டாண்ணே அந்த பூபதி” என்றான் ஒருவன் பதைப்பாக.

நாதனுக்குச் சுறுசுறுவென்று கோபம் உச்சந்தலைக்கு ஏற, வேட்டியை மடித்து கட்டிக்கொண்டு, “எங்கடா அருவா?” என்று காட்டுக் கத்தலாகக் கத்த பார்த்துக் கொண்டிருந்த கண்மணி உட்பட அத்தனை பேரும் அதிர்ந்து போனார்கள்!

கடற்கரையில் ஒரு காதலி:

“ரவி, நான் உங்களைக் காதலிச்சது உண்மை. நம்ம காதல் பரிசுத்தமானது. ஆனா, எங்கப்பா பார்த்திருக்கிற அமெரிக்கா இன்ஜினீயர் மாப்பிள்ளையைக் கட்டிக்க ஏன் சம்மதம் சொன்னேன் தெரியுமா? இந்த துரோகம் உங்க மனசில ஒரு வெறியை ஏற்படுத்தி பெரிய பணக்காரரா உங்களை உருவாக்கும் அதுக்காகத்தான்!”

***

21

அத்தியாயம்

நாதன் முழுவெறியில் இருந்தான். கொடிக்கம்பம் அறுக்கப்பட்ட செய்தியை அவனுக்குச் சொல்ல வந்த இளைஞர்களோ, அவனைவிடத் துடிப்பாக இருந்தார்கள்.

நாதன் வேட்டியை மடக்கிக் கட்டி, “எங்கடா அருவா...?” என்றதும், ஒருவன் தன் முதுகோடு முதுகாகச் செருகி வைத்திருந்த நீளமான வீச்சரிவாளை எடுத்து நீட்டினான்.

அதை வாங்கிக் கொண்டு நாதன் வீட்டு வாசலுக்கு ஓட்டத்தில் விரைய, கே.கே.ஆரும். கண்மணியும் மற்றவர்களும் பின்னாலேயே ஓடி வந்தார்கள்.

நாதனின் கையைப் பிடித்திழுத்து நிறுத்தினார் கே.கே.ஆர்.

“மாப்பிள்ளை, விடுங்க. இந்த விவகாரத்தை நான் பார்த்துக்கறேன். நம்ம ஆளுங்களை அனுப்பிக் கவனிச்சுக்கலாம். நீங்க போக வேணாம்...” என்றார்.

“கையை விடுங்க மாமா... இது தன்மானப் பிரச்னை. அந்த பூபதி என்னோட மோதறது இது

முதல் தடவை இல்லை. சவால்விட்டுச் செஞ்சிருக்கான். கம்பத்துல கொடி ஏறினா. கம்பம் அங்கே இருக்காதுன்னு மிரட்டினான். மிரட்டின மாதிரி செஞ்சிட்டான். பதிலுக்கு நான் என்ன சொன்னேனோ, அதைச் செஞ்சிடலைன்னா, என் மூஞ்சியில் இவ்வளவு பெரிய மீசை வெச்சிருக்கிறதுக்கு அர்த்தமே இல்லை மாமா. விடுங்க நீங்க...” திமிறிக்கொண்டு தன்னை விடுவித்துக் கொண்டான் நாதன்.

அவனை அழைக்க வந்த இளைஞர்கள் தயாராக அந்த மாருதி வேனைக் கொண்டு வந்து நிறுத்திக் கதவைத் திறந்து வைக்க, நாதன் அந்த வீச்சரிவாளுடன் ஓடிச் சென்று ஏறிக்கொண்டு, “வண்டியை எடுங்கடா!” என்றான் ஆவேசமாக.

வேன் சீறலுடன் புறப்பட்டது.

கே.கே.ஆரின் அருகில் வந்த ஒருவர், “என்னங்க... விட்டுட்டீங்களே... அவர் போற வேகம் சரியில்லைங்க. ஏதாவது ஒண்ணு கெடக்க ஒண்ணு ஆயிடுச்சுன்னா?” என்றார்.

கே.கே.ஆர். திரும்பிப் பதைபதைப்போடு நின்றிருந்த கண்மணியிடம், “நீ உள்ளே போம்மா... மாப்பிள்ளை இப்ப வந்துடுவாரு...” என்று சொல்லிவிட்டு இவரிடம், “என் மாப்பிள்ளை சூரன்யா. வாங்கிட்டு வர்ற ரகமில்லை. கொடுத்துவிட்டு வர்ற ரகம். நேத்து தலைவர் கையால ஏத்தின கொடிக்கம்பத்தை அறுத்துப் போடறதுன்னா, அது எவ்வளவு பெரிய அவமானம். இதுக்கு எப்படிய்யா பதிலடி கொடுக்காம இருக்க முடியும்?” என்றார்...

“அதெல்லாம் சரிங்க. அந்த பூபதி ஒண்ணும் சாதாரண ஆளில்லைங்க. ஆளுங்கட்சி எம்.எல்.ஏ.வுக்கு ரொம்ப நெருக்கம். அவனுக்கும் ஒரு குரூப் இருக்கு. கம்பத்துல கைவெச்சா ரப்சர் வரும்னு தெரியாத ஆளா அவன்? வந்தா சமாளிக்கலாம்னு தயாராத்தான் இருப்பான்...”

கே.கே.ஆர். ஒரு விநாடி யோசித்து விட்டு, “நீ சொல்றது சரிதான். எடுய்யா, நம்ம வேனை... பந்தல்ல நிக்கிற நம்ம

ஆளுங்களை எல்லாம் ஏத்திக்கிட்டு வா. நானும் வர்றேன். மாப்பிள்ளைக்கு இப்போ ஃபுல் சப்போர்ட் வேணும்...” என்றார்.

சில நிமிடங்களில் கே.கே.ஆர். ஆயுதங்களுடன் கூடிய தனது ஆட்களோடு வேனில் புறப்பட்டுச் சென்றார்.

கலக்கத்துடன் பார்த்துக்கொண்டிருந்த கண்மணியின் தோளில் கைவைத்தாள் அம்மா.

“மனசைக் கல்லாக்கிக்கோ கண்மணி. உணர்ச்சி வசப்படாதே. தினமும் இப்படித்தான் இருக்கப்போவுது. பதட்டப்படாம இருக்கறதுக்கு உன் மனசைத் தயார் படுத்திக்கோ. வா, டிபன் சாப்பிடு...”

“எனக்கு எதுவும் வேணாம்மா...” என்று சொல்லி விட்டு, உள்ளே வந்து நாற்காலியில் அமர்ந்து கண்களை மூடிக்கொண்டு, தன் நெற்றியைப் பிடித்துக்கொண்டாள்.

மார்க்கெட் பகுதியில் மொத்த வியாபாரிகளின் மண்டிகளும், சில்லறை வியாபாரிகளின் கடைகளும் நெருக்கியடித்துக் கொண்டு வரிசையாய் இருந்தன. எக்கச்சக்கமான கூட்டமிருந்தது. லாரிகளிலிருந்து சரக்கு இறங்கிக் கொண்டிருந்தது. டயர்போட்ட மர வண்டிகளில் மூட்டைகள் ஏறிக்கொண்டிருந்தன. இடுப்பில் கைலி மட்டும் கட்டின கூலிக்காரர்களின் கறுப்பு உடம்புகளில் வியர்வை வழிந்து கொண்டிருந்தது.

அந்த வெங்காய மண்டியின் வாசலில் மலைபோல வெங்காயம் குவிந்து கிடக்க, சாக்கு மூட்டைகளில் அள்ளிப் பெரிய தராசில் எடைபோட்டு ஒரு பக்கமாக வைத்துக் கொண்டிருந்தார்கள்.

உள்ளே மூன்று மேஜைகளில் கணக்குப்பிள்ளைகள் அமர்ந்து பில் போட்டுக் கொண்டிருந்தார்கள். பெரிய மேஜையில் மூன்று டெலிபோன்கள் இருந்தன. மேஜையின் கண்ணாடிக்கடியில் ஏராளமான விசிட்டிங் கார்டுகள் செருக்கப்பட்டிருந்தன. வசதியான நாற்காலியில் பூபதி உட்கார்ந்து சிகரெட் பிடித்துக்

கொண்டிருந்தான். ஆளுங்கட்சியின் கரைபோட்ட வேட்டி கட்டியிருந்தான்.

அவன் தலைக்குமேல், இறந்துபோன கட்சித் தலைவர்களின் படங்களும் உயிரோடு இருக்கும் கட்சித் தலைவர்களின் படங்களும் பிரேம் போட்டு வரிசையாக மாட்டப்பட்டிருந்தன.

அருகில் நீளமான பெஞ்சில் கட்சி நபர்கள் ஐந்தாறு பேர் அமர்ந்து டீ குடித்துக்கொண்டு, பேப்பர் படித்துக் கொண்டிருந்தார்கள்.

பூபதி தன் தொடைகளை அசைத்தபடி "முந்தா நாள் அரியலூர்ல நான் பேசினதை அப்படியே போட்டிருக்காங்க. பார்த்தீங்களா... போட்டோதான் கொஞ்சம் இருட்டிடுச்சு..." என்று சொல்லிக் கொண்டிருக்கும்போது, மண்டி வாசலில் வந்து கிறீச்சிட்டு நின்றது வேன்.

அந்தச் சத்தத்தில் அனைவரும் திரும்பிப் பார்க்க, வேனிலிருந்து நாதனும் அவனுடைய நபர்களும் கையில் ஆயுதங்களுடன் திமுதிமுவென்று இறங்கினார்கள்.

நிலைமையைப் புரிந்துக் கொண்ட பூபதியின் ஆட்கள் அங்கங்கே தயாராய் வைத்திருந்த உருட்டுக்கட்டைகளையும் இரும்புக்கம்பிகளையும் எடுத்துக்கொண்டு இறங்கினார்கள்.

நாதன் தன்னைத் தடுக்க வந்த ஒருவனை மார்பில் காலால் உதைத்துத் தள்ளினான். நரம்புகள் புடைத்த கையில் வீச்சரிவாளைப் பிடித்திருந்த அவன் காட்டுக்கத்தலாக, "எங்கேடா உங்க பூபதி?" என்று கத்திக் கொண்டே உள்ளே பாய்ந்தான்.

கொஞ்ச நேரத்தில் அங்கே என்ன நடக்கிறது, யார் யாரை அடிக்கிறார்கள் என்று புரியாதபடி குழப்பமாக ரகளை துவங்கியது. நாதனின் நபர்களும் பூபதியின் நபர்களும் ஆக்ரோஷமாகத் தாக்கிக் கொண்டார்கள். வெங்காய மூட்டைகள் உருண்டன. வெங்காயம் சாலைவரை சிதறியோடின. சிலுங் சிலுங்... என்று கண்ணாடிகளும் டியூப் லைட்டுகளும் உடைந்தன. 'ஐயோ...

அம்மா...' என்று அலறினார்கள் அங்கங்கே சிந்தின ரத்தத்தை மிதித்துக்கொண்டு ஓடினார்கள்.

பூபதி நடுரோட்டில் ஓடிக்கொண்டிருக்க, நாதன் முழுவேகத்துடன் அவனைத் துரத்திக்கொண்டு ஓடினான். சாலையில் வாகனங்கள் ஸ்தம்பித்து நின்றன. அவற்றினூடே புகுந்து ஓடிக் கொண்டிருந்த பூபதியின் வேட்டி அவிழ்ந்து கொள்ள, அண்டர்வேருடன் பூபதி ஓடினான். நாதன் விடாமல் அவனைத் துரத்திக்கொண்டிருந்தான்.

தூரத்தில் போலீஸ் ஜீப்பின் சைரன் ஒலி கேட்கத் துவங்கியது.

அப்போது பூபதியின் செருப்பு திடீரென்று அறுந்து போக, அதில் பேலன்ஸ் தடுமாறித் தடுக்கிக் கீழே விழுந்து உருண்டு, மறுபடி எழ முயற்சிப்பதற்குள் அவனைச் சமீபித்து விட்டான் நாதன்.

எழ முயன்றவனின் வயிற்றில் உதைத்தான். "ஐயையோ..." என்று அலறிச் சுருண்டு விழுந்த பூபதியின் சட்டையைப் பிடித்துத் தூக்கி, அருகில் இருந்த ஒரு வண்டியில் சாய்த்து நிறுத்திய நாதனுக்கு மூச்சு வாங்கியது.

"இந்தக் கைதானே எங்க கம்பத்தை அறுத்தது...?" என்று பல்லைக் கடித்தபடி கேட்ட நாதன், தன் வீச்சரிவாளை உயர்த்தினான்.

கண்களில் திகில் நிறைய, "விட்டுடு... என்னை விட்டுடு..." என்று கெஞ்சத் துவங்கினான் பூபதி.

போலீஸ் ஜீப்பின் சைரன் ஒலி ரொம்ப அருகாமையில் கேட்டது.

தூர தூரமாக நின்று மக்கள் பயத்துடன் பார்த்துக் கொண்டிருக்க, பூபதியின் கெஞ்சலைப் பொருட்படுத்தாமல் நாதன் முழுவீச்சில் தன் அரிவாளை அவன் தோள்பட்டையை நோக்கி இறக்க...

திமிறிக்கொண்ட பூபதியின் கழுத்தில் வந்திறங்கியது வெட்டு!

பூபதி உச்சகுரலில் கத்தினான். ரொம்ப ஆழமாக இறங்கிய வெட்டால் பீய்ச்சியடித்தது ரத்தம்! பூபதி சரிந்து விழுந்தான். அவன் உடல் சில விநாடிகள் விலுக் விலுக்கென்று துடித்து அடங்கியது.

நாதன் இதை எதிர்பார்க்கவில்லை. பூபதியின் கையைத்தான் அவன் வெட்டக் குறிவைத்தான். இப்படியாகி அவன் இறந்தே போவானென்று கொஞ்சமும் நினைக்கவில்லை.

பிரமை பிடித்தவன் போல ரத்தம் சொட்டும் வீச்சரிவாளுடன், சட்டையெல்லாம் ரத்தப்புள்ளிகளுடன் நின்றிருந்த நாதனிடம் அவனுடைய ஆட்கள் இரண்டு பேர் ஓடி வந்தார்கள்.

“போலீஸ் வந்திடுச்சிண்ணே... வாங்க, ஓடிடலாம்...”

நிலைமையை உணர்ந்து ஓடுவதற்காக நாதன் திரும்பியபோது, கையில் துப்பாக்கியுடன் அவனை நோக்கி ஓடிவந்தார் இன்ஸ்பெக்டர் சிகாமணி.

“நகர்ந்தா சுட்டுடுவேன், நில்லு!” பத்து பதினைந்து போலீஸ்காரர்கள் அங்கங்கே ஓடிக் கொண்டிருந்த நாதனின் ஆட்களைத் துரத்திப் பிடிக்கத் துவங்க... சிகாமணியின் எச்சரிக்கையை அலட்சியப்படுத்தி ஓடத் துவங்கிய நாதனை, அவனைவிட வேகமாக ஓடி வந்து அவன் சட்டையின் முதுகுபுற காலரைப் பிடித்து இழுத்து நிறுத்திய இன்ஸ்பெக்டர், அதே வேகத்தில் அவனுடைய இடது கையைப் பின்புறம் முறுக்கிப் பிடித்தார்.

இரண்டு கான்ஸ்டபிள்கள் ஓடிவந்து, நாதனின் கைகளில் விலங்கைப் பூட்டி, துணி சுற்றி அந்த வீச்சரிவாளை எடுத்துக்கொண்டார்கள்.

பதட்டத்தோடு வீட்டுக்குள் நுழைந்த கே.கே.ஆர். நேராக டெலிபோனை நோக்கிச் சென்றார். மனைவி அவசரமாக அவரிடம் சென்று, “என்னங்க... என்ன ஆச்சு? மாப்பிள்ளை எங்கங்க?” என்றாள்.

“இருடி!” என்று அதட்டலாகக் கத்திவிட்டு, டெலிபோனில் எண்களைக் சுழற்றினார். மறுமுனையில் எடுக்கப்படும் முன்பாக, நெற்றி வியர்வையைத் துண்டால் ஒற்றிக்கொண்டார்.

“ஹலோ. நான் திருச்சிலேர்ந்து கே.கே.ஆர். பேசறேன், தலைவர் இருக்காரா? உடனே நான் பேசணும். மேட்டர் ரொம்ப அர்ஜண்ட். சரி, லைன்ல இருக்கேன்...” என்று காத்திருந்தார்.

சில விநாடிகளுக்குப் பிறகு “வணக்கம் தலைவரே, இங்கே ஒரு பெரிய பிரச்னையாயிடுச்சு. நம்ம வீட்டுக் கல்யாணத்துக்கு வந்துட்டு நீங்க கொடியேத்தி வெச்சீங்க பாருங்க... அந்தக் கம்பத்தை நேத்து ராத்திரி ஆளுங்கட்சி பார்ட்டி ஒண்ணு அறுத்துப் போட்டுடுச்சு. கடுப்பாகி நியாயம் கேக்கலாம்னு நம்ம நாதன் தம்பி, ஆளுங்களோட போனப்போ அவங்க ஆளுங்க தாக்கிட்டாங்க. உயிரைக் காப்பாத்திக்க இவங்க போராட வேண்டியதாப் போச்சு. அதுல எம்.எல்.ஏ.வுக்கு வேண்டிய ஆள் பூபதின்னு... அவன் கழுத்துல எக்குத்தப்பா வெட்டு வாங்கி விழுந்து உசுரை விட்டுட்டான். நம்ம நாதன் தம்பியை அரெஸ்ட் பண்ணி வெச்சிருக்காங்க. நான் இங்கே டி.ஐ.ஜி. வரைக்கும் பேசிப் பார்த்துட்டேன். செத்தது ஆளுங்கட்சியோட ஆளுங்கிறதால, அவங்க பிரஷர் அதிகமா இருக்கு. அதான் எனக்குக் கையும் ஓடலை... காலும் ஓடலை. நீங்க தலையிட்டால் பரவாயில்லை தலைவரே... நம்ம மாப்பிள்ளை மேல் கேஸ் போட்டா, இங்கே அநியாயத்துக்குப் பயங்கரக் கலவரம் ஏற்படும் தலைவரே... நம்மாளுங்க எல்லாம் கொதிச்சுப் போயிருக்காங்க. நான் அடக்கி வெச்சிருக்கேன். நாதனை விடலைன்னா எதிர்தரப்புல பத்துப் பேரையாவது வெட்டிச் சாய்ச்சிடுவானுங்க நம்ம பசங்க... மேலிடத்துல பேசுங்க தலைவரே... உங்க போனுக்காக வெயிட் பண்றேன்...” என்று பேசி வைத்துவிட்டுத் திரும்பினார்.

சற்றுத் தள்ளி நின்றிருந்த கண்மணி, அவரையே பார்த்துக் கொண்டிருந்தாள் இமைக்காமல்.

அவளருகில் வந்த கே.கே.ஆர். “கண்மணி, நீ ஒண்ணும் கவலைப்பட்டுக்காதே... மாப்பிள்ளையை வெளில

கொண்டாந்துட்டுத்தான் நான் தூங்குவேன்..." என்றவரால், அவள் கண்களை நேராகச் சந்திக்க முடியவில்லை.

அவளுடைய மௌனப் பார்வையில் ஆயிரம் கேள்விகள் பொதிந்திருப்பதாக உணர்ந்த அவர், சட்டென்று அங்கிருந்து விலகி நடக்க...

"நில்லுங்கப்பா!" என்றாள் கண்மணி.

இலக்கியக் கூட்டத்தில் ஒரு கவிஞர்:

ஒரு காலத்தில் அம்மாவுக்கு நாலு வரியில் கடிதம் எழுதவே அடுத்தவரின் உதவியை நாடிய நான், கவிஞன் ஆனதற்குக் காரணம் என்னவள் கொடுத்த காதல் தோல்வி. ஆகவே நீங்கள் கவிஞராக வேண்டுமா? முதலில் காதலியுங்கள். பிறகு எப்படியாவது கஷ்டப்பட்டு காதலில் தோற்று விடுங்கள்...

***

22
அத்தியாயம்

“என்னம்மா!” என்றார் கே.கே.ஆர்.

அவர் அருகில் வந்தாள் கண்மணி.

“ரொம்ப சந்தோஷமப்பா...”

“என்ன சொல்றே...”

“பெருமைப்பட்டுக்கற மாதிரி எவ்வளவு ஒரு நல்ல புருஷனை எனக்குத் தேடிக் கொடுத்திருக்கீங்க... அதுக்கு ஒரு வார்த்தைகூட நான் நன்றி சொல்லலைன்னா எப்படிப்பா...?”

கே.கே.ஆர். வாய்மூடி மௌனமாக நின்றார். அவளுடைய கேள்வியில் இருந்த கிண்டல் அவர் ரோஷத்தைச் சீண்டினாலும் அதில் இருந்த உண்மையும் நியாயமும் அவரைக் கட்டுப்படுத்தியது.

“‘என் புருஷன் டாக்டர்’, ‘என் புருஷன் இன்ஜினீயர்னு’ தான் எல்லோரும் பெருமையடிச்சுக்குவாங்க. ‘என் புருஷன் ஒரு கொலைகாரர்’னு எத்தனை பேரால என்னை மாதிரி பெருமையடிச்சுக்க முடியும்...?” என்று கேட்ட கண்மணி, வேகமாகத் தன் அம்மாவிடம் வந்தாள்.

“அம்மா, நான் புறப்படறேன்” என்றாள். விடுவிடு வென்று படிகளேறி மாடிக்குச் சென்றாள். கே.கே.ஆர். தன் மனைவியிடம் வந்தார்.

“என்ன சொல்லிட்டுப் போறா? புறப்படறேன்னா என்ன அர்த்தம்...? எங்கே புறப்படறாளாம்...? இப்ப என்ன நடந்து போச்சுன்னு இப்படிக் குத்தலா பேசறா...? அதான் எப்பாடு பட்டாவது மாப்பிள்ளைய இந்தப் பிரச்னையிலேர்ந்து விடுவிச்சு கூட்டிட்டு வந்துடறேன்னு... சொன்னேனில்லே...? அதுக்குத்தானே இப்ப மெனக்கெட்டுக்குட்டிருக்கேன். கேக்கறேனில்லை... எங்கடி போறாளாம் அவ...?” என்று அவள் தோள்களைப் பற்றி உலுக்கி ஆத்திரமாகக் கேட்டார்.

“தெரியலைங்க... அவ சொன்னதுக்கு என்ன அர்த்தம்னு எனக்கும் புரியலைங்க...”

“போ! போய் என்னன்னு கேட்டுச் சமாதானப்படுத்துவியா... அதை விட்டுவிட்டு உலக்கை மாதிரி நின்னுக்கிட்டிருந்தா எப்படி...? நேத்து அவ்வளவு தூரம் ஊரே பார்த்துப் பிரமிக்கிற மாதிரி அமர்க்களமா கல்யாணம் பண்ணிக்கிட்டு, இன்னிக்குக் காலையில் இந்த மாதிரி பிரச்னை வந்தா எந்தப் பொண்ணுக்கும் கலக்கமாதான் இருக்கும். அரசியல்ல இதெல்லாம் சகஜம்னு அவளுக்கு எடுத்துச் சொல்லு... போலீஸ்ல பிடிச்சதால, மாப்பிள்ளையை அவங்க வெளியில் விடவே மாட்டாங்களோன்னு பயந்து போயிட்டா போலிருக்கு. தலைவரே ‘நான் பார்த்துக்கறேன்’னு சொல்லிட்டாரு. போய்த் தெளிவா எடுத்துச் சொல்லு அவளுக்கு...” என்றார் கே.கே.ஆர்.!

அம்மா மேலே கண்மணியின் அறைக்கு வந்தபோது அவள் இரண்டு சூட்கேஸ்களைக் கட்டில் மேல் திறந்து வைத்து, அதற்குள் தன் துணிகளையெல்லாம் மடித்து, அடுக்கிக் கொண்டிருந்தாள்.

“கண்மணி! என்னம்மா இது...? எங்கே புறப்படறே நீ...?”

“எங்கே போகணுமோ அங்கேதான்... இப்ப அவர் போலீஸ் ஸ்டேஷன்ல இருந்தாலும், எனக்கு உரிமையுள்ள இடம்

என் புருஷன் வீடு தானேம்மா...? அவர் கையால தாலி கட்டிக்கிட்டதுக்கு அதானே அர்த்தம்...? இனிமே இந்த வீட்டுல எனக்கென்ன உரிமை இருக்கு...?"

கண்மணி சூட்கேஸ்களை மூடினாள்.

"கண்மணி நீ சொல்றதுல அர்த்தமிருக்கு. இந்தச் சூழ்நிலையில் புறப்படணுமா...? இந்த விவகாரம் முடியட்டுமே..."

"உண்மையைச் சொல்லட்டுமா...? எப்போ மிரட்டி, வற்புறுத்தி என்னை இந்தக் கல்யாணத்துக்கு அப்பா சம்மதிக்க வெச்சாரோ, அப்பவே அவர்மேல வெச்சிருந்த மரியாதை, பாசமெல்லாம் உடைஞ்சு போச்சும்மா... அதுக்கப்புறம் அவரைப் பார்க்கிறப்ப எல்லாம் ஒரு சர்வாதிகாரியைப் பார்க்கிற மாதிரிதான் பார்க்கிறேன். அவரைப் பார்க்கவே வெறுப்பா இருக்கும்மா... கோபம் கோபமா வருது. இந்த வீடு என்னோட வீடுன்னு நினைக்கத் தோணலைம்மா... என் வாழ்க்கையைப் பத்தின கனவுகளைச் சிதைச்சவரோட வீடுன்னுதான் தோணுது. இந்த வீட்டுல இருக்கிற நிமிஷம் எல்லாம் எனக்கு உறுத்தலா இருக்கு. இப்ப நான் இன்னொருத்தர் பொண்டாட்டி என் புது வாழ்க்கையில் எனக்குக் கிடைக்கப்போறது சந்தோஷமானாலும் சரி, துக்கமானாலும் சரி... அதை எனக்கு உரிமையுள்ள இடத்திலேயே அனுபவிச்சிக்கறேன். நான் புறப்படறேன்... எனக்கு ஒரே ஒரு உதவி செய்..." என்றாள் கண்மணி, உறுதியான குரலில்.

"என்னம்மா...?"

"ஒரு ஆட்டோ கூட்டிட்டு வரச்சொல்லு..."

அம்மா குழம்பிப் போய், தடுமாற்றத்துடன் வெளியே நடக்க... அறைக்கு வெளியில் நின்றிருந்தார் கே.கே.ஆர்.!

எதுவும் பேசாமல் அவர் படிகளில் இறங்க, அவரைத் தொடர்ந்து கீழே இறங்கி வந்தாள் அம்மா.

கே.கே.ஆர். திரும்பி அவளைப் பார்க்க, அவர் கண்கள் லேசாகக் கலங்கியிருந்தன.

“அவளுக்கு நல்ல வாழ்க்கை அமையனும் தான் நான் வற்புறுத்தினேன். என்னை விரோதி மாதிரி நினைக்க ஆரம்பிச்சுட்டா. இப்போ நான் வார்த்தையால் என்ன சமாதானம் சொன்னாலும் ஏத்துக்கற மனப்பக்குவத்துல அவ இல்லை. அவ விருப்பப்படி புறப்பட்டுப் போகட்டும். தனியா அனுப்ப வேணாம். நீயும் கூடப்போய் விட்டுட்டு வா... நான் செஞ்சது சரியா தப்பான்னு, நாளைக்கு அவ ஓகோன்னு வாழறப்போ புரிஞ்சுப்பா. அப்பப் புரிஞ்சுகிட்டா போதும்... வண்டி ஏற்பாடு பண்றேன். நல்ல நேரம் பார்த்துக் கொண்டுபோய் விடு... சம்பந்தியம்மா கிட்டே ‘என் பொண்ணை இப்படிப் பாத்துக்குங்க, அப்படிப்பாத்துக்குங்க’ன்னு எதுவும் சொல்லிக்கிட்டு இருக்காதே... அவங்க ரொம்ப நல்ல மாதிரி. உனக்கு மேலே ரெண்டு மடங்கு அன்போட பாத்துக்குவாங்க...” என்றவர் நடந்து, திரும்பி வந்து, “கொண்டுபோய் விட்டுட்டுப் புறப்படறப்போ உன் பொண்ணுகிட்டே சொல்லு... அப்பாமேல வெறுப்பு குறைஞ்சு எப்போ பார்க்கணும்னு தோணுதோ, அப்போ தகவல் சொல்லச் சொல்லு... அதுவரைக்கும் இந்த ரோஷமுள்ள அப்பா. அவ முகத்துக்கும் முன்னாடி நின்னு வெறுப்பேத்த மாட்டான்னு சொல்லிடு...” என்றார்.

கையில் பிடித்திருந்த துண்டை உதறித் தோளில் போட்டுக் கொண்டு கே.கே.ஆர். பந்தலுக்கு நடந்தார்.

இன்ஸ்பெக்டர் சிகாமணி, லாக்கப்பின் பூட்டைத் திறக்கச் சொல்லி உள்ளே வந்தார்.

அதிக வெளிச்சமில்லாத அந்தச் சின்ன லாக்கப் அறைக்குள் நாதன், ஓரத்தில் தரையில் உட்கார்ந்திருந்தான். அவன் உதட்டின் ஓரத்தில் காயமாகி, ரத்தம் காய்ந்து போயிருந்தது.

உள்ளே வந்த இன்ஸ்பெக்டரை வெறுப்பாகப் பார்த்தான். அவனருகில் வந்த சிகாமணி, “என்னடா, செயலாளரு! சாப்பாடுப் பொட்டலம் கொடுத்தா தூக்கியடிச்சியாமே... கொலைகாரப் பயலுக்கு என்னடா அவ்வளவு ரோஷம்...? நான் வந்திருக்கேன், உட்கார்ந்துகிட்டே இருக்கியே... எந்திரிடா நாயே!” என்று அவன் சட்டையைப் பிடித்துத் தூக்கி நிறுத்தினார்.

“இதப்பாரு! என்னோட வேல்யூ தெரியாம என்னை மரியாதையில்லாம நடத்திட்டிருக்கே... இது நல்லதுக்கில்லை, சொல்லிட்டேன்...” என்றான் நாதன்.

“ஆமா... இவர் பெரிய மகாராஜா... இவர் வேல்யூ தெரியாம நடத்தறாங்க! ஒரு கொலைகாரனுக்கு என்ன மரியாதை கொடுக்கணுமோ, அதைத்தான் கொடுக்க முடியும். அப்புறம் போலீஸ் இன்ஸ்பெக்டரை ‘வா, போ’ன்னு பேசக்கூடாது புரிஞ்சுதா...? முதல்ல ‘மன்னிச்சுடுங்க சார்’னு சொல்லு பார்க்கலாம்...”

“நீ என்னை ரொம்பத்தான் சீண்டிப் பார்க்கிறே...” என்று சொல்லி முடித்த நாதனின் வயிற்றில் முழங்காலால் பலமாக இடித்தார் சிகாமணி.

“ஐயையோ...” என்று வலி தாங்காமல் அலறி, வயிற்றைப் பிடித்துக் கொண்டான் நாதன்.

“சொல்லுடா நாயே! ‘மன்னிச்சிடுங்கோ சார்’னு சொல்லு...” என்று மீண்டும் அவன் முகத்தில் முஷ்டியை மடக்கிக் குத்த...

வலி தாங்காத நாதன் உடனே கைகளைக் கூப்பி, “மன்னிச்சுடுங்க சார்...” என்றான் முனகலாக. முகத்தைச் சுருக்கினான். பற்களைக் கடித்து, வலியை அடக்க முயன்றான்.

“என் வீட்டுக்குள்ளே வந்து என் மூஞ்சிக்கு முன்னாடி கத்தியை நீட்டி வீரம் பேசின சூரன் இல்லையா நீ...? எப்படா இந்த மாதிரி நீ சிக்குவேன்னுதான் காத்துக்கிட்டிருந்தேன் நான். உன்னைத் தூக்குல ஏத்தாம நான் ஓயப்போவதில்லைடா... ஒண்ணு ரெண்டு இல்லை... நூத்தி நாற்பத்தெட்டுப் பேரைச் சாட்சியா போட்டிருக்கேன். எந்தக் கொம்பன் தலைகீழா நின்னு பார்த்தாலும் உன்னை இந்த கேஸ்லேர்ந்து காப்பாத்த முடியாதுடா... இதப்பாரு, நடுரோட்ல ஓடவிட்டுத் துரத்தி வெட்டியிருக்கே... கையோட பிடிச்சிருக்கோம். சாட்சிகள் இவ்வளவு பேர் இருக்காங்க... ஆயுதம் இருக்கு. அதனாலே நீ குற்றத்தை மறுக்கறது பைத்தியக்காரத்தனம்.

பேசாம நான் எழுதி வெச்சிருக்கிற ஸ்டேட்மெண்ட்ல குற்றத்தை ஒப்புக்கிட்டுக் கையெழுத்துப் போட்டுடு!"

"சார், அங்கே நடந்த ரகளையில் அந்த பூபதியை எவனோ வெட்டிட்டு அருவாளை என் கையில் கொடுத்துட்டுப் போயிட்டான். இதான் உண்மை..." என்றான் நாதன்.

"அடேய் முட்டாள்! உன்னோட வக்கீல் கேனத்தனமா உனக்குச் சொல்லிக் கொடுத்திருக்கான். கொஞ்சங்கூட கேஸ் நிக்காது..."

"சார். நீங்க என்னை எப்படி வேணாலும் அடிச்சுக்குங்க. நான் எந்த ஸ்டேட்மெண்ட்லயும் கையெழுத்துப்போட முடியாது. அப்புறம் இன்னொரு விஷயம்.... நீங்க என்னை கோர்ட்ல ப்ரொட்யூஸ் பண்ணித்தானே ஆகணும்...? இந்த மாதிரி மிருகத்தனமா நீங்க என்னைப் போட்டு அடிச்சதையும், ஏற்பட்ட காயங்களையும் ஜட்ஜ்கிட்டே சொல்வேன்..."

சிகாமணி வாய் விட்டுச் சிரித்து, "அட! லா பாயிண்ட் பேசறீங்களோ...? அரஸ்ட் பண்ணி வெச்சிருக்கிற ஒரு ஆளு தப்பி ஓடினா, அவனைத் துரத்திப் பிடிச்சு இழுத்துட்டு வராம இருக்க முடியுமாப்பா...? துரத்திப் பிடிக்கிறப்ப காயம் ஏற்படாம இருக்குமாப்பா...?" என்றார்.

"யார் தப்பிச்சு ஓடினது...?"

"நீதான்! ஜட்ஜ் கேட்டா அப்படித்தான் சொல்வேன்... ஏண்டா, குதர்க்கமா பேசறே...? இந்த ரெண்டு மிதியையும் சேர்த்துச் சொல்லு..." என்ற சிகாமணி, பூட்ஸ் காலால் அவனை உதைத்துக் கீழே தள்ளி மிதித்தார்.

"அம்மா" என்று அலறினான் நாதன்.

நரிநாதனின் அம்மா வேணி, அந்தத் தட்டில் சாதம் எடுத்து வைத்தாள். கரண்டியால் தயிர் எடுத்து ஊற்றினாள். உப்புப் போட்டாள். கைவளையல்களைப் பின்னால் தள்ளிக்கொண்டு பிசைந்தாள். ஊறுகாய் எடுத்து ஓரத்தில் வைத்தாள்.

வாஷ்பேஷனில் கைகழுவிக்கொண்டு, ஒரு டம்ளரில் தண்ணீர் பிடித்துக் கொண்டு, தயிர் சாதமுள்ள தட்டை எடுத்துக் கொண்டு சமையலறையைவிட்டு வெளிப்பட்டாள்.

சிறிய கூடத்தைக் கடந்து, கதவு திறந்தே கிடந்த அந்த தனியறைக்குள் வந்தாள். சிறிய மேஜை மேலிருந்த பொருட்களை நகர்த்திவிட்டுத் தட்டையும் டம்ளரையும் வைத்தாள்.

கட்டில் அருகே வந்து ஓரத்தில் அமர்ந்தாள். குப்புறபடுத்திருந்த கண்மணியின் முதுகில் கைவைத்து, "கண்மணி..." என்றாள்.

திடுக்கிட்டு எழுந்து கொண்ட கண்மணி, அவசரமாகத் தன் கன்னங்களில் வழிந்திருந்த கண்ணீரைத் துடைத்துக் கொண்டாள்.

"என்ன அத்தை...?" என்றாள்.

"இதோ பாரும்மா, இந்த சூழ்நிலையில் பசிக்காது, பசிச்சாலும் சாப்பிடத் தோணாது. அதுக்காக எவ்வளவு நேரத்துக்கு வயித்தைக் காயப்போடறது...? உரிமையுள்ள இடம்னு உங்கம்மாகிட்டே சொல்லிட்டு நீ இங்கே வந்ததா உங்கம்மா சொன்னப்ப பெருமையா இருந்திச்சும்மா... அந்த உரிமையோட நீயே சாப்பிட வருவேண்ணு பார்த்தேன். விளக்கு வெச்சு ஒரு மணி நேர மாச்சு. வடை, பாயாசம் எல்லாம் எதுவுமில்லை. தயிர் சாதம் மட்டும் பிசைஞ்சு இங்கேயே எடுத்துட்டு வந்திருக்கேன், எழுந்திருச்சு சாப்பிடும்மா கண்மணி..."

கண்மணிக்குத் தன் அத்தை அவ்வளவு பரிவோடு, இதமாகப் பேசியது ரொம்ப ஆறுதலாக இருந்தது.

"பாவம், நீங்க எதுக்கு அத்தை சிரமப்பட்டீங்க...? மன்னிச்சிடுங்க... நான் தான் சிரமப்படுத்திட்டேன். எனக்குச் சாப்பிடணும்னு தோணலை. அதான் எழுந்திரிச்சு வரலை..." என்றாள் கண்மணி.

"பரவாயில்லைம்மா... இப்ப சாப்பிடு. இங்கேயே சாப்பிடு..."

கண்மணி, எழுந்து மேஜை மேலிருந்த தட்டை எடுத்துக்கொண்டு வந்து அமர்ந்து மடியில் வைத்துக் கொண்டு சாப்பிட்டபடி, தன்னை நெகிழ்வோடு பார்த்துக் கொண்டிருந்த அத்தையை ஏறிட்டாள்.

பாதி தலை நரைத்து போயிருக்க, சின்னதாகக் கொண்டையிட்டு, கண்ணாடி அணிந்து, வெள்ளை ஜாக்கெட்டும் சாம்பல் நிற காட்டன் புடவையுமாக இருந்த அவர் முகத்தில் கனிவைத் தவிர ஒரு கம்பீரமும் தெரிந்தது.

கண்மணி சாப்பிட்டு முடித்த பிறகு வேணி கேட்டாள்:

“உன்னை ஒண்ணு கேட்கட்டுமாம்மா…?”

‘என்ன?’ என்பது போல நிமிர்ந்து பார்த்தாள் கண்மணி.

ஒரு குடும்பஸ்தரின் புலம்பல்…

“இந்த வாழ்க்கை ரொம்ப விசித்திரமானது. நாம் ஒன்று நினைப்போம். கடவுள் ஒன்று நினைப்பார். நம் மனைவியோ வேறு ஒன்று நினைப்பாள். கடைசியில் நாமும், கடவுளும் தோற்றுப்போய்விடுவோம்…”

***

23
அத்தியாயம்

“என்ன அத்தை?” என்றாள் கண்மணி.

வேணி எதுவும் பேசாமல் கண்மணியின் முகத்தையே சற்று நேரம் கனிவோடு பார்த்துக் கொண்டிருந்தாள்.

“என்னமோ கேக்கணும்னு சொன்னீங்களே அத்தை?”

“ஆமாம்மா... உன்கிட்ட நான் மன்னிப்புதாம்மா கேக்கணும்” என்று வேணி சொன்னதும் பதறிப் போனாள் கண்மணி.

“அத்தை, எதுக்கு இந்த மாதிரி பெரிய வார்த்தையெல்லாம் சொல்றீங்க? நீங்க போய் என்கிட்ட மன்னிப்பு கேக்கறதா? எதுக்கு...? நீங்க என்ன செஞ்சீங்க?”

“நாதனை மாதிரி ஒரு பிள்ளையைப் பெத்தேனே அதுக்குத்தான். என்னம்மா பார்க்கறே? என் பிள்ளைங்கறதால அவன் என்ன அயோக்கியத்தனம் செஞ்சாலும் அதை மறந்துட்டு பாராட்ட முடியுமா? அவன் கல்யாணம் பண்ணிக்கணும்னு வந்து சொன்னப்போ என் மகனுக்குக் கல்யாணம் நடக்கப்

போகுதுன்னு எந்தப் பூரிப்பும் எனக்கு ஏற்படலைம்மா. இவனுக்குப் பொண்டாட்டியா வர்றவ இவனைச் சகிச்சுக்க முடியாம எவ்வளவு அனுபவிக்கப் போறாளோன்னு ஒரு பதைப்புதான் ஏற்பட்டுச்சு. அதையும் மீறி கல்யாணம்னு ஒண்ணு ஆகி, வர்றவளோட அன்பால, அனுசரணையால இவன் கொஞ்சமாவது மாறிட மாட்டானான்னு ஒரு நப்பாசையும் இருந்துச்சு. கட்டின தாலில ஈரம் காயறதுக்குள்ளே அரிவாளைத் தூக்கிட்டுப் போய் வெட்டி, இப்போ கம்பிக்குப் பின்னாடி உக்காந்திருக்கானே... இவன் மேல எவளுக்குக்தான் பிரியம் வரும்?” என்றாள் வேணி.

லேசாகக் கலங்கிய கண்களுடன் தன் அத்தையைப் பார்த்த கண்மணி மௌனமாக நின்றாள்.

இப்படி நியாயம் உணரும், மனிதாபிமானம் மிக்க, பக்குவமான மனதுடன் கூடிய ஒரு மாமியாராக அவளை கண்மணி நினைக்காததால், வேணி பேசிக் கொண்டிருக்கும் போது அவளுக்கு ஆச்சரியமாகவும் இருந்தது. ஆறுதலாகவும் இருந்தது. வேணி தொடர்ந்தாள்.

“அலட்சியமும் முரட்டுத்தனமும் நாதன் கூடவே பொறந்துடுச்சு. நான் எத்தனையோ தடவை, எவ்வளவோ சொல்லியும் எடுபடலை. என் வார்த்தைக்கெல்லாம் அவன் மரியாதை கொடுக்கறதில்லை. எப்பப் பார்த்தாலும் வம்பு, விவகாரம், வெட்டு, குத்துதான். பல தடவை இவன் மேல கேஸ் போட்டிருக்காங்க. அப்புறம் இவன் கட்சியில அவங்களை, இவங்களைப் பார்த்து ஒண்ணுமில்லாம பண்ணிட்டு வந்துடுவான். அந்த மாதிரி இப்பவும் ஏதாச்சும் குழப்பி வெளியில வந்துடுவான். கட்சியில் ஓரளவுக்குப் பேர் வாங்கி வெச்சிருக்கிறதால இவனுக்குப் பெரிசா தண்டனை கிடைக்கிற மாதிரி விட்டுட மாட்டாங்க. வெளில கொண்டாந்துடுவாங்க. அதனால நீ அதை நினைச்சுக் கவலைப்பட்டுக்க வேணாம். அவன் வந்ததுக்கப்புறம் கொஞ்சம் கொஞ்சமா அவனோட முரட்டுத்தனத்தை மாத்த வேண்டியது உன் பொறுப்பு. அதுல மட்டும் கோட்டை விட்டுடாதே கண்மணி, புரிஞ்சுதா?”

கண்மணி மெதுவாகத் தலையை ஆட்டி வைத்தாள்.

வக்கீல் ராஜேந்திரனின் வீட்டு அறையில், கே.கே.ஆரும் நாதனின் தம்பி பார்த்திபனும் காத்திருந்தார்கள்.

மேஜை பூரா குறுக்கில் மடிக்கப்பட்ட கேஸ் கட்டுகள் நிரம்பியிருந்தன. மூன்று கண்ணாடி பீரோக்கள் முழுக்க வரிசை வரிசையாய் முதுகு காட்டி நின்ற சட்டப் புத்தகங்கள். மேஜையின் கண்ணாடிக்கு அடியில் வக்கீலின் குடும்பப் புகைப்படம் மற்றும் வாழ்த்து அட்டைகளிலிருந்து கத்தரித்துச் செருகப்பட்ட சில தெய்வங்கள். திரை போட்ட பக்கத்து அறையிலிருந்து டைப்ரைட்டர் இயங்கும் ஒலி.

"காலையில டி.ஐ.ஜி-யைப் போய்ப் பார்த்துட்டு வந்தேன்" என்றார் கே.கே.ஆர், பார்த்திபனைப் பார்த்து. கைகளைக் கட்டிக்கொண்டு அமைதியாய் அமர்ந்திருந்த அவன் திரும்பி, டி.ஐ.ஜி. என்ன சொல்றார் மாமா?" என்றான்.

"வெட்டுப்பட்டது எம்.எல்.ஏ-வோட நெருக்கமான ஆளுங்கிறதால ஆளுங் கட்சிக்காரங்க ரொம்ப கொந்தளிச்சுப் போயிருக்காங்க. அதுவும் பகல்ல நடுரோட்ல ஆயிரம் பேர் பார்க்க இந்தச் சம்பவம் நடந்திருக்கிறதால இதுல எந்த வகையிலயும் உதவி பண்றதுக்கு வாய்ப்பில்லைன்னுட்டார். எல்லாம் நம்ம நேரம். உங்கண்ணனுக்கு பூபதியைத் தீர்த்துடணும்னு நோக்கமே இல்லை. கையில விழ வேண்டிய வெட்டு கழுத்துல விழுந்துடுச்சு. புறப்பட்டப்பவே நான் எவ்வளவோ தடுத்தேன். 'நான் பார்த்துக்கறேன், விடுங்க'ன்னு சொல்லியும் கேக்காம புறப்பட்டுட்டார். அப்படியும் எதுவும் அசம்பாவிதம் நடக்கறதுக்கு முன்னாடி தடுத்துடலாம்னுதான் பின்னாடியே நானும் ஆளுங்களை அள்ளிப் போட்டுக்கிட்டுப் போனேன். நான் போய் சேர்றதுக்குள்ளே ஏக அமளியாகி எல்லாமே நடந்து முடிஞ்சிடுச்சு."

"மாமா, அவர் இந்த மாதிரி ஆத்திரப்பட்டு சண்டை, வம்புன்னு போறப்ப எல்லாம் எனக்குக் கலவரமாவே இருக்கும். என்னைக்காச்சும் ஒரு பெரிய விவகாரமா வந்து சேர்ந்துடும்

அண்ணே... 'இதெல்லாம் விட்டுடுங்க'ன்னு நானும் பல தடவை சொல்லியிருக்கேன். 'உனக்கென்னடா தெரியும். போடா'ன்னுட்டுப் போயிடுவார். இப்ப எவ்வளவு பெரிய சிக்கலாயிடுச்சு பாருங்க."

"அரசியல்ல வம்பு விவகாரம் எப்பவும் இருக்கறது தான். கொஞ்சம் உதார் காட்டத்தான் ஆகவேண்டியிருக்கு. இல்லைன்னா நம்மளைத் தூக்கிச் சாப்பிட்டுட்டுப் போயிடுவாங்க. அதுலயும் விவகாரமாயிடாம, பதட்டத்தைக் காட்டாம சூட்சுமமா செயல்படணும். உங்கண்ணன் கொஞ்சம் தடாலடியா இறங்கிட்டார். அதான் பிரச்னை. அந்த மண்டிக்காரன் என்ன பெரிய கொம்பனா? அவனுக்குப் பாடம் கத்துத் தரணும்னா அதை வேறு விதமா ரகசியமா நம்ம மேல பிரச்னை திரும்பாதபடி செய்ய முடியாதா, என்ன? இவருக்கு உடனே களத்துல இறங்கி மீசையை முறுக்கிக் காட்டணும்னு வெறி. இந்த வெறிதான் விவகாரத்துக்குக் கொண்டுவந்து விட்டுடுச்சு."

ஒரு காலை மடக்கித் தன் மடிமேல் வைத்து வெற்றிலைப் பெட்டியைத் திறந்தபடி பேசின கே.கே.ஆரைச் சற்று வெறுப்போடு பார்த்தான் பார்த்திபன்.

'ஒரு உயிர் அநியாயமாகப் பறிக்கப்பட்டிருக்கிறது. ஒரு குடும்பம் தன் தலைவனை இழந்து நிற்கிறது. அதற்காகக் கொஞ்சம்கூட வருத்தம் காட்டாமல், நேரடியாகச் செய்யாமல் ரகசியமாகச் செய்திருக்கலாம் என்று பேசிக் கொண்டிருக்கிறாரே...'

இவருக்குப் போய் அன்பும், அமைதியுமாய் நேரெதிர் குணங்களுடன் பிறந்திருக்கிறார்களே அண்ணி, என்று நினைத்துக் கொண்டான்.

"நாம மெனக்கெடறது, போறது, வர்றது எல்லாத்தையும் கண்மணிகிட்ட சொல்லிட்டிருக்க வேணாம்... கேட்டா, முழுவேகத்துல முயற்சி பண்ணிட்டிருக்கோம்னு மட்டும் சொல்லுங்க."

"சரிங்க."

"அவ எப்படி இருக்கா? ஒழுங்கா சாப்பிடறாளா?"

"ரெண்டு மூணு நாளு சரியா சாப்பிடாம, யார்கிட்டயும் சரியாப் பேசாம ரூமுக்குள்ளேயே அடைஞ்சு கிடந்தாங்க. இப்போ கொஞ்சம் மனசைத் தேத்திக்கிட்டு ஓரளவு பேசறாங்க. சமையல்ல அம்மாவுக்கு நிறைய உதவி பண்றாங்க. என்ன இருந்தாலும், மனசுல துக்கத்தை வெச்சுக்கிட்டு அண்ணியால முழுக்க சந்தோஷமா இருக்க முடியாதே மாமா."

"அது நியாயம்தான். கல்யாணமாகி மறுநாளே இவ்வளவு பெரிய விவகாரம் வந்து சேர்ந்திருக்க வேணாம். யாரால தான் தாங்கிக்க முடியும்...?"

கே.கே.ஆர். எழுந்து அதே அறையின் ஒரு மூலையிலிருந்த வாஷ்பேஸினில் வெற்றிலை எச்சிலைத் துப்பிவிட்டு, வாய் கொப்பளித்து மேல் துண்டால் துடைத்துக் கொண்டு வந்து உட்கார்ந்ததும், கதவைத் திறந்து அறைக்குள் நுழைந்த வக்கீல் ராஜேந்திரன் கை கூப்பினார்.

"அப்பதான் சாப்பிட ஆரம்பிச்சேன். வந்து சொன்னாங்க. மன்னிக்கணும், காக்க வெச்சிட்டேன்" என்ற வக்கீல் தனது நாற்காலியில் வந்தமர்ந்து பார்த்திபனைப் பார்த்தார்.

"இவருதான் நம்ம மாப்பிள்ளையோட தம்பி. காலேஜ்ல படிச்சிட்டிருந்தார். இப்போ லீவு போட்டுட்டு ரைஸ்மில்லை இவர் தான் பார்த்துக்கறார். அப்புறம்... என்ன நினைக்கிறீங்க நீங்க?" என்றார் கே.கே.ஆர்!

குண்டூசி ஒன்று எடுத்துத் தன் பல் இடுக்கில் குத்தியபடி, "வேற யாராவதா இருந்தா சும்மாவேணும் ஒரு நம்பிக்கையை ஏற்படுத்தறதுக்காக ஜமாய்ச்சுடலாம்னு சொல்லலாம் சார். உண்மையைச் சொல்லப்போனா, நம்ம பக்கம் கேஸை ஸ்ட்ராங் பண்றமாதிரி எதுவுமில்லை. அதிலயும் அந்த இன்ஸ்பெக்டர் சிகாமணி பழைய விரோதத்தை மனசுல வெச்சுக்கிட்டு கேஸை

ஒரு சின்ன இடுக்குகூட இல்லாதபடிக்குப் பக்காவா ஃபிரேம் பண்ணியிருக்கார்” என்றார் வக்கீல்.

“வேற என்ன வழி? அதைச் சொல்லுங்க.”

“ஒருத்தன், ரெண்டு பேர் சாட்சின்னு சொன்னா காசை அடிச்சு அவங்களை விலைக்கு வாங்கிடுன்னு அட்வைஸ் சொல்லலாம். நூத்துநாப்பத்தெட்டுப் பேரைச் சாட்சியா போட்டிருக்காங்க. அவ்வளவு பேரையும் விலைக்கும் வாங்க முடியாது. பயமுறுத்தியும் வைக்க முடியாது. பாதிக்கு மேல அவங்க கட்சி ஆளுங்க.”

“எதாச்சும் பாயிண்டைப் போட்டுக் குழப்புவீங்களே... அதெல்லாம் உங்களுக்குத்தானே தெரியும்.”

“வெட்டின ஆயுதத்துல ரத்தம் கொட்டிக்கிட்டுருக்கிறப்பவே வந்து பிடிச்சிருக்காங்க. இதுல என்னன்னு சொல்லிக் குழப்பறது? ‘தாக்க வந்தது உண்மைதான். ரகளையும் அமளியும் ஏற்பட்டப்போ குழப்பத்தைச் சாதகமாக்கிட்டு வேற எவனோ வெட்டிட்டு அரிவாளை நாதன் கைல திணிச்சுட்டுப் போயிட்டான்’னு வீக்கா ஒரு ஸ்டோரிதான் நாம சொல்லப்போறோம். நம்ம சைடுக்கு ஏழெட்டு சாட்சிகளை செட்டப் செய்யலாம். கேஸை நிதானமா நடத்த இந்த அப்ரோச் உதவுமே ஒழிய, நம்ம ஆர்க்யுமெண்டை ஸ்ட்ராங் பண்ணமுடியாது சார். வுழுந்துடும். உங்க தலைவர் இதுல தலையிடலையா? மெட்ராஸ் போயிட்டு வந்தீங்க போலிருக்கே, அவர் நினைச்சா எதையும் செய்யலாமே...”

கே.கே.ஆர். பெருமூச்சு விட்டார்.

“பொதுமக்களுக்கு வெளிப்படையா தெரிஞ்சு போயிட்ட ஒரு கொலை கேஸ்ல தலையிட்டா தன் பேர் கெட்டுடும்னு பார்க்கறார். அதையும் மீறிக் கொஞ்சம் முயற்சி செஞ்சு பார்த்தார். ‘இந்த விவகாரத்துல விட்டுக் கொடுத்தா, அதைவிடக் கேவலம் எதுவும் இல்லை. இது மானப்பிரச்னை’ன்னு நம்ம ஊர் எம்.எல்.ஏ. போய் அங்கே மினிஸ்டர்ஸ் லெவல்ல ஏத்தி விட்டுட்டதால ஒண்ணும் எடுபடலை. யாரோ எப்படியோ ஒழியட்டும்னு

இதயத்துல ஆபரேஷன் பண்ணிக்கிறதுக்காக எங்க தலைவர் அமெரிக்காவுக்குப் புறப்பட்டுப் போயிட்டார். அவர் ஊர் திரும்பறதுக்கு மூணு மாசமாகுமாம். அவரே இல்லாத சமயத்துல வேற யாரை வெச்சும் எதுவும் பண்ண முடியாது. கேஸ் நடத்தி வக்கீல் சாமர்த்தியத்துல எதாச்சும் செஞ்சாதான் உண்டுன்னு எல்லாரும் அட்வைஸ் பண்ணிட்டாங்க...” என்றார் கே.கே.ஆர்.

“கரெக்ட் தான். சாமர்த்தியம் காட்டறதுக்கு இந்த கேஸ்ல இடமில்லாம இருக்கே. ஒண்ணு செய்றீங்களா? மெட்ராஸ்ல வக்கீல் துரைபாண்டியனைப் பிடிக்கறீங்களா? கிரிமினல்ல இன்னிக்கு அவர் நம்பர் ஒன்! அவர் கேஸ் எடுத்துக்கிட்டு இறங்கினா, மனுஷன் எப்படியும் சாதிச்சுடுவாரு. ஆனா, அவர்கிட்ட எக்கச்சக்கமா செலவாகும்...”

“ஆயிட்டுப் போவுது சார்... என் சொத்தே போனாலும் சரி. என் மாப்பிள்ளையை நான் வெளில கொண்டாந்தாகணும். அந்த வக்கீலோட அட்ரஸ் கொடுங்க. இன்னிக்கு ராத்திரியே நாங்க மெட்ராஸ் புறப்பட்டுப் போறோம். கட்சியோட மானம், என் கௌரவம் இதெல்லாம் விடுங்க. இப்போ அவரை வெளில கொண்டார வேண்டியது முக்கியமா என் பெண்ணோட வாழ்க்கைப் பிரச்னை சார்...” என்ற போது கே.கே.ஆரின் குரல் கரகரத்தது.

எதுகைக் கவிஞர் ஏகாம்பரம் கூறுகிறார்:

பல அம்புகள் எய்ய... ஒரே ஒரு வில்!
பல செம்புகள் நிறைக்க... ஒரே ஒரு பசு!
பல வம்புகள் வளர்க்க... ஒரே ஒரு மனைவி!

***

24

அத்தியாயம்

வாழை மரம் கட்டி, வண்ணக் காகிதங்கள் அசைந்தன. ஸ்பீக்கர் பெட்டிகளில் வட்ட வட்டப் பொட்டுக்காரியை ஒரு பாலைவனப் பிராணியைப் போய் கட்டிக் கொள்ளச் சொல்லிப் பாடிக் கொண்டிருந்தார்கள். வாடகை மர நாற்காலிகள் இருபது, முப்பது போடப்பட்டிருக்க, இரண்டு கிரேடுகளில் குளிர்பான பாட்டில்கள் தயாராய் இருந்தன. புதிதாக எழுதப்பட்டிருக்கும் ‘சுதர்சன் போட்டோ ஸ்டூடியோ’ எனும் போர்டின் மேல் சந்தனம் தெளிக்கப்பட்டிருந்தது. கடைக்குக் குறுக்கே கட்டப்பட்டிருந்த ரிப்பன் வெட்டப்படக் காத்திருந்தது.

வாசலில் சுதர்சனும், அவன் வேலை பார்த்த ஸ்டுடியோவின் முதலாளியும், அழைக்கப்பட்டவர்களும் நின்றிருக்க, ஓரமாக நின்ற சுதர்சனின் அம்மா தன் அருகில் நின்றிருந்தவரின் கைகடிகாரத்தில் நேரம் பார்த்துவிட்டு, “சுதர்சன் ராகுகாலம் முடிஞ்சிடுச்சுப்பா. ரிப்பனை வெட்டச் சொல்லலாம்” என்றாள்.

சுதர்சன் தட்டில் வைத்த கத்திரிக்கோலை தன் முதலாளியிடம் நீட்ட, “நானா? என்னப்பா

எவ்வளவு பெரியவங்க எல்லாம் வந்திருக்காங்க. என்னைப் போய்...” என்று தயங்கினார்.

“இந்தத் தொழில்ல எனக்கு குரு நீங்கதான். அதனால நீங்கதான் திறந்து வெச்சு ஆசீர்வாதம் பண்ணணும்” என்றான் சுதர்சன்.

முதலாளி பெருமிதத்துடன் ரிப்பனை வெட்டியதும், எல்லோரும் கைதட்டினார்கள் ஸ்டூடியோ உள்ளே வந்ததும் தன் முதலாளிக்காக வாங்கி வைத்திருந்த மல்லிகைப்பூ மாலையை அவருக்குப் போட்டான். அவர் அதை பாதிக் கழுத்திலேயே கழற்றி “முன்னேற வேண்டிய ஆளு, உனக்குதான் மாலை போடணும்” என்று அவனுக்கே போட்டுவிட்டு, விபூதி எடுத்து கண்மூடி வணங்கிவிட்டு அவன் நெற்றியில் வைத்து விட்டார்.

சட்டைப் பையிலிருந்து ஆயிரத்தோரு ரூபாய் எடுத்து தட்டில் வைத்து, “சுதர்சன், வாங்கிக்கப்பா... நீ நல்லா அமோகமா வரணும். மனசார வாழ்த்திக் கொடுக்கறேன். வாங்கிக்க” என்று நீட்டினார்.

சற்று சங்கோஜத்துடன் பணத்தை எடுத்துக்கொண்ட சுதர்சன் புறப்படப் போனவரைத் தடுத்து, “கொஞ்சம் இருங்க சார். ஸ்டூடியோல முதல் போட்டோ உங்களைத் தான் எடுக்கறதா இருக்கேன்” என்றான்.

வரையப்பட்ட பின்னணியில் அவரை நிறுத்தி, ஸ்டாண்ட் போட்டோ காமிரா வழியாகப் பார்த்து ‘கிளிக்’ செய்ததும் மீண்டும் எல்லோரும் கைதட்டினார்கள்.

“எல்லாருக்கும் கூல்ட்ரிங்ஸ் கொடுங்க” என்றான் சுதர்சன்.

வேலையில் சேர்க்கப்பட்டிருந்த பையன்கள் ‘டப் டப்’ என்று பாட்டில்களின் மூடிகளைக் கழற்றி, ஸ்ட்ரா போட்டு வந்திருந்தவர்களுக்கு நீட்டினார்கள். சுதர்சனின் நண்பன் மூர்த்தி சிலர் கொடுத்த பணத்தை ஒரு நோட்டில் எழுதிக் கொண்டு வாங்கி வைத்துக் கொண்டிருந்தான்.

அழைக்கப்பட்ட நபர்கள் பன்னிரண்டு மணி வரை வந்து போய்க் கொண்டிருந்தார்கள். சற்று களைப்படைந்து ஒரு நாற்காலியில் அமர்ந்த சுதர்சனிடம் ஒரு குளிர்பான பாட்டிலை நீட்டினாள் அம்மா.

"இதைக் குடிடா. காலையிலேர்ந்து நீ எதுவுமே சாப்பிடலை."

"இல்லைம்மா, பசிக்கலை" என்றான்.

"மனசு நிறைஞ்சிருந்தா வயிறு பசிக்காதுடா. எனக்குக்கூட சாப்பிடத் தோணலை. தனியா ஒரு ஸ்டூடியோ ஆரம்பிக்கணும்னு எத்தனை வருஷமா கனவு கண்டே! இன்னிக்கு உன்னை ஒரு முதலாளியா பார்க்கிறப்போ எவ்வளவு பெருமிதமா இருக்கு தெரியுமா? அண்ணன் நேர்ல வருவான்னு எதிர்பார்த்தேன் ஏமாத்திட்டான் பாரு."

"'நல்வாழ்த்துக்கள்'னு தந்தி கொடுத்திருக்காரும்மா. அந்த அளவுக்காவது ஞாபகம் வெச்சு செஞ்சுட்டாரே."

"விடு... இப்ப எதுக்கு அவனைப் பத்தி பேசி மனசைக் கஷ்டப்படுத்திக்கிறே? பாங்க்ல முழுப்பணமும் கொடுத்துட்டாங்களா சுதர்சன்?"

"ஒரு பகுதி கொடுத்திருக்காங்க. வீடியோ காமிரா வி.சி.ஆர். யூனிட்டுக்கெல்லாம் கொட்டேஷன் வாங்கிக் கொடுத்திருக்கேன். அதுக்கு சாங்ஷன் ஆக ஒரு மாசமாகும்."

"எவ்வளவு பத்திரிகை போட்டே?"

"இருநூறும்மா..."

"கிட்டத்தட்ட எல்லாரும் வந்துட்டாங்கன்னு நினைக்கிறேன். உனக்கு வேண்டியவங்க, தெரிஞ்சவங்கன்னு இவ்வளவு பேர் இருக்காங்களான்னு எனக்கே ஆச்சரியமா இருந்திச்சு. உன் முதலாளி ரொம்ப கண்ணியமா நடந்துகிட்டு உன்னைக் கௌரவப் படுத்திட்டாரில்லையா?"

"ஆமாம்மா..."

"உனக்கு இன்னிக்கு இவ்வளவு நல்லவிதமா எல்லாம் நடந்துகிட்டிருக்கு ஆனா, உன் முகத்தில் அந்த அளவுக்குப் பூரிப்பு இல்லையே, ஏண்டா?"

"அதெல்லாம் ஒண்ணுமில்லையேம்மா."

"என்னமோ உள்ளுக்குள்ளே சங்கடம் வெச்சிருக்கிற மாதிரிதான் எனக்குத் தெரியுது."

"ஒண்ணும் இல்லைன்னு சொல்றனே மத்தியானம் சாப்பாட்டுக்கு என் ஃப்ரெண்டு மூர்த்தியையும் அழைச்சுக்கிட்டு வருவேன். நீ போய் சமைக்கிற வேலையைப் பாரும்மா. ரிக்ஷா கூப்பிடறேன் இரு..."

"வேணாம். நான் பஸ்லேயே போயிடறேன். பாயசம் பண்ணி வைக்கிறேன். ரெண்டு மணிக்கு முன்னாடி கூட்டிட்டு வந்துடாதே. போறப்பதான் காய்கறி வாங்கிட்டுப் போகணும்."

அவன் அம்மா புறப்பட்டுப் போனதும் சுதர்சன் தன் மேஜை அருகில் போட்டிருந்த நாற்காலிக்கு வந்தமர்ந்தான். மற்றொரு நாற்காலியில் மூர்த்தி நோட் புக்கில் வரவான பணத்தை பென்சிலால் கூட்டிப் போட்டுக் கொண்டிருந்தான். மேஜைமேல் சந்தனக் கிண்ணமும், தட்டு நிறைய டைமண்ட் கற்கண்டும் இருந்தன. தரையெங்கும் மலரிதழ்கள் சிதறியிருந்தன.

சுதர்சன் பெருமூச்சு விட்டுக்கொண்டான்.

'அம்மா, எனக்குள் என்ன உறுத்தல் என்பதை உனக்கும் சரி, வேறு யாருக்கும் சொல்ல முடியாதேம்மா.'

என் கற்பனை ஸ்டூடியோவுக்கு நான் சூட்டி வைத்திருந்த பெயர். 'கண்மணி ஸ்டூடியோ' இதை கண்மணி கையாலேயே குத்துவிளக்கேற்றித் திறக்க வேண்டும் என்று திட்டமிட்டிருந்தேன். புதிய ஸ்டூடியோவில், புதிய காமிராவால் முதல் போட்டாவாக என் கண்மணியைத் தான் எடுக்க வேண்டுமென்று யோசித்து வைத்திருந்தேன்.

கடைசியில் நான் பக்குவமாக யோசித்து, நாசூக்காக கழன்று கொண்டும்... அவள் கல்யாண நாளன்று பைத்தியம் பிடித்தவன் போல நண்பனின் அறையில் என்னைச் சிறைப்படுத்திக்கொண்டு நான் பட்ட அவஸ்தை எனக்குத்தான் தெரியும்.

அந்த ரணத்தின் வலி இன்னும்கூடத் தொடர்கிறது.

கல்யாணமாகி அவள் நல்லபடியாக வாழ்ந்து கொண்டிருந்தால் கூட என் மனம் ஓரளவு சாந்தமடைந்திருக்கும்.

காலையில் கல்யாணம். இரவில் சாந்தி முகூர்த்தம். மறுநாள் காலையில் கணவன் போலீஸ் கஸ்டடியில்! இது எவ்வளவு பெரிய கொடுமை!

அவள் மனம் எவ்வளவு தூரம் வேதனைப்பட்டிருக்கும். தலைவலி என்றால் எல்லோருக்கும் தெரியும். ஒருமுறையாவது அனுபவித்திருப்பார்கள். வயிற்றுவலி என்றால் எல்லோருக்கும் தெரியும். மணமான மறுநாளில் கண்மணி கண்ட அதிர்ச்சியின் வலியை எத்தனை பேரால் உணர முடியும்?

என்னால் உணர முடிகிறது. அவள் விருப்பத்துக்கு விரோதமாக நடந்த திருமணம் இது. மனதில் என்மீதிருந்த காதலைக் கட்டாயமாக விழுங்கிக்கொண்டு ஏற்றுக்கொண்ட திருமணம் இது.

அவளுக்குத் திருமணமே அதிர்ச்சி. உடனே மற்றொரு மாபெரும் அதிர்ச்சி என்றால், பாவம் நொந்து நைந்து போயிருக்கும் அந்த மனது.

யதார்த்தமாகச் சிந்திக்கிறேன் என்றும் பயங்கர விளைவுகளைத் தவிர்க்க வேண்டும் என்றும் நான் எடுத்த முடிவு இப்போது அர்த்தமற்றதாகப் போய்விட்டதோ என்று கருதுகிறேன்.

அவள் மேல் இன்னும் கூட எனக்கு இருக்கும் நினைவுகளில் மின்னிவிட்டுப் போகும் காதலை முற்றிலும் அழிக்க வகை புரியாமல் என்னால் தான் அவளுக்கு இந்த நிலையோ என்று தோன்றத் துவங்கியுள்ள உறுத்தலை விலக்க வழியும் தெரியாமல்...

'நான் ஒவ்வொரு நிமிடமும் திண்டாடித் தவிப்பதை எல்லாம் உன்னிடம் எப்படிம்மா பகிர்ந்து கொள்ள முடியும்?'

"சுதர்சன், மொத்தம் ஆயிரத்து எழுநூத்து பதினஞ்சு ரூபா வரவு வந்திருக்கு. பணத்தை எண்ணி வாங்கிக்கறியா?" என்றான் மூர்த்தி.

"டிராயர்லதானே இருக்கு? இருக்கட்டும். நீ கூல்ட்ரிங் குடிச்சியா?"

"ரெண்டு குடிச்சிட்டேன். நீ ஏன் திடீர்னு டல்லா இருக்கே? திடீர்னு பிரகாசமா இருக்கே? ஊர்லேர்ந்து உங்கண்ணன் வரலைன்னு வருத்தமா?"

"அதான்" என்றான்.

"கே.கே.ஆர். வரமுடியலைன்னு சொல்லச் சொல்லி அவரோடு கணக்குப் பிள்ளையை அனுப்பிச்சிருந்தார். நூத்தியோரு ரூபாய் வரவு வெச்சிருக்கார்."

"நான் அவரைப் பார்க்கலேயே மூர்த்தி."

"நீ உள்ளே அந்தக் குழந்தையை போட்டோ எடுத்துக்கிட்டிருந்தே. கே.கே.ஆர். ரொம்ப தளர்ந்துட்டாராம். பழைய வேகமே இல்லையாம். சொன்னார். அந்தா, இந்தான்னு ஆறுமாசம் இழுத்தடிச்சு நாளைக்குத் தான் கேஸ் விசாரணைக்கு வருதாம். மெட்ராஸ்லேர்ந்து துரை பாண்டியன்னு பெரிய வக்கீல் வந்திருக்காராம். ஏ.சி. ரூம் போட்டுக் கொடுத்திருக்காங்களாம். சொல்லிட்டிருந்தார். 'இந்த கேஸ்லயே இந்த கே.கே.ஆர் தன் சொத்தைப் பூரா அழிக்கணும், அப்படியும் நாதன் கழுத்தில் தூக்குக்கயிறு ஏறணும்'னு நான் சாமியை வேண்டிக்கிட்டேன்."

"ஏண்டா அப்படி எல்லாம் நினைக்கிறே?"

"பின்னே? அந்தாள் என்னை மிதிச்ச மிதியை மறப்பேனா? தாலி கட்டற சமயம் வந்து எங்களைப் பிரிச்சு எங்க காதலை அறுத்துப்போட்ட ஆளாச்சே! அவர் பொண்ணு நல்லா

வாழ்ந்துடுவாளா? இப்பல்லாம் தெய்வம் நின்னு கொல்றதில்லை. அப்பப்போ பாக்கி வெச்சுக்காம தெய்வம் தீர்ப்பு கொடுத்துடுது. நீ வேணும்னா பாரு. இவரு எனக்கும் இந்த ஊருக்கும் செஞ்சிருக்கிற அநியாயத்துக்கெல்லாம் தீர்ப்பா, ஒரே ஒரு நாள் வாழ்ந்த இவர் பொண்ணு கண்மணி தாலி அறுத்துட்டு வந்து நிக்கப் போறா?"

மூர்த்தி சொல்லிக் கொண்டிருக்கும்போதே உணர்ச்சி வசப்பட்ட சுதர்சன் கொஞ்சம் அதட்டலாக, "டேய்! அந்தமாதிரி எல்லாம் பேசாதே! நல்லால்லை" என்றான் ஒரு விரலைக்காட்டி.

"பாதிக்கப்பட்டவன் நான். அப்படித் தான் சொல்வேன். இதில் உனக்கு என்ன கோபம் பொத்துக்கிட்டு வருது? ம்?"

"பாவம்டா! அவரு அநியாயம் செஞ்சா அவரைப் பத்திப் பேசு! அந்தப் பொண்ணு என்ன தப்பு பண்ணிச்சு? அந்தப் பொண்ணுக்குச் சாபம் கொடுக்கற மாதிரி ஏன் பேசறே?"

"இது சாபம் இல்லை சுதர்சன். தீர்ப்பு! நானா கொடுக்கப் போறேன்? நீதிபதி கொடுக்கப்போறார். நடுரோட்ல ஓட ஓட விரட்டி, வெட்டிக் கொலை செஞ்சவனுக்கு கோர்ட்ல என்ன ரோஜாப்பூ மாலையா போடுவாங்க? நாதனை தூக்குல ஏத்தாம ஓயறதில்லைன்னு அந்த இன்ஸ்பெக்டர் சபதமே போட்டிருக்காராம். புருஷனைத் தூக்குல போட்டா. பொண்டாட்டி தாலி அறுக்காம என்ன செய்வா?"

"மூர்த்தி!" - கத்தின சுதர்சன் அவன் சட்டையைக் கொத்தாகப் பிடித்து எழுப்பித் தள்ளினான், "போடா! போடா வெளில!" என்றான் ஆக்ரோஷமாக.

மூர்த்தி அதிர்ச்சியில் தடுமாறி நின்றான்.

"சுதர்சன், என்னாச்சு உனக்கு? ஏன் இப்படி வெறி பிடிச்சவனாட்டம் நடந்துக்கறே? எதுக்கு என்மேல பாயறே? ஊர்ல எல்லோரும் பேசிக்கிறதைத்தானே நானும் சொன்னேன்! யாரோ ஒருத்தியைப் பத்திப் பேசினா உனக்கு ஏன் இவ்வளவு கோபம் வருது?"

“கண்மணி நல்லா வாழணும் மூர்த்தி. அந்தப் பொண்ணு பாவம்! அவமேலே எந்தத் தப்பும் இல்லாம தண்டனைக்கு மேலே தண்டனையா கிடைக்கக்கூடாது” என்ற சுதர்சன் சட்டென்று உடைந்துபோய் அழத்துவங்க... அதிர்ச்சி விலகாமல் அவனைப் பார்த்தான் மூர்த்தி.

குறும்புப் பையனின் கணக்கு நோட்டில்...

1+1= 2 - கணக்குப் பாடத்தில்.

1+1= 1 - காதல் பாடத்தில்.

1+1= 3 - குடும்பப் பாடத்தில்.

***

25
அத்தியாயம்

சுதர்சனின் முதுகில் ஆதரவாகக் கை வைத்தான் மூர்த்தி.

“சுதர்சன்! என்னப்பா இது... ஏன் இப்படி அழறே! கடைக்கு யாராவது வந்துட்டா நல்லா இருக்காது. கே.கே.ஆர். பொண்ணைப் பத்திப் பேசினா நீ எதுக்காக இவ்வளவு தூரம் டென்ஷாகறே?”

சுதர்சன் நிமிர்ந்து கர்சீப் எடுத்துத் தன் கண்களைத் துடைத்துக்கொண்டு, “மூர்த்தி, என்னோட வா” என்று உள்ளே தனியாக இருந்த ஃபிலிம் கழுவி, பிரிண்ட் போடுகிற சிறிய டார்க் ரூமுக்கு அவனை அழைத்து வந்து லைட்டைப் போட்டான். கதவை மூடினான்.

மூர்த்தி புரியாமல் ஸ்டூலில் அமர்ந்து அவனைப் பார்த்தான்.

“மூர்த்தி, திறப்பு விழா நடக்கறதுக்கு முன்னாடி அதிகாலையில் வந்து இந்தப் புது ஸ்டூடியோவுல யாரோட படத்தை முதல் பிரிண்ட்டா போட்டேன் தெரியுமா?”

சுதர்சன் மேஜை டிராயரிலிருந்து அந்தப் பெரிய சைஸ் போட்டோவை எடுத்து அவனிடம் நீட்டினான். அதில் கண்மணி வீணை வாசித்துக் கொண்டிருந்தாள்.

"சுதர்சன், இதுக்கு என்ன அர்த்தம்?"

"என்னால கண்மணியை மறக்க முடியலை மூர்த்தி,"

"அப்படின்னா நீங்க ரெண்டு பேரும்..."

"என் காதலை வெளிப்படுத்திக்காமலேயே நான் அவளை ரொம்ப ரொம்ப நேசிச்சேன் மூர்த்தி. அவ என்னை நேசிச்சதோட இல்லாம அதை வெளிப்படுத்தவும் செஞ்சா! ஆனா, நான் அவகிட்ட 'ஒரு நண்பனாதான் பழகினேன்'னு பொய் சொல்லி விலகிட்டேன்."

"அடப்பாவி! ஏன்?"

"காரணம், அவங்கப்பா கே.கே.ஆரோட குணத்தை நான் புரிஞ்சுக்கிட்டதுதான்... கிட்டத்தட்ட சாகற நிலமையில நீ ஆஸ்பத்திரியில் கிடந்தியே மூர்த்தி, மறந்துட்டியா? நேரடியா அறிமுகமோ, சம்பந்தமோ இல்லாத உனக்கே இவ்வளவு பெரிய தண்டனையைக் கொடுத்து உன் காதலைச் சிதறடிச்சாரா இல்லையா? நீ காதலிச்ச பொண்ணை மறு முகூர்த்தத்தில் இவரே தாலி எடுத்துக் கொடுத்து இன்னொருத்தனுக்குக் கட்டி வெச்சாரா இல்லையா? உன்னால என்ன பண்ண முடிஞ்சது... நொந்துக்கிறதைத் தவிர? அவருக்குச் சாபம் கொடுக்கறதைத் தவிர? இதுவே தன் வீட்டிலயே நடந்திருக்கிறது தெரிய வந்தா அவரோட ரியாக்ஷன் எப்படியிருக்கும்?"

"உன்னைக் கண்டந்துண்டமா வெட்டிப் போட்டிருப்பார் சுதர்சன்."

"உண்மை... ரொம்ப உண்மை. நான் சினிமா ஹீரோ இல்லை! அவரை என்னால எதிர்த்திருக்க முடியாது. செத்துப் போயிருப்பேன். அதோட நிக்குமா? கண்மணியால அந்த விபரீதத்தையோ, ஏமாற்றத்தையோ தாங்கிக்க முடியுமா? மனசு வெறுத்துப் போய்த் தற்கொலைக்கே தீர்மானிக்கலாம். இந்த மாதிரியான விளைவுகளைத் தவிர்க்கறதுக்காக என் காதலை மனசுக்குள்ளேயே விழுங்கிக்கிட்டு, மனசாட்சிக்கு விரோதமா

அவகிட்ட பொய் சொன்னேன்... காலம் என் மனசுல சோகத்தை அழிச்சுடுங்கிற நம்பிக்கையில அப்படிச் சொன்னேன். அவளுக்கு மனசில எந்த ஏமாற்றமும் இல்லாம ஒரு நல்ல வாழ்க்கைக்குச் சம்மதிப்பாங்கிற நம்பிக்கையில் அப்படிச் சொன்னேன்."

"சுதர்சன், நீ நினைச்சதிலயோ, நடந்துக்கிட்டதிலயோ எந்தத் தப்பும் இல்லை. யதார்த்தமா யோசிச்சு முடிவெடுத்திருக்கே. என் விஷயத்துல உணர்ச்சிப்பூர்வமா நான் முடிவெடுத்ததாலதான் இன்னிக்கு அவதிப்படறேன். கல்யாணமாகிப் போயிட்டாலும் அவ மனசுல என்னைப் பத்தின நினைப்பு முள் மாதிரி உறுத்தும்... இந்த உறுத்தல் அவ சாகற வரைக்கும் மறையாது. 'நான் உன்னை நேசிக்கலை'ன்னு நீ சொல்லிட்டதால கண்மணி மனசுல ஏமாற்றம் மட்டும் தான் இருந்திருக்குமே ஒழிய, உறுத்தல் இருக்காது" என்றான் மூர்த்தி.

"ஆனா மூர்த்தி... இப்போ உறுத்தல் பூரா எனக்குத்தான் இருக்கு! கண்மணி இஷ்டப்பட்டு கல்யாணம் செய்துக்கலை. சந்தோஷமாவும் வாழலை. அவளோட இன்றைய சூழ்நிலையை நினைச்சுப் பாரு, ரொம்பக் கொடுமை... இதுக்கெல்லாம் நான் தான் காரணமோங்கற நினைப்பு என்னை அரிக்குது மூர்த்தி."

"அவளுக்கு அப்படி நடக்கணும்னு இருக்கு. அதுக்கு நீ என்ன செய்வே, பாவம். இன்னிக்கு சந்தோஷமா தொழிலை ஆரம்பிச்சிருக்கே... எதை எதையோ நினைச்சு மூடைக் கெடுத்துக்காதே. இந்த போட்டோவை எடுத்து உள்ளே வெச்சிடு... யாராவது பார்க்கப் போறாங்க."

மூர்த்தியிடமிருந்து கண்மணியின் புகைப்படத்தை வாங்கி, அதை மேஜை டிராயருக்குள் வைப்பதற்குமுன் ஒரு முறை பார்த்துக் கொண்டான் சுதர்சன்.

"அப்புறம் ஒரு விஷயம். கண்மணியோட சூழ்நிலை எப்படியிருந்தாலும், இப்போ அவ இன்னொருத்தன் மனைவி. அதனால் நீ இன்னும் அவளைப்பத்தியே நினைச்சிட்டிருக்க வேணாம். அதுல எந்தப் பிரயோஜனமும் இல்லை... அநாவசியமா

டென்ஷனாகி உடம்பு தான் கெடும். இப்ப உன் கவனம் இந்தத் தொழில்ல எப்படி ஓகோன்னு முன்னேறி பெரிசா வளர்றதுங்கறதுல மட்டும் தான் இருக்கணும். சுதர்சன் வா, போகலாம்" என்றான் மூர்த்தி.

"மூர்த்தி என் வேதனையும் உன் வேதனையும் கிட்டத்தட்ட ஒண்ணுதான். உன்னால என்னைப் புரிஞ்சுக்க முடியுங்கறதாலயும், எனக்கும் யார்கிட்டயாவது மனசுவிட்டுப் பேசணும் மாதிரி இருந்ததாலயும் தான் உங்கிட்டே எல்லாத்தையும் சொன்னேன் நீ..."

"யார்கிட்டேயும் பேசற விஷயமா இது? எனக்குத் தெரியாதா சுதர்சன்? அந்தக் கவலை வேணாம் உனக்கு" என்றான் மூர்த்தி.

டார்க் ரூமைவிட்டு இருவரும் வெளியே வந்தார்கள்.

சமையலறையில் காய்கறி நறுக்கிக் கொண்டிருந்தாள் கண்மணி. கூடத்திலிருந்து குரல் கொடுத்தாள் அத்தை வேணி.

'கண்மணி! இங்கே வாம்மா. உங்கம்மா வந்திருக்காங்க.'

கண்மணி முகத்தில் எந்தப் பிரகாசமும் உற்சாகமும் ஏற்படவில்லை. அரிவாள்மனையை நகர்த்தி வைத்து விட்டு நிதானமாக எழுந்து, கை கழுவிக்கொண்டு வெளியே வந்தாள்.

தன் அத்தையிடம் பேசிக் கொண்டிருந்த தன் அம்மாவின் அருகில் வந்து, 'வாம்மா' என்றாள்.

அவளைப் பார்த்த அம்மாவுக்குப் பக்கென்றது! போன மாதம் பார்த்ததைவிட எவ்வளவு இளைத்து விட்டாள். தோள்களில் எலும்பு துருத்திக் கொண்டு தெரிய, கண்களைச் சுற்றி மெலிதான கருவளையம் விழுந்திருக்க கண்மணி தானா இது!

"என்ன கண்மணி இது. இப்படி இளைச்சிட்டே?" அருகில் சம்பந்தியம்மாள் இருக்கிறார்கள் என்பதையும் மறந்து பதறிப் போய்க் கேட்டாள் அம்மா.

"இல்லைம்மா... நான் எப்பவும் போல தான் இருக்கேன். நீ நல்லாருக்கியா?" என்றாள் கண்மணி,

"மனசு சந்தோஷமா இருந்தாதான் உடம்பும் முகமும் நல்லா இருக்கும். இப்போ கண்மணி சந்தோஷப்படற மாதிரியா சூழ்நிலை இருக்குது? புகுந்த வீட்லயே இருந்தும் வாழாவெட்டி மாதிரி இருக்கிற கொடுமை உலகத்துல எங்க இருக்குது? என் பையன் கொலை செஞ்சது கூடப் பெரிய பாவம் இல்லை. சம்பந்தியம்மா... உங்க பொண்ணு கழுத்துல தாலியைக் கட்டினானே அதான் பெரிய பாவம். சத்தியமா சொல்றேன். என் சொந்தப் பொண்ணுமாதிரிதான் கண்மணியைக் கவனிச்சுப் பார்த்துக்கறேன். கெஞ்சிக் கூத்தாடியாவது ஒவ்வொரு வேளையும் ஒழுங்கா சாப்பிட வைக்கறேன்... ஆறுதல் சொல்றேன். என்ன ஆறுதல் சொன்னாலும் மனசுக்குள்ள இருக்க வேதனையை எப்படிம்மா தீர்க்க முடியும்?" என்றாள் வேணி.

நெகிழ்ந்து, குரல் கரகரக்க அம்மா சொன்னாள். "இவ ஏதாச்சும் கொஞ்சமாவது அதிர்ஷ்டம் வெச்சிருக்கிறதாலதான் உங்களை மாமியாரா அடைஞ்சிருக்கா. நீங்க அவளைச் சரியா கவனிச்சுக்கலைன்னு நான் நினைச்சுக்கூடப் பார்க்கறதில்லை. மனசு கேக்காம வாய்விட்டுக் கேட்டுட்டேன்."

"இளைச்சிதான் போயிருக்கா பாத்தாலே கஷ்டமா இருக்கு. நேத்து கூட டாக்டர்கிட்டே போகலாம்னு சொன்னேன். பிடிவாதமா வேணாம்னு சொல்லிட்டா. நாளைக்கு கேஸ் விசாரணை ஆரம்பிக்குது. நடக்கட்டும்... எப்படி முடியுதோ பார்க்கலாம். நீங்க பேசிட்டிருங்க. உங்களுக்குக் குடிக்க ஏதாவது எடுத்துட்டு வர்றேன்" வேணி எழுந்து உள்ளே செல்ல...

சோபாவைப் பிடித்தபடி அமைதியாக நின்றிருந்த கண்மணியைப் பார்த்த அம்மா, "உக்காரு கண்மணி!" என்றாள்.

கண்மணி அம்மாவின் அருகில் அமர்ந்தாள்.

அம்மா, தான் பழங்கள் வைத்துக்கொண்டு வந்திருந்த பெரிய பைக்குள்ளிருந்து சிறிய காகிதப் பொட்டலம் எடுத்துப் பிரித்து, "காலையில் சமயபுரம் போயிருந்தேன். 'என் பெண்ணோட வாழ்க்கைக்கு நீதான் வழி காட்டணும்'னு வேண்டிக்கிட்டு

அர்ச்சனை பண்ணிட்டு வந்தேன் கண்மணி. அம்மன் - நம்மைக் கைவிடவே மாட்டா. நம்பிக்கையோட இரு. மெட்ராஸ்லேர்ந்து வந்திருக்கிற வக்கீல் இந்த கேஸை ஜெயிச்சிடலாம்னு சொல்லியிருக்காராம்" என்றபடி குங்குமம் எடுத்துக் கண்மணி நெற்றியில் வைத்துவிட்டாள்.

கண்மணி விரக்தியாகச் சிரித்தாள்.

"என்னடி சிரிக்கிறே"

"இந்த அம்மனாகட்டும். எந்த அம்மனாகட்டும்... அநியாயத்துக்குத் துணை போயிருக்காமா?"

"சும்மா இருடி. மாப்பிள்ளை வெளியிலே வரணும் நீ நல்லா இருக்கணும்னு நான் பதறிட்டிருக்கேன். குதர்க்கமெல்லாம் பேசாதே,"

"எனக்கு ஆறுதல் சொல்றவங்க எல்லோருமே 'கவலைப்படாதே, அவர் வந்துடுவார்... அவர் வந்துடுவார்'னு தான் சொல்றாங்கம்மா. அவர் வெளிநாடா போயிருக்கார்... வந்ததும் சொல்லிப் பெருமையடிச்சிக்கிறதுக்கு? போன வாரம் அத்தையோட கோயிலுக்குப் போயிருந்தேன். அங்கே வந்திருந்தவங்க எல்லாம் என்னைக் கைகாட்டிப் பேசிக்கிட்டாங்க... என்னன்னு பேசியிருப்பாங்கம்மா? 'கொலைகாரன் பொண்டாட்டி இவதான்'னுதானே பேசியிருப்பாங்க? நல்ல அந்தஸ்து இல்லையா இது?"

"ஏன் கண்மணி மனசைப் போட்டு நோகடிச்சுக்கறே? நடந்து போன சம்பவத்துல யாருக்குதான் சந்தோஷம்? இனி என்ன நடக்கணும் தானே பார்க்க வேண்டியிருக்கு... போன தடவை உன்னைப் பார்த்துப் பேசிட்டிருந்துட்டு உனக்குத் தைரியம் சொல்லிவிட்டு, வீட்டுக்கு வந்து ரொம்ப நேரம் அழுதா உன் தங்கச்சி. உங்கப்பாகிட்ட இப்போ அவளும் சரியா பேசறதில்லை. நீ பிடிவாதமா 'நம்ம வீட்டுக்கு வரவே மாட்டேன்'னு இங்கே வந்து உக்காந்துட்டே. நாங்க உன்னைப் பார்த்துட்டுப் போனதும் 'எப்படி இருக்கா, என்ன சொன்னா?'னு

எவ்வளவு ஆர்வமா துளைச்சி எடுத்துடறார் தெரியுமா உங்கப்பா? மருமகனை வெளியில கொண்டாந்தப்புறம்தான் உன்னை வந்து பாக்கறதுன்னு ஒரு வீறாப்பா இருக்காரேயொழிய, உள்ளுக்குள்ளே அவர் ரொம்ப ஒடிஞ்சு போயிட்டார் கண்மணி"

கண்மணி பதிலெதுவும் பேசாமல் தன் கை விரல்களைப் பார்த்துக்கொண்டாள்.

"ஒரு முக்கியமான விஷயத்துக்காகத்தான் இப்ப நான் வந்தேன்... நடுவிலே ஒரு தடவைகூட நீ மாப்பிள்ளையைப் பார்க்கலை. உன் மனசு இருக்கிற நிலைமையில உன்கிட்டே 'அழைச்சுக்கிட்டுப் போகட்டுமா?'ன்னு கேக்கவே தயக்கமா இருக்குதுன்னு சம்பந்தியம்மா சொன்னாங்க. நாளைக்கு விசாரணை ஆரம்பிக்குது. கோர்ட்டுக்கு மாப்பிள்ளையை அழைச்சுக்கிட்டு வர்றாங்க. நாளைக்குக் கோர்ட்டுக்கு நீ வந்தா, நீயும் மாப்பிள்ளையைப் பார்த்தமாதிரி இருக்கும்.. மாப்பிள்ளையும் உன்னைப் பார்த்த மாதிரி இருக்கும். என்ன... வர்றியா?" என்றாள் அம்மா.

"இல்லைங்க... வேணாம். கண்மணி கோர்டுக்கு? வர்றதையோ, என் மகனைச் சந்திக்கிறதையோ நான் விரும்பலை. அவ வரவேணாம்" என்றாள் பழரசம் நிறைந்த டம்ளருடன் வந்த வேணி!

கடற்கரையில் சுண்டல் விற்பவன் ஒரு பேட்டியில்...

"ஒரு ஜோடி தொடர்ந்து பீச்சுக்கு வந்தாங்க சார். கொஞ்ச நாள் காணோம். அப்புறம் அவன் வேற பொண்ணோட வந்தான். அந்தப் பொண்ணும் வேற பையனோட வந்தா. கொஞ்ச நாள் கழிச்சு மறுபடி அவங்க ரெண்டு பேருமே சேர்ந்து வந்தாங்க. எனக்கு ஒண்ணும் புரியலை சார்."

* * *

26
அத்தியாயம்

வேணி ஏன் அப்படிச் சொல்கிறார் என்று புரியாமல் பார்த்தாள் கண்மணியின் அம்மா.

"நான் காரணத்தோடதான் சொல்றேன் சம்பந்தியம்மா. இதைக் குடிங்க" என்று பழரசம் நிரம்பிய டம்ளரை நீட்டினாள் வேணி.

நாளை கோர்ட்டுக்குத் தன்னை வர வேண்டாம் என்று அத்தை சொன்னது ஆறுதலாக இருந்தது கண்மணிக்கு.

"கண்மணி, கிரைண்டரை நிறுத்திட்டு வந்தேன். மேல துணியைப் போட்டு மூடி வெச்சிட்டு வந்துடும்மா" என்றாள் வேணி.

கண்மணி தலையசைத்துவிட்டு சமையலறைக்குள் சென்றதும் அவள் அம்மா பக்கம் திரும்பிய வேணி, "திடுதிப்புன்னு என்ன இந்த மாதிரி கேட்டுட்டீங்க நீங்க? நாளைக்கு கோர்ட்டுக்குக் கண்மணி வந்தா அவளுக்குச் சந்தோஷமா இருக்குமா இல்லை, சங்கடமா இருக்குமா? இப்பவே ரோட்ல எங்கேயும் போக முடியலை. கை காட்டிப் பேசுறாங்க. கோர்ட்ல

நாளைக்கு அத்தனை பேர் கண்ணும் அவ மேலதான் இருக்கும். தேவையா இது?" என்றாள்.

"நான் எதுக்குச் சொல்ல வந்தேன்னா. மாப்பிள்ளைக்கும் கண்மணியைப் பார்க்கணும்னு இருக்காதா?" என்றாள் அம்மா.

"இருக்கும் அவனுக்கு இருக்கும்... அதே மாதிரி என் பையனைப் பார்க்கணும்னு ஒரு ஆர்வம் கண்மணிக்கு இருக்குமா?"

"கோபம் ஒரு பக்கம் இருந்தாலும், கட்டின புருஷனைப் பார்க்கணும்னு ஆவல் எப்படி இல்லாமப் போகும்?"

"நீங்க உங்க பொண்ணைச் சரியா புரிஞ்சுக்கலை என் புருஷனோட வீடு என் புருஷனோட ஜனங்கன்னு மனசுல பாசம் வெச்சு ஒரு உரிமையிலயா அவ இந்த வீட்ல இருந்துக்கிட்டிருக்கா? இப்படி ஒரு புருஷனைக் கட்டிவெச்சதால உங்க வீட்டுக்காரர் மேல அவளுக்கு ஆத்திரம்... அவருக்கு எதிர்ப்பு காட்டணுங்கற மாதிரிதான் இங்கே இருக்கா. நான் தப்பா சொல்லலை... உங்க பொண்ணை ஓரளவு தைரியமா வளர்த்து வெச்சிருக்கீங்க. கொஞ்சம் பூஞ்சை மனசா இருந்தா நடந்த கொடுமைக்கு அவ ஏதாச்சும் மருந்து மாத்திரை சாப்பிட்டுத் தொலைச்சிருப்பா. கொஞ்ச நாளாவது பேசிப் பழகியிருந்தா என் பையன் மேல கண்மணிக்கு ஒரு ஒட்டுதல், பாசம் பிரியமெல்லாம் இருக்கும். நாளைக்கு கோர்ட்ல அவனைப் பார்த்தா பாசம் வராது... கோபம் தான் இன்னும் ஜாஸ்தியா வரும் அதனாலதான் அவ வந்து அவனைப் பார்க்க வேணாம்னு நான் சொன்னேன்."

சில விநாடிகள் மௌனமாக இருந்த அம்மா, "நீங்க ரொம்ப யோசிச்சு, உணர்ந்து பேசறீங்க. நீங்க சொன்னபடியே இருக்கட்டும். அப்ப நான் புறப்படறேன்" என்று எழுந்து கொண்டாள்.

"நல்ல கதை உக்காருங்க... சாப்பிட்டுட்டு தான் போகணும்."

"இல்லைங்க. வீட்ல நிறைய வேலை இருக்கு அப்படி அப்படியே போட்டுட்டு வந்தேன். கண்மணிகிட்ட சொல்லிட்டுப் புறப்படறேன்."

அம்மா பழக்கூடையோடு சமையலறைக்கு வந்து "என்ன கண்மணி, நான் புறப்படவா?" என்றாள். கூடையிலிருந்து பழங்களை எடுத்து மேடை மேல் வைத்தாள்.

கிரைண்டரில் இருந்து மாவை அள்ளிப் பாத்திரத்தில் போட்டுக் கொண்டிருந்த கண்மணி, "சரிம்மா, ஒரு சின்ன உதவி கேக்கட்டுமாம்மா?" என்றாள்.

"என்னடி உதவி, கிதவின்னுகிட்டு? சொல்லு, என்ன செய்யணும்?"

"இங்கே பகல்ல சமையல்ல பொழுது போயிடுது. அதுக்கப்புறம்தான் பொழுதே நகர மாட்டேங்குது. தூக்கமும் வர்றதில்லை. டெலிவிஷன் பிடிக்கிறதில்லை. கொழுந்தனார்கிட்டே படிப்பு சம்பந்தப்பட்ட புக்ஸ் தவிர, வேற புக்ஸ் இல்லை. சும்மா உட்கார்ந்திருந்தா மனசு எது எதையோ மறுபடி மறுபடி நினைச்சு... பைத்தியம் பிடிக்கிற மாதிரி ஆய்டுதும்மா. அதனால அப்பாவைக் கேட்டுக்கிட்டு என் வீணையைக் கொடுத்தனுப்பறியா?"

"இப்பப் போனதும் முதல் காரியமா அனுப்பறேன். சித்ராகிட்ட சொல்லி அவ பைண்ட் பண்ணி வெச்சிருக்கிற கதை புஸ்தகங்கள் எல்லாம் கூட அனுப்பி வைக்கிறேன். கண்மணி, கவலைப்பட்டு உடம்பைக் கெடுத்துக்காதேம்மா. கண்டதை நினைக்காதே. எல்லாம் நல்லபடியா நடக்கும்னு நம்பு. நான் வரட்டுமா?"

கண்மணியின் தலையை ஒரு முறை வருடிவிட்டு, அவள் தாடையில் லேசாக ஒட்டிக்கொண்டிருந்த மாவைத் துடைத்து விட்டுப் புறப்பட்டாள் அம்மா.

கே.கே.ஆர். ஸ்விட்சைப் போட்டு விட்டு வந்து சாய்வு நாற்காலியில் அமர்ந்து, மின்விசிறி சுழலும் சத்தம் கேட்காததால் மேலே பார்த்து, கரண்ட் இல்லை என்பதை உணர்ந்தார்.

ஜிப்பாவின் இரண்டு பட்டன்களையும் அவிழ்த்து விட்டு, ஜிப்பாவைத் தலைவழியாகக் கழற்றி நாற்காலியின் முதுகில்

போட்டுவிட்டு, "சொர்ணம், விசிறி எடுத்துக்கொடு" என்று சாய்ந்தமர்ந்தார்.

சொர்ணம், பனை ஓலை விசிறியோடு வந்து கண்கள் மூடி ஓய்வாகச் சாய்ந்திருந்த அவருக்கு, தானே வீச ஆரம்பித்தாள்.

காற்றுப் பட்டதில் கண் திறந்தவர், "கொடு... நான் விசிறிக்கிறேன். உனக்கு வேலை இருந்தால் பாரு" என்று கை நீட்டினார்.

"இருங்க. நானே விசிறி விடறேன். கோர்ட்லேர்ந்துதானே வர்றீங்க?" என்றாள் சொர்ணம்.

"ஆமாம்" என்றார் அலுப்பான குரலில், "மோர் இருந்தா எடுத்துட்டு வா" என்று விசிறியை வாங்கித் தானே விசிறிக் கொள்ளத் துவங்கினார்.

வாசலில் கணக்குப்பிள்ளை சைக்கிளில் வந்து இறங்குவதைப் பார்த்தார். அவர், செருப்புக்களை விலக்கிவிட்டு கறுப்பு லெதர் பையுடன், உள்ளேயிருந்த கே.கே.ஆரின் அருகில் வந்தார்.

ஜிப்பை இழுத்து பையைத் திறந்து இரண்டு நூறு ரூபாய்க் கட்டுகளையும் பாங்க் பாஸ், புத்தகத்தையும் கே.கே.ஆரின் அருகில் இருந்த ஸ்டூலில் வைத்தார். கொஞ்சம் தயங்கினார்.

"என்ன?" என்றார் கே.கே.ஆர்.

"டெலிபோன் பில் கட்டணும். நாளைக்குக் கடைசி தேதி..."

"இது எடுக்கச் சொன்னது வக்கீலுக்குக் கொடுக்கறதுக்குய்யா. எவ்வளவு வருது பில்லு?"

"ஆயிரத்து முந்நூறு ரூபா?"

"பாங்க்ல எவ்வளவு இருக்கு?"

"எழுநூத்திச் சில்லறைதான் இருக்கு"

"நாளைக்குத்தானே கட்டணும்? சரி, ஏற்பாடு பண்ணிக்கலாம் போங்க."

"சரிங்க" என்று பவ்யமாகச் சொல்லிவிட்டு அவர் போக, மோரோடு முதலிலேயே வந்து நின்றுவிட்ட சொர்ணம், "குடிங்க" என்று டம்ளரைக் கொடுத்தாள்.

வாங்கிக் குடித்து, வேட்டி முனையால் வாயைத் துடைத்துக்கொண்ட கே.கே.ஆர். "சொர்ணம்" இந்தப் பணத்தை எடுத்து பீரோல வையி. சாயங்காலம் கொண்டு போய் வக்கீல்கிட்டே கொடுக்கணும். தெரிஞ்சுதான் பெரிய வக்கீலை ஏற்பாடு செஞ்சேன். ஆனாலும், செலவு அள்ளிக்கிட்டுப் போகுது. இந்த ஒரு மாசமா கேஸ் நடத்தினதுக்கு அதிலேர்ந்து இதில், இதிலேர்ந்து அதிலன்னு போட்டுச் சமாளிச்சிக்கிட்டு வந்துட்டேன். மேற்கொண்டு செலவுகளுக்குக் கடன் வாங்க வேண்டியதா இருக்கும் போலிருக்கு சொர்ணம் என்றார்.

"நான் ஒண்ணு சொன்னா கோவிச்சுக்கமாட்டீர்களே?"

"சொல்லு..."

"நமக்கு மாப்பிள்ளைன்னாலும், அவங்களுக்குப் பிள்ளை இல்லையா? செலவு செய்யற கடமை அவங்களுக்கும் இருக்கு. வீடு இருக்கு, ரைஸ் மில் இருக்கு. கொஞ்சம் அவங்களையும் செலவு செய்யச் சொல்லுங்களேன்."

விரக்தியாகச் சிரித்த கே.கே.ஆர். "கிட்டே நெருங்கிப் போறப்பதானே எல்லா ஓட்டை ஒடைசலும் தெரியுது. மாப்பிள்ளை வீட்டுமேல கடன் வாங்கி வெச்சிருக்காராம். ரைஸ் மில் கணக்கு வழக்குகளை எடுத்துப் பார்த்தா, இவர் வெளியில் கொடுக்க வேண்டிய பணம் தான் அதிகமாக இருக்காம். பணம் கேட்டு தினம் ரெண்டு பார்ட்டி வந்துடறானாம். அவங்களைச் சமாளிச்சு அனுப்பி வைக்கறதே பெரிய பாடா இருக்காம். மாப்பிள்ளையோட தம்பிதான் எல்லாம் சொன்னார். இந்த லட்சணத்தில இதெல்லாம் எதுவும் சம்பந்தியம்மாவுக்குத் தெரியாதாம். நீ எதுவும் கேட்டு வெச்சிடாதே" என்றார்.

"ஆமாம்... நான் இதைத்தான் கேட்டுக்கிட்டிருக்கேன் அவங்களைக் கேள்வி கேக்கறதுக்கு நாக்கே வராதுங்க. அவ்வளவு

நல்ல குணவதி. இன்னொருத்தங்களா இருந்தா ‘உன் கழுத்தில் தாலி கட்டினதுமே என் புள்ளை ஜெயிலுக்குப் போயிட்டான்’னு கரிச்சுக் கொட்டிக் கண்மணியைப் பாடாபடுத்தியிருப்பாங்க...”

சொர்ணம், அந்தப் பணத்தையும் பாஸ் புத்தகத்தையும் பீரோவுக்குள் வைத்துப் பூட்டிவிட்டு வந்து, “ஏங்க... இன்னும் எவ்வளவு நாளைக்கு கேஸ் நடக்கும்?”

“முக்கால்வாசி சாட்சியின் விசாரணைகள் முடிஞ்சிருச்சு, இன்னும் பத்து பதினைஞ்சு நாள்ல முடிஞ்சிடும்னு சொன்னாரு வக்கீல்,”

“என்னைத் தைரியப்படுத்தறதுக்காகச் சொல்லாதீங்க... நம்ம வக்கீல் என்ன சொல்றாருங்க?”

“எந்த வக்கீலாவது தன் கட்சித் தோத்துடும்னு சொல்வாரா? நம்ம வக்கீல் என்னைப் பார்க்கறப்பெல்லாம் கேஸைப் பத்தி பேசறதைவிட பணத்தைப் பத்தி தான் அதிகமா பேசறார். தீர்ப்பு எப்படியிருந்தா என்ன, அவங்களா பாதிக்கப்படப் போறாங்க?” என்றார் கே.கே.ஆர்...!

வீட்டின் பின்புறம் பைப்பில் தண்ணீர் பிடித்து, குடத்தைத் தூக்கி இடுப்பில் வைத்தபோதே லேசாகத் தலை சுற்றுவது போல உணர்ந்தாள் கண்மணி.

சமாளித்துக் கொண்டு நடந்து சமையலறைக்கு வந்து பெரிய அண்டாவில் ஊற்றப் போகும் போது, மறுபடி தலை சுற்றியது. தனக்கு என்ன நடக்கிறது என்று உணர்வதற்கு முன் குடம் கையிலிருந்து நழுவி விழ... சரிந்து கீழே விழப் போனவளைச் சட்டென்று பார்த்துவிட்ட வேணி தாங்கிப் பிடித்தாள்.

அறைக்கு நடத்திவந்து படுக்க வைத்து, தண்ணீர் குடிக்க வைத்து ஆசுவாசப் படுத்திய பிறகு எழுந்து அமர்ந்து கொண்டாள் கண்மணி.

“என்னம்மா பண்ணிச்சு?”

“தலைசுத்துச்சு. அதான் குடத்தைத் தவற விட்டேன். இப்ப ஒண்ணுமில்லை.”

“சரி, புறப்படு. டாக்டர்கிட்டே போகலாம்.”

“எதுக்கு அத்தை. வேணாம்... இப்ப சரியாய்டுச்சு,”

“அதுசரி, நான் தாங்கிப் பிடிக்கலைன்னா, நீ விழுந்து உடம்புல எங்கயாச்சும் அடிபட்டிருக்கும் கண்மணி. காரணம் இல்லாம இந்த மாதிரி மயக்கம் எல்லாம் வரக்கூடாது... நீ எந்திரி, சொல்றேன்.”

வேணி அவளை வற்புறுத்தி ஆட்டோவில் ஏற்றி, திலகா மருத்துவமனைக்கு உடனே அழைத்து வந்து விட்டாள்.

டாக்டர் பரசுராமன் அவளைப் பரிசோதித்துப் பார்த்துவிட்டு, “பல்ஸ் கொஞ்சம் ட்ராப் ஆகியிருக்கு. ஜெனரல் வீக்னெஸ். ப்ளட் டெஸ்ட் எழுதித் தர்றேன்... தரோவா பார்த்துடலாம். இன்னிக்கி ஒரு நாள் இங்கே அட்மிட் ஆகி ரெண்டு பாட்டில் குளுக்கோஸ் ஏத்திக்கிட்டுப் போறது நல்லது” என்றார்.

“எதுக்கு அத்தை, அதெல்லாம் வேணாம்... சும்மா மாத்திரை, மருந்து எழுதித் தரச் சொல்லுங்க” என்றாள் கண்மணி.

“சும்மா இரும்மா. உனக்குத் தெரியுமா? டாக்டருக்குத் தெரியுமா?” என்று உரிமையோடு அதட்டிய வேணி, “நீங்க அட்மிட், பண்ணிடுங்க டாக்டர். குளுக்கோஸ் ஏத்தறதுக்கு ஏற்பாடு பண்ணுங்க” என்றாள்.

நான்கு கட்டில்கள் கொண்ட ஒரு காமன் வார்டில் ஒரு கட்டிலில் கண்மணியைப் படுக்க வைத்து, கை நரம்பில் ஊசி குத்தி டெக்ஸ்ட்ரோஸ் பாட்டிலைத் தொங்கவிட்டுவிட்டுச் சென்றார் டாக்டர்.

“இரும்மா... பார்த்திபன்கிட்ட போன் பேசிட்டு வர்றேன்” என்று வேணி சென்றதும், கண்மணிக்கு அருகில் காலியாக இருந்த கட்டிலில் ஒரு நர்ஸ் கைத் தாங்கலாக அழைத்துவந்து படுக்கவைத்த நோயாளியைப் பார்த்து ஆச்சரியப்பட்டாள் கண்மணி.

‘இவங்க சுதர்சனின் அம்மாவாயிற்றே! என்ன இவங்களுக்கு?’

அவள் யோசித்துக் கொண்டிருக்கும்போதே, கையில் ஒரு மருந்து சீட்டுடன் தன் அம்மாவிடம் வந்தான் சுதர்சன்.

“தூங்கறதுக்கு ஊசி போட்டிருக்காங்கம்மா... வலி தெரியாது. அப்படியே கண்ணை மூடிக்கிட்டுத் தூங்கிடுங்க. நான் இந்த மருந்தெல்லாம் வாங்கிட்டு வந்துடறேன்” என்று தன் அம்மாவிடம் சொல்லிவிட்டுத் திரும்பிய சுதர்சன் கண்மணியைப் பார்த்துவிட்டான்... கண்மணிதானா இது?

ஒரு பூக்கடைக்காரரின் காதல் விளக்கம்:

காதல் என்பது ரோஜாப் பூ மாதிரி. சிலர் கையில் எடுத்து வாசனை மட்டும் பார்க்கிறார்கள். சிலர் ஸ்டைலுக்காக கோட்டில் செருகிக் கொள்கிறார்கள். சிலர் பூஜையில் வைத்து உலர்ந்த பின்னும் பாதுகாக்கிறார்கள். ஆனால் ரொம்ப பேர் அடுத்தவர் வைத்திருக்கும் ரோஜாவை தூரத்திலிருந்து பார்த்து ரசிப்பதோடு சரி!

***

27

அத்தியாயம்

எதிர்பாராத இடத்தில் எதிர்பாராத சூழ்நிலையில் எதிர்பாராத நபரைச் சந்தித்ததில் ஏற்பட்ட அதிர்ச்சியிலிருந்து மீள்வதற்குக் கண்மணி, சுதர்சன் இருவருக்குமே சில விநாடிகள் பிடித்தன.

"அம்மாவுக்கு என்னங்க?" என்று கண்மணிதான் இயல்பாகப் பேச்சைத் துவக்கினாள்.

உறங்குவதற்காக ஊசி போடப்பட்டிருந்ததால் சுதர்சனின் அம்மா லேசாக வாயைப் பிளந்து உறங்கத் துவங்கியிருக்க... சுதர்சன் தன் அம்மாவின் கட்டிலருகில் வந்து நின்று, "அடிக்கடி வயத்தில் வலிக்குதுன்னு சொல்வாங்க. ஏதாச்சும் மாத்திரை சாப்பிடுவாங்க... சரியாப் போயிடும். இப்போ மூணு நாளா தொடர்ந்து தாங்க முடியாம வயித்த வலிச்சதால இங்க அழைச்சுட்டு வந்தேன்" என்றான்.

"டாக்டர் என்ன சொன்னார்?"

"எக்ஸ்ரே, ஸ்கேனிங் எல்லாம் பண்ணிப்பார்த்துட்டு 'கர்ப்பப் பையில் கட்டி இருக்கு. அதை ஆபரேஷன் பண்ணி எடுக்கணும்'னு

சொல்லியிருக்கார். நாளைக்குக் காலையில ஆபரேஷன் செய்யறதா சொல்லியிருக்கார். ஆமாம், உனக்கு உடம்புக்கு என்ன கண்மணி?"

அடக்க முடியாமல் கேட்டுவிட்டு. அவளைத்தான் ஒருமையிலும், பெயர் சொல்லியும் அழைத்தது சரிதானா என்று அப்புறம் தான் ஒரு உறுத்தலுடன் யோசித்தான் சுதர்சன்.

"லேசா மயக்கமா இருந்துச்சு. வந்து காமிச்சதுக்கு வீக்கா இருக்கேன்னு சொல்லி ட்ரிப்ஸ் எல்லாம் ஏத்திக் கலாட்டா பண்ணிவிட்டுட்டார் டாக்டர்" என்றாள் கண்மணி.

பாட்டிலில் காற்றுக் குமிழிகள் மேலே செல்வதையும் ட்ரிப் செட்டில் ஒவ்வொரு சொட்டாக விழுவதையும் கொஞ்ச நேரம் பார்த்துக்கொண்டிருந்த சுதர்சனுக்கு அவள் முகத்தைப் பார்க்கவே கஷ்டமாக இருந்தது.

எவ்வளவு பளிச்சென்று அழகாக இருப்பாள். மேடிட்ட அந்தக் கன்னங்கள் எங்கே? அதன் மினுமினுப்பில் சிதறும் ஒளி எங்கே? கண்களில் தவழும் துறு துறுப்பு எங்கே? இதழ்களில் உட்கார்ந்திருக்கும் நளினமும் பளபளப்பும் எங்கே?

எத்தனை மாறிவிட்டாள்? முகத்தின் அடையாளங்கள் பாதியைக் காணோம். ரொம்ப இளைத்து விட்டாள். கவலை என்பது உடலை எப்படி உருக்கி விடுகிறது!

யோசித்துக் கொண்டிருக்கும் போதே 'இதெல்லாம் என்னால் தானே?' என்று ஒரு கேள்வியும் புறப்பட்டுச் சுருக்கென்று தைத்தது. வலித்தது.

கண்மணியும் மேற்கொண்டு என்ன பேசுவதென்று புரியாமல் அமைதியானாள். மனதின் உள்ளே சரி, தவறு, நியாயம், அநியாயம் என்று பிரித்துப் பார்க்க அவகாசமில்லாமல் பலவிதமான உணர்வுகள் அலையடித்தன.

சுதர்சனை முதல் முறை சந்தித்ததும் பிறகு வீட்டில் பல முறை சந்தித்ததும், பேசியதும், அவசர அவசரமாக ஸ்லைடுகளாக மனதில் ஊர்வலம் வந்தன.

"கூட யார் வந்திருக்காங்க?" என்றான் சுதர்சன், அந்த அமைதியை உடைக்க வேண்டுமென்று.

"அத்தை வந்திருக்காங்க. போன் செய்யறதுக்காகப் போயிருக்காங்க"

மறுபடி அமைதி.

"எத்தனை நாள் இருக்க வேண்டியிருக்கும்னு டாக்டர் சொன்னார்?" என்றாள் கண்மணி.

"தெரியலை. இன்னும் டாக்டர் சொல்லலை."

ஏதேதோ பேசவேண்டுமென்று உள்ளே தவிப்புகள் இருக்க, உதடுகள் ஒப்புக்குப் பேசிக் கொண்டிருப்பதாக உணர்ந்தான் சுதர்சன்.

"சொந்தமா ஸ்டூடியோ ஆரம்பிச்சிருக்கீங்களாமே... அம்மா சொன்னாங்க" என்றாள் கண்மணி.

"ஆமாம்."

'அதில் முதலில் உன் புகைப்படத்தைத் தான் பிரிண்ட் போட்டேன் கண்மணி' என்பதை எப்படிச் சொல்ல முடியும்?

'என்னால் உன்னை மறக்க முடியவில்லை கண்மணி. உன்னோடு பேசிய, பழகிய நினைவுகள் என்னை அலைக்கழிகின்றன. உனக்கு நல்லது செய்வதாக நினைத்து நான் எடுத்த முடிவால் தான் இன்று உனக்கு இந்த நிலைமை என்று எனக்குள் சதா ஒரு சுட்டு விரல் முள்ளாய்க் குத்திக் கொண்டே இருக்கிறது கண்மணி என்னை. மன்னித்து விடு கண்மணி.'

ஒரு பெண் முந்திக் கொண்டு தன் காதலை வெளிப்படுத்த வேண்டுமானால் அந்தக் காதல் எவ்வளவு ஆழமானதாக இருக்க வேண்டும். நீ வெளிப்படுத்தினாய்.

விளைவுகளை யோசித்து, நான் தான் நாசூக்காக அலட்சியப்படுத்தி விட்டேன். இப்போது எத்தனை முறை ஸாரி சொன்னாலும் நடந்த சம்பவங்கள் மாறப் போவதில்லையே

கண்மணி. இன்றைக்கு நீ இன்னொருவனின் மனைவி... அதிலும் இக்கட்டான சூழ்நிலையில் நொந்து போயிருப்பவள். உன் மனபாதிப்பு உடலையும் தொடுகிற அளவுக்கு அதிகமாகி விட்டது.

இதற்கெல்லாம் நான் தான் காரணம் என்று எனக்குள் இருக்கும் உறுத்தலைப் போலவே நீயும் நினைத்துப் பார்த்ததுண்டா கண்மணி?

அதெப்படி நினைக்காமல் இருக்க முடியும்? மனம் என்பது ஒரு ரகசியக் கோட்டை... அதில் எண்ணங்கள் ரொம்ப அந்தரங்கமானவை. எவரும் நுழைந்து அறிய முடியாதவை.

எல்லா விதமான எண்ணங்களும் கட்டுப்பாடில்லாமல் மனதில் சுழலத்தான் செய்யும். உனக்குள்ளும் அது சுழன்றிருக்கும்.

'என் காதலை வெளிப்படுத்திய போது நீங்கள் அதை ஏற்று அங்கீகரித்திருந்தால், ஏதாவது ஒரு வழி கண்டு நாம் சுமுகமாக வாழ்வில் இணைந்திருந்தால் இப்படி ஒரு நிலைமை எனக்கு ஏற்பட்டிருக்குமா சுதர்சன்?' என்று இந்த விநாடி கூட உன் மனதுக்குள் எண்ணம் இருக்கலாம்.

இப்படி நம் இருவர் மனங்களும் பௌர்ணமி அலைகள் போல ஆர்ப்பரித்துக் கொண்டிருக்க, எதுவுமே இல்லை என்று நடுக்கடல் போல நம் உதடுகளில் அமைதி பூட்டி நிற்கத்தான் வேண்டியிருக்கிறது கண்மணி!

எப்படி வெளிப்படுத்த முடியும் கண்மணி அதையெல்லாம்? இப்போது எனக்கு உரிமையும் இல்லை... அது நாகரிகமும் அல்ல. அநாவசியமாகப் புதிய ரணங்களைத் தான் ஏற்படுத்தும்.

வேண்டாம் கண்மணி... நான் எதுவும் பேசவில்லை. உன் மௌனத்தை என்னால் படிக்க முடிவதைப் போல, என் மௌனத்தையும் உன்னால் நிச்சயமாகப் படிக்க முடியும்.

உதடுகள் ஒப்புக்கு இப்படியே பேசிக் கொண்டிருக்கட்டும்.

"எல்லா விஷயமும் தெரியும். கேஸ் நடந்துகிட்டிருக்கிறதைப் பத்தி அப்பப்ப விசாரிச்சுக்குவேன். கோர்ட்ல குமாஸ்தா எனக்குத்

தெரிஞ்சவர். உங்கப்பா மெட்ராஸ்லேர்ந்து ஏற்பாடு செஞ்சிருக்கிற வக்கீல் ரொம்ப நல்லா வாதாடறதா சொன்னார் நல்லபடியா தீர்ப்பாகணும்னு நானும் வேண்டிக்கிட்டுத்தான் இருக்கேன்" என்றான் சுதர்சன், அவள் முகம் பார்க்காமல்.

கண்மணி அதற்கு எதுவும் பதில் சொல்லாமல், ரொம்பவும் மெதுவாக விழுந்து கொண்டிருந்த துளிகளைத் தானே அந்த ட்ரிப் செட்டில் லேசாக அட்ஜஸ்ட் செய்து சற்று வேகம் கூட்டி வைத்தாள்.

"நர்ஸை வேணும்னா கூப்பிடட்டுமா?"

"இல்லை. வேணாம்."

வேணி அங்கே வந்து, "போன் பண்ணிச் சொல்லிட்டேன். உடனே புறப்பட்டு வர்றேன்னான்" என்றவள், சுதர்சனைப் பார்த்து "தம்பி யாரு" என்றாள்.

"போட்டோ ஸ்டூடியோ வெச்சிருக்காரு. சுதர்சன்னு பேரு. அப்பாவுக்குத் தெரிஞ்சவரு. கட்சிக் கூட்டத்துக்கெல்லாம் போட்டோ எடுக்க இவரைத்தான் அப்பா கூப்பிடுவாரு. அவங்க அம்மாவுக்கு உடம்பு சரியில்லைன்னு வந்திருக்காரு. என்னைப் பார்த்ததும் என்ன உடம்புக்குன்னு விசாரிச்சிட்டிருந்தாரு" - என்றாள் கண்மணி.

"வணக்கம்மா" என்றான் சுதர்சன்.

"வணக்கம். உங்கம்மாவுக்கு என்ன பண்ணுது?" விவரமாகச் சொன்னான் சுதர்சன்.

"பயப்படறதுக்கு ஒண்ணும் இல்லை. எங்கள் நாத்தனாரோட மாமியாருக்குக்கூட இதே மாதிரி கர்ப்பப்பையிலே கட்டின்னு ஆபரேஷன் செஞ்சாங்க. ஆபரேஷனுக்குப்புறம் அஞ்சாறு நாள் வெச்சிருந்து அனுப்பு வாங்க. எப்போ ஆபரேஷன்?" என்றாள் வேணி அக்கறையாக.

"நாளைக்குங்க!"

“இந்த டாக்டர் ரொம்பவும் கை ராசியான டாக்டர். கவலையேபட வேண்டியதில்லை தம்பி... உங்க முகம் ரொம்ப வெளிறிப் போயிருக்கிறதால சொல்றேன்”

“கொஞ்சம் மருந்தெல்லாம் வாங்கிட்டு வரச் சொல்லியிருக்காங்க. வாங்கிட்டு வந்துடறேன். உங்களுக்கும் ஏதாச்சும் வாங்கணும்னா சொல்லுங்கம்மா. சேர்த்து வாங்கிட்டு வர்றேன்”

வேணி, தன் கையில் வைத்திருந்த சீட்டைக் காட்டி, “இந்த இன்ஜெக்ஷன் மட்டும் வாங்கச் சொன்னாங்க இது அவசரமில்லைன்னுட்டாங்க. இப்ப என் பையன் வந்துடுவான். நீங்க போங்க” என்றாள்.

“அவர் வர்றப்போ வரட்டுங்க. நீங்க கொடுங்க. மருந்துக் கடைக்குக் கொஞ்சம் தள்ளிப் போகணும். நான் சேர்த்து வாங்கிட்டு வந்துடறேன்.”

“இல்லைங்க தம்பி, பரவாயில்லை.”

“அட, பணம் வாங்கிக்கிறேம்மா கொடுங்க” என்று அவள் கையிலிருந்து சீட்டை வாங்கிக்கொண்டு சுதர்சன் போனதும், கட்டிலருகே இருந்த ஸ்டூலில் அமர்ந்தாள் வேணி.

“ரொம்ப மரியாதையான பிள்ளையா இருக்கான் பல வருஷமா பழகினவங்க மூஞ்சிக்கு நேரா சிகரெட்டை ஊதிட்டுப் போற பசங்கதான் இப்ப நிறைய இருக்கானுங்க, இந்தம்மாவுக்கு எத்தனை பிள்ளைங்க கண்மணி?” என்றாள் இயல்பாக.

“இவரும், இவங்க அண்ணனும் மட்டும் தான். அண்ணன் வெளியூர்ல நல்ல பொசிஷன்ல இருக்கார். இவர் இத்தனை நாளா இன்னொருத்தர் ஸ்டூடியோவுல சம்பளத்துக்கு இருந்துட்டு இப்பதான் சொந்தமா ஸ்டூடியோ வெச்சிருக்கார்.”

“கல்யாணம் ஆயிடுச்சா இவருக்கு!”

“இன்னும் இல்லை” என்று சொல்லும்போது லேசாக ஒரு தயக்கம் இடறியது.

ஆட்டோவில் இருந்து இறங்கி கே.கே.ஆரின் வீட்டுக்குள் வந்தாள் வேணி. ஊஞ்சலில் உட்கார்க்து கே.கே.ஆர். பேப்பர் படித்துக்கொண்டிருக்க அருகில் நின்று காபியை ஆற்றிக் கொண்டிருந்த சொர்ணம் சத்தத்தில் திரும்பிப் பார்த்து, "அட! வாங்க சம்பந்தியம்மா!" என்றாள்.

பேப்பரை மடக்கிவிட்டு கே.கே.ஆரும் வரவேற்றார்.

"உக்காருங்க!"

"இல்லை. நான் கொஞ்சம் அவசரமா வந்தேன். இப்போ நான் திலகா ஆஸ்பத்திரியிலேர்ந்து வர்றேன். சின்ன விஷயம் தான். சொல்லாம விட்டுட்டு அப்புறம் சொன்னா நல்லா இருக்காதுன்னு பட்டுச்சு. அதான் புறப்பட்டு வந்தேன்" என்றாள் வேணி.

"என்ன சொல்றீங்க?" என்றார் கே.கே.ஆர்!

காலையில் கண்மணி மயக்கம் போட்டதில் துவங்கி, அவளுக்கு ஆஸ்பத்திரியில் சிகிச்சை தருவதை விவரித்து விட்டு, "இப்போ டாக்டர் கூப்பிட்டனுப்பிச்சார். கண்மணியோட பிளட் டெஸ்ட் ரிப்போர்ட் பார்த்துட்டு, அதில ஹிமோகுளோபினாமே. அது குறைச்சலா இருக்காம். ரத்தத்தில் இவ்வளவு பர்சென்ட்டேஜ் இருக்கணும்னு இருக்காம். அது கண்மணிக்கு இப்போ குறைச்சலா இருக்காம்... அதனால இன்னிக்கு ஒரு பாட்டில், நாளைக்கு ஒரு பாட்டில் ரத்தம் ஏத்திட்டு நாளைக்குச் சாயங்காலம் டிஸ்சார்ஜ் பண்ணி அழைச்சுட்டுப் போங்கன்னு சொன்னார்" என்றாள்.

சொர்ணம் பதறி, நெஞ்சில் கைவைத்துக்கொண்டு "ஐயோ! ரத்தம் ஏத்த வேண்டிய அளவுக்கு ஆயிடுச்சா!" என்றாள்.

"இரு சொர்ணம், பதறாதே! வீம்பு பார்த்துக்கிட்டிருக்கிறதுக்கு இது நேரமில்லை, நானும் வர்றேன். வா, அப்படியே புறப்படு. அவங்க வந்த ஆட்டோவுலயே போயிடலாம். காலேஜுக்கு போன் பண்ணி சித்ராகிட்ட சொல்லிட்டு வந்துடறேன்" என்று கே.கே.ஆர். பதட்டமாகப் பந்தல் ஷெட்டுக்கு ஓட்ட நடையில் விரைந்தார்.

மூவரும் ஏறிக்கொண்டபின், அந்த ஆட்டோ புழுதி கிளப்பிக்கொண்டு சென்ற சில நிமிடங்களில் ஒரு சைக்கிளில் ஆவேசமாக கே.கே.ஆரின் வீட்டுப்பந்தல் ஷெட்டுக்கு வந்திறங்கினான் சுதர்சனின் நண்பர் மூர்த்தி.

சைக்கிளை ஸ்டாண்டகூடப் போடாமல் அப்படியே போட்டுவிட்டு வேகமாக உள்ளே நுழைந்து. "எங்கே? எங்கய்யா உங்க முதலாளி?" என்று நரம்பு புடைக்க கத்தின அவனது கண்கள் இரண்டும் மிகவும் சிவந்திருந்தன.

கணக்குப்பிள்ளை புரியாமல் தடுமாறி "என்னப்பா வேணும் உனக்கு?" என்றார்.

"என் காதலி செத்துப் போயிட்டாய்யா. அவ உயிர் வேணும். கொடுப்பாரா இந்தப் பெரிய மனுஷன்! எங்களைப் பிரிச்சு வலுக்கட்டாயமா அவளை வேற இடத்துல கட்டி வெச்சாரே. இன்னிக்குத் தூக்கு மாட்டிக்கிட்டுச் செத்துப் போயிட்டாயா!" என்று தன் முகத்தில் அறைந்து கொண்டு அழுத மூர்த்தி, "உங்க முதலாளி அநியாயமா சாக அடிச்சிட்டான்யா எங்கய்யா எங்கே அந்தாளு!" என்று கத்தினான் ஆத்திரமாக.

ஒரு கேள்வி - பதில் பகுதியில்...

கேள்வி : அனுபவம் என்பது என்ன?

பதில் : மற்றவர்களுக்கு மட்டுமே கிடைப்பது.
வாய்ப்பு கடந்த பிறகு வருவது.
வேலைக்கான விண்ணப்பத்தில் கேட்கப்படுவது.
பெண் பார்க்கும்போது மட்டும் கேட்கப்படாதது...

***

28
அத்தியாயம்

கே.கே.ஆர்., சொர்ணம், வேணி மூவரும் ஆஸ்பத்திரிக்கு வந்தபோது, கண்மணி உறங்கிக் கொண்டிருந்தாள். அவள் உடம்பில் ரத்தம் சொட்டுச் சொட்டாக ஏறிக்கொண்டிருந்தது.

ஸ்டூலில் உட்கார்ந்து ஒரு புத்தகம் படித்துக் கொண்டிருந்த பார்த்திபன், இவர்களைப் பார்த்ததும் எழுந்து கொண்டான்.

“இப்பதான் தூங்கினாங்க” என்றான்.

பொங்கிவந்த விம்மலைக் கட்டுப்படுத்தினாள் சொர்ணம். அவள் தோளில் ஆதரவாகக் கைவைத்து மௌனமாக ஆறுதல் சொன்னாள் வேணி.

கண் கலங்க, கைகட்டி நின்று கண்மணியைப் பார்த்தார் கே.கே.ஆர்.! திரும்பி ஒரு முறை சொர்ணத்தைப் பார்த்துக்கொண்டார்.

கண்மணியின் தலைமாட்டில் வந்து நின்றுகொண்ட வேணி, “கண்மணி... உங்க அப்பா, அம்மா வந்திருக்காங்க பாரு” என்றாள்.

“வேணாங்க... எழுப்ப வேணாம் தூங்கட்டும்” என்றார் கே.கே. ஆர். அவசரமாக.

கண்மணி அயர்ந்து உறங்கிக் கொண்டிருந்தாள். கே.கே.ஆர். தன் மனைவியின் காதருகில், ‘இப்படி நரம்பு மாதிரி கிடக்கிறாளே சொர்ணம். நீ ஒவ்வொரு தடவை பார்த்துட்டு வர்றப்பவும் ‘நல்லா இருக்கா, நல்லா இருக்கான்’னு சொல்லி என்னை ஏமாத்திட்டு வந்துட்டியே’ என்றார்.

“ஏற்கெனவே கோர்ட், வக்கீல்னு கவலையோட அலைஞ்சிட்டிருக்கீங்க. உங்களுக்கு இந்தக் கவலையும் எதுக்கு சேர்க்கணும்னுதான் சொல்லலைங்க” என்றாள் சொர்ணம்.

“ரத்தம் எப்போ ஏத்த ஆரம்பிச்சாங்க?” என்றார் பார்த்திபனிடம் கே.கே.ஆர்.! ஏதோ தூசு விழுந்ததைத் துடைத்துக் கொள்கிற பாவனையில் தன் கண்களைத் துடைத்துக்கொண்டார்.

“அரை மணி நேரமாச்சு” என்றான் பார்த்திபன்.

“ரத்தம் அவங்களே ஏற்பாடு செஞ்சிட்டாங்களா?”

“இந்த ஹாஸ்பிடல்லயே பிளட் பாங்க் இருக்கு அதுல சொல்லி அவங்களே ஏற்பாடு பண்ணிட்டாங்க. கொஞ்சம் அப்படிப் போய்ப் பேசலாமா?”

பார்த்திபன் அவரை வெளியே வராந்தாவுக்கு அழைத்துவந்து, அங்கிருந்த ஸ்டீல் பெஞ்சில் இருவரும் அமர்ந்ததும்... தயங்கி...

“தப்பா நினைச்சுக்காதீங்க. ஏற்கெனவே கோர்ட் செலவு பூரா நீங்க தான் பார்த்துக்கிட்டிருக்கீங்க. ஆஸ்பத்திரில ரெண்டாயிரம் ரூபா அட்வான்ஸ் கட்டச் சொல்லிருக்காங்க. சாயங்காலத்துக்குள்ளே கட்டறேன்னு சொல்லிருக்கேன். இப்ப என்கிட்ட ரெண்டாயிரம் ரொக்கமா இல்லை... இப்போதைக்கு நீங்க ஏற்பாடு பண்ணுங்க. இதை நான் திருப்பிக் கொடுத்துடறேன்.” என்றான் பார்த்திபன்.

“அடப்போங்க, நீங்க வேற! என் மாப்பிள்ளைக்கு கோர்ட் செலவுக்கு ஏற்பாடு பண்றவன் என் பொண்ணுக்கு வைத்தியச் செலவுக்கு ஏற்பாடு பண்ணமாட்டேனா? இங்க போன் எங்கே

இருக்கு? பேசிட்டு வர்றேன்” என்ற கே.கே.ஆர்., போனுக்கு வழிகேட்டுக் கொண்டு விலகி வந்தார்.

போன் அருகில் வந்து நின்று கொண்டு யாரிடம் கேட்டால் மறுக்காமல் கடன் கொடுத்து உதவுவார்கள் என்று யோசித்துப் பார்த்துக்கொண்டு ரிசீவரை எடுத்தார்.

“ஹலோ, வைத்தீஸ்வரன் இருக்காரா? - நான் கே.கே.ஆர். பேசறேன். நீங்கதான் பேசறீங்களா? ஒண்ணுமில்ல... அர்ஜெண்ட்டா ரெண்டாயிரம் ரூபா வேணும். நாளைக்கு பாங்க் திறந்ததும் எடுத்துக் கொடுத்துடறேன். ஒரு சின்ன அட்ஜஸ்ட்மெண்ட்... நான் நம்ம கணக்குப்பிள்ளையை வந்து வாங்கிக்கச் சொல்றேன்.”

“அடடா! இப்பதான் மொத்த வியாபாரிகிட்டேருந்து ஆள் வந்தான். கணக்கு செட்டில் பண்ணேன் கைல கேஷ் இல்லையே. நாளைக்குத்தான் என்னால ஏற்பாடு பண்ண முடியும்.”

“அப்படியா? சரி” என்று போனை வைத்துவிட்டு, அடுத்து யாருக்கு போன் செய்யலாம் என்று யோசித்த படி திரும்பிய கே.கே.ஆர்., அருகில் நின்றிருந்த சுதர்சனைப் பார்த்து, “அட! என்னப்பா நீ இங்கே?” என்றார்.

“எங்கம்மாவை இங்க அட்மிட் பண்ணிருக்காங்க சார்! உங்க பெண்ணுக்கு அடுத்த பெட்தான்... போன் பண்றதுக்கு வந்தேன். பார்த்தா, நீங்க பண்ணிட்டிருக்கீங்க” என்றான்.

“அம்மாவுக்கு என்ன?”

விவரமாகச் சொன்னான் சுதர்சன்.

“புது ஸ்டூடியோ நல்லா போய்க்கிட்டிருக்கா?”

“இருக்கு சார்! பிக்கப் பண்ணிட்டேன். நிறைய கஸ்டமர்ஸ் இருக்காங்க. வீடியோ கவரேஜ் கூட பண்றேன். தொழில் நல்லா இருக்கு சார்! நீங்க அதிகப் பிரசங்கித்தனம்னு நினைக்கலைன்னா ஒண்ணு சொல்லலாமா சார்?” என்றான் சுதர்சன்.

“என்னப்பா?”

“நீங்க போன்ல பேசிட்டிருந்ததைக் கேட்டேன். ரெண்டாயிரம் ரூபா என்கிட்ட இருக்கு நான் தரட்டுமா சார்? மெதுவா வாங்கிக்கறேன்.”

“வேணாம்ப்பா, நீயே அம்மாவுக்கு ஆபரேஷன்னு செலவு பண்ணிட்டு இருக்கே. எதுக்கு உனக்கு சிரமம்?”

பத்தாயிரம் எடுத்துட்டு வந்தேன். அஞ்சாயிரம் தான் கட்ட சொல்லிருக்காங்க... மீதிப் பணம் இருக்கு. உங்களுக்கு உதவ கடமைப்பட்டிருக்கேன் சார் நான். மறுக்காம வாங்கிக்கங்க.”

தன் லெதர் பையின் ஜிப்பை இழுத்து உள்ளிருந்து ரெண்டாயிரம் எடுத்து எண்ணிக் கொடுத்தான் சுதர்சன்.

“நாளைக்குக் கொடுத்துடறேன் சுதர்சன்.”

“சார், கோர்ட்ல கேஸ் எந்த நிலைமையில் இருக்கு?”

“விசாரணை எல்லாம் முடிஞ்சி நாளைக்குத் தீர்ப்பு சொல்றாங்க. உனக்கு எல்லா விவரமும் தெரியுமில்லையா? என் பொண்ணுக்கு இந்தச் சம்பந்தத்தில இஷ்டமே இல்லை... நான் தான் அதையும். இதையும் சொல்லி வற்புறுத்திக் கட்டி வெச்சேன். இப்படி ஆய்டுச்சி அவ வாழ்க்கை.”

“தைரியமா இருங்க, சார்! ரொம்ப உடைஞ்சி போய்ட்டிங்க நீங்க.”

“என்னை விடுப்பா. வாழ்ந்த கட்டை! பார்த்தியில்லே கண்மணியை... எப்படி இருந்தான்னுதான் உனக்கே தெரியுமே கண்றாவியா இருக்கு... இப்போ பார்க்கவே சகிக்கலை அவ நிலைமையை. என்ன பண்றது? நேரம்! நாளைக்கு ஜட்ஜ் என்ன தீர்ப்பு சொல்றார்னு பார்ப்போம்”

“நல்லபடியா இருக்கும் சார்! கவலைப்படாதீங்க.”

“சரி... நான் இந்தப் பணத்தைக் கொடுத்துட்டு வர்றேன்.”

“போங்க சார்! நான் போன் பேசிட்டு வந்துடறேன்” என்று அவரை அனுப்பி வைத்த சுதர்சன் ஆச்சரியப்பட்டுப் போனான்!

'சௌக்கியமா?' என்று கேட்டால் கூட ஒரு சிங்கம் கர்ஜிப்பதைப் போல கம்பீரமாகக் கேட்கும் இவரா இப்படிப் பூனை மாதிரி அடங்கிப் போய் விட்டார்?

எவ்வளவு சாந்தமாக, அமைதியாகப் பேசுகிறார்! ஒரு சம்பவம் எத்தனை பேரிடம் எத்தனை விதமாக மாற்றங்களை ஏற்படுத்தி விடுகிறது!

போனை எடுத்துப் பேசிய சுதர்சன், "யாரு சேகர் தானே... நான் சுதர்சன் பேசறேன் சேகர். ஒரு உதவி செய்யணுமே நீ?" என்றான்.

"என்ன, சொல்லு."

"உங்க தெருவுல இருக்கிற மாரியம்மன் ரொம்ப சக்தியான தெய்வம், ஒரு அர்ச்சனை செஞ்சாலே அருள் கிடைக்கும்னு நீ சொல்லுவியே... எனக்காக ரெண்டு அர்ச்சனை பண்ணிடறியா? என்னால இப்ப வர முடியாது. நீ அர்ச்சனை பண்ணி, பிரசாதம் அனுப்பி வைக்கிறியா?"

"பண்ணிட்டாப் போச்சு. பேர் சொல்லு"

"பார்வதி, அஸ்வினி நட்சத்திரம். கண்மணி, பரணி நட்சத்திரம்" என்றான்.

"பார்வதி உங்கம்மா, தெரியும். கண்மணி யாரு?"

"எனக்கு வேண்டியவங்க" என்றான். சுதர்சன்.

ஆஸ்பத்திரிக்குத் தான் சமைத்துச் சாப்பாடு எடுத்து வருவதாக ஒப்புக் கொண்டிருந்த சொர்ணம், பரபரப்பாய் சமையல் வேலைகளில் இருந்தாள்.

தோளில் மடிப்பாகத் துண்டு எடுத்துப் போட்டுக் கொண்டு அங்கே வந்தார் கே.கே.ஆர்!

"சொர்ணம், நேத்து நான் அவ்வளவு தூரம் வந்துட்டுக் கண்மணிகிட்ட எதுவும் பேசாம, அவ தூங்கி முழிக்கிற வரைக்கும்

காத்திருக்காம வந்துட்டதில் அவளுக்கு வருத்தமா... எதாச்சும் சொன்னாளா?" என்றார்.

"இல்லைங்க, நீங்க ஆஸ்பத்திரிக்கு வந்து பார்ப்பிங்கன்னே எதிர்பார்க்கலைன்னு சொன்னா."

"வைராக்கியம் எல்லாம் எதுவும் இல்லை சொர்ணம். பேசினா அழுதுடுவேனோன்னு பட்டுச்சு. அதான் வந்துட்டேன். எப்ப டிஸ்சார்ஜ் பண்றாங்களாம்?"

"நாளைக்குக் காலைலதான் பண்ணுவாங்கன்னு நினைக்கிறேன். இன்னும் என்னவோ ரெண்டு டெஸ்ட் எழுதிக் கொடுத்திருக்காங்க."

"நீ சாப்பாடு எடுத்துட்டுப் போறியா?"

"ஆமாம்,"

"இப்ப யாரு துணைக்கு இருக்கா?"

"சம்பந்தியம்மா இருக்காங்க..."

"நான் கோயிலுக்குப் போய்ட்டு கோர்ட்டுக்குப் போறேன். தீர்ப்பானதும் அங்கேயிருந்து ஆஸ்பத்திரிக்கு வர்ரேன்."

"சரிங்க... நான் கூட திருப்பதிக்குப் போயி மொட்டை போடறதா வேண்டிக்கிட்டிருக்கேங்க" என்றாள் சொர்ணம்.

ஒரு எட்டு எடுத்து வைத்தவர் திரும்பி, "இன்னைக்குத் தீர்ப்புன்னு கண்மணிக்குத் தெரியுமா?" என்றார்.

"தெரியுங்க... ஆனா, அவகிட்ட எந்த ஆர்வமும் இல்லை. உலகமே தீப்பிடிச்சி எரிஞ்சா கூட கவலைப்படமாட்டா போலிருக்கு... அவ்வளவு தூரம் வேதனையில அவ மனசு உறைஞ்சுப் போய்க்கிடக்கு"

ஒரு பெருமூச்சை வெளியேற்றி விட்டு வெளியே நடந்தார் கே.கே.ஆர்!

கோர்ட்டில் ஆயுதமேந்திய இரண்டு போலீஸ்காரர்களுக்கு நடுவில், தாடையில் மண்டிய தாடியுடன் நிறுத்தப்பட்டிருந்தான் நாதன்.

நீதிபதி உட்கார்ந்ததும் வக்கீல்கள் உட்கார்ந்தார்கள். பார்வையாளர் பகுதியில் நிறைய கட்சி நபர்களும் பத்திரிகை நபர்களும் இருக்க, ஓர் ஓரமாக உட்கார்ந்திருந்தார் கே.கே.ஆர்!

நீதிபதி தனது தீர்ப்புக் காகிதங்களைக் கையில் எடுத்துக் கொண்டு, கேஸ் நம்பர், விவரம் போன்றவற்றைச் சொல்லிவிட்டுப் படிக்கத் துவங்கினார்.

தீர்ப்பின் இறுதிப் பகுதியில்...

"...எனவே, நாதன் தான் இந்தக் கொலையைச் செய்திருக்கிறார் என்பதை சந்தேகத்துக்கு இடமில்லாமல் அரசாங்கத் தரப்பில் நிரூபித்துள்ளபடியால், நாதன் குற்றவாளி என்று கருதி அவருக்கு ஆயுள் தண்டனை விதித்துத் தீர்ப்பளிக்கிறேன். மேலும்..."

நாதன் விலுக்கென்று தலையை நிமிர்த்தி அதிர்ச்சியோடு நீதிபதியைப் பார்த்தான். கே.கே.ஆர். தன் நெஞ்சைப் பிடித்துக் கொண்டார். பத்திரிகையாளர்களின் பென்சில் முனைகள் குறிப்புப் புத்தகங்களில் சுறுசுறுப்பாக எழுதின.

நாதனை போலீஸார் கையில் விலங்கு பூட்டி கோர்ட் வராந்தாவில் நடத்தி வேனுக்கு அழைத்துச் செல்லும் போது, வழியில் நின்றிருந்த கே.கே.ஆர். அருகில் ஒரு நிமிடம் நின்ற நாதன், "மாமா, இவன் கெடக்கறான். நீங்க ஹைகோர்ட்டுக்கு அப்பீல் போடுங்க" என்றான்.

கே.கே.ஆர், மௌனமாக நின்றார்.

"கடைசி வரைக்கும் விடாதீங்க மாமா" என்று கத்தியபடி நாதன் வேனில் ஏறிக் கொண்டான்.

வக்கீல் துரைபாண்டியன் அவர் அருகில் வந்து "எங்களால முடிஞ்ச அளவுக்கு ட்ரை பண்ணிப் பார்த்துட்டோம்... ஐ'ம் ஸாரி" என்று வருந்தினார்.

"ஹைகோர்ட்ல அப்பீல் பண்ணினா ஜெயிக்க முடியுமா சார்?"

"கஷ்டம்... ஆனா, ஒரு அப்பீல் போட்டுப் பார்க்கலாம். அப்புறமா போன் பண்ணிட்டு மெட்ராஸ்ல வந்து என்னைப் பாருங்க, விவரம் சொல்றேன். இன்னைக்கு ஃப்ளைட்ல நான் புறப்படறேன்" என்று வலிய கை குலுக்கி விட்டுப் போனார் வக்கீல்.

ஆஸ்பத்திரிக்கு வந்து சேர்ந்த கே.கே.ஆர். வராந்தாவில் ரொம்பவும் தயக்கத்துடன் வார்டை நோக்கி நடந்தார்.

இந்தத் தீர்ப்பை எப்படிச் சொல்வது? இந்தச் சூழ்நிலையில் கண்மணியிடம் எப்படிச் சொல்ல முடியும்? பொய் சொல்ல முடியுமா?

யோசித்தபடி, ஆனால் எந்த முடிவுக்கும் வராமல் வார்டுக்கு வந்து சேர... அங்கே சொர்ணம், வேணி இருவரும் முகங்களை இறுக்கமாக வைத்துக் கொண்டிருக்க... பார்த்திபன் அவர் அருகில் வந்தான். கலங்கிப் போயிருந்தான் அவன்.

"இவங்களுக்கு...?" என்றார் கே.கே.ஆர்!

"தெரியும். நான் கோர்ட்டுக்கு வந்திருந்தேன். நீங்க என்னைக் கவனிக்கலை" என்றான்.

கையில் இப்போது குளுக்கோஸ் ஏறிக் கொண்டிருக்க, முகத்தில் எந்தவித உணர்ச்சியுமில்லாமல் படுத்திருந்த கண்மணியின் அருகில் வந்தார் கே.கே.ஆர்.!

அவள் தலையைத் தொட்டு, "கண்மணி... நீ தைரியமா இருக்கணும். ஹைகோர்ட்டுக்கு அப்பீல் பண்ணலாம்னு வக்கீல் சொல்லிருக்கார்... நாங்க எல்லாம் இருக்கோம். நீ எதையும் கற்பனை பண்ணிப் பயந்துக்க வேணாம்" என்றார்.

கண்மணி எதுவும் பேசவில்லை. அவள் விழிகளிலிருந்து இறங்கிய கண்ணீர் காதுகளை நனைத்தது.

அடுத்த பெட்டில் சுதர்சனின் அம்மாவுக்கு ஆபரேஷன் செய்யப்பட்டு, மயக்கத்தில் இருக்க, அவரது உடம்பிலும் ட்ரிப்

ஏறிக் கொண்டிருந்தது. நடுவில் சக்கரம் வைத்த திரைத் தடுப்பு வைத்திருந்தார்கள்.

சுவரில் சாய்ந்து, கைகளைக் கட்டியபடி அமைதியாக நின்றிருந்தான்... சுதர்சன்.

"சுதர்சன்!" என்று குரல் கேட்டுத் திரும்பினான். கையில் ஒரு பாலிதீன் கவரில் சாத்துக்குடிப் பழங்களுடன் அவனை நோக்கி வந்தான் மூர்த்தி. "அம்மாவுக்கு எப்படி இருக்கு?" என்றான்.

"ஆபரேஷன் ஆயிடுச்சு. மயக்கம் இன்னும் தெளியலை..."

பக்கத்து பெட்டில் இருப்பவர்களையோ, அங்கே உள்ள சூழ்நிலையோ உணராத மூர்த்தி, "சுதர்சன். என்னோட நளினி தூக்கு மாட்டிக்கிட்டு சாகறதுக்குக் காரணமா இருந்தாரே கே.கே. ஆர்... அவரோட மருமகனுக்கு இன்னைக்கு கோர்ட்ல என்ன தீர்ப்பாகியிருக்குத் தெரியுமா?" என்றான் சத்தமாக.

அத்தனை பேரும் திரும்பிப் பார்க்க, "டேய்!" என்று அவன் மேலே பேசுவதைத் தடுக்க சுதர்சன் முற்பட...

ஆனால் அவன், "நாதனுக்கு ஆயுள் தண்டனை கொடுத்துட்டாங்க. கழுத்தில் தாலி இருந்தும் அவன் ஜெயில்லேயிருந்து விடுதலையாகி வர்றவரைக்கும் ஒரு வாழாவெட்டியா இருக்கணும் கண்மணி! தேவையா அந்தப் பொண்ணுக்கு இந்த தண்டனை? இவர் பண்ணின பாவத்துக்குப் பாவம், அந்தப் பொண்ணு அனுபவிக்கப் போகுது" என்று மேலும் தொடர...

அவன் தோள்களைப் பிடித்து உலுக்கி, "மூர்த்தி, இங்க பாரு" என்று அருகில் காட்ட, திரும்பி அவர்களையெல்லாம் பார்த்த மூர்த்தி அமைதியானான்.

எல்லோரும் அவனையே பார்த்துக் கொண்டிருக்க... திடீரென மூர்த்தியின் மனதில் ஒரு ஆவேசம் குடியேற? "ஏன்யா பெரிய மனுஷா, இங்க தான் இருக்கியா, எனக்கென்ன பயம்? நல்லா சொல்வேன். உன்னால முடிஞ்சதைச் செய்... எனக்குக் கவலை

இல்லை. எங்க காதலைப் பிரிச்சியே, அவ நாலு நாள் முன்னாடி தூக்குல தொங்கிட்டாய்யா... என்ன சாதிச்சுட்டே? உன் பொண்ணு கண்மணிதான் ஆசைப்பட்டவனைக் கட்டிக்கிட்டு அமோகமா வாழ்ந்துகிட்டிருக்க வேண்டியவ தெரியுமா?", என்றான்.

"மூர்த்தி. சும்மா இருக்க மாட்டே?" அதட்டினான் சுதர்சன்.

"நீ சும்மா இருடா! தெரியட்டும்... எல்லாருக்கும் தெரியட்டும். உன் பொண்ணு கண்மணி இந்த சுதர்சன் மேல எவ்வளவு ஆசை வெச்சிருந்தா தெரியுமா?"

அதிர்ச்சியோடு அத்தனை பேரும் அவனைப் பார்த்துக் கொண்டிருந்தார்கள்!

ஒரு கல்லறைக் கல்வெட்டில்...

ஒரு பெண்ணைக் காதலித்துத் தோல்வியுற்ற என் வாழ்க்கை எல்லோருக்கும் பாடமாக இருக்கட்டும். இனி யாரும் ஒரே ஒரு பெண்ணைக் காதலிக்காதீர்: ஒரு 'ஸ்பேர்' இருக்கட்டும்.

***

29
அத்தியாயம்

"என் பொண்ணைப் பத்தி என்னடா சொன்னே ராஸ்கல்?" என்று ஆத்திரமாகக் கத்தியபடி வேகமாக வந்த கே.கே.ஆர்., மூர்த்தியின் சட்டையைக் கொத்தாகப் பிடித்தார்.

"முதல்ல கையை எடுங்க! என்ன சொல்லிட்டேன் இப்ப? உங்க பொண்ணு கல்யாணத்துக்கு முன்னாடி இந்த சுதர்சனைக் கல்யாணம் பண்ணிக்கணும்னு ஆசைப்பட்டது நிஜமா, பொய்யான்னு உங்க பொண்ணையே கேளுங்க. அதுக்கப்புறம் என்மேல கைவைங்க" என்றான் விறைப்பாக மூர்த்தி.

"மூர்த்தி!" - கழுத்து நரம்புகள் புடைக்கக் கத்தினான் சுதர்சன் "கொஞ்சம் வாயை மூடிக்கிட்டு சும்மா இருக்கமாட்டியா? எதைப் பேசறது, எங்க பேசறதுன்னு இல்லையா? உனக்கென்ன பைத்தியம் பிடிச்சிடுச்சா?" என்றவன் கே.கே.ஆர். பக்கம் திரும்பி, "சார், அவனுக்கு உங்க மேலே ஆத்திரம்... அதனால வாய்க்கு வந்தபடி ஏதேதோ பேசறான். அவன் சொன்ன எதுக்கும் முக்கியத்துவம் கொடுக்காதீங்க. விடுங்க... அவனை விட்ருங்க. தன்னோட காதலி தற்கொலை செய்துகிட்ட பாதிப்புல அவனுக்கு எதுவுமே புரியலை" என்றான்.

அதோடு நிற்காமல் மூர்த்தியின் கையைப் பிடித்து இழுத்தான். “வாடா! வா என்னோட! இப்ப வரப் போறியா... இல்லையா?” அவனை வற்புறுத்தி வெளியே இழுத்துக்கொண்டு வந்து விட்டான்.

ஆஸ்பத்திரியின் வாசலுக்கு வந்த பிறகுதான் கையை விடுவித்தான். “என்ன மூர்த்தி, இப்படி அசிங்கம் பண்ணிட்டியே...” என்றான்.

தன் சட்டையைச் சரியாக இழுத்து விட்டுக்கொண்ட மூர்த்தி, கழன்றிருந்த பட்டனைப் போட்டபடி “என்னடா தப்பா சொல்லிட்டேன்? தெரியட்டுமே அந்தாளுக்கு... ஒகோன்னு சந்தோஷமா வாழவேண்டிய தன் பொண்ணோட வாழ்க்கையைத் தாமே கெடுத்துட்டோம்னு நல்லா உறைக்கட்டுமே... எனக்குள்ள ஆத்திரத்துக்கு அவர் கழுத்தைப் பிடிச்சு நெரிச்சிருப்பேன். அப்புறம், எனக்கும் அந்தாளுக்கும் வித்தியாசம் இல்லாமப் போய்டும் பாரு. அதுக்காகத்தான் இதோட விட்டேன்” என்றான்.

“நீ அவர் மேலே ஆத்திரப்படு! நியாயம்! அத்தனை பேருக்கு முன்னாடி கண்மணியோட மானத்தையும் சேர்த்து வாங்கிட்டியே... அத்தனை பேருக்கும் நீ சொன்னது எவ்வளவு அதிர்ச்சியா இருந்திருக்கும்! கண்மணிக்கு எவ்வளவு சங்கடமா இருந்திருக்கும். நான் ஏதோ சமாளிச்சதில் அவங்க எல்லாம் சமாதானம் ஆனாங்களான்னு புரியலையே பெரிய தர்மசங்கடத்தில் கொண்டாந்து நிறுத்திட்டே மூர்த்தி” என்றான் சுதர்சன் நொந்துபோன குரலில்.

“என் கோபம் எல்லாம் அவர் மேலதான் சுதர்சன். நான் பேசினது தப்புன்னா என்னை மன்னிச்சிடுப்பா. நான் வர்றேன்.”

மூர்த்தி புறப்பட்டுச் சென்ற பின்னர், சுதர்சனுக்கு மறுபடி வார்டுக்குப் போவதற்கே கஷ்டமாக இருந்தது.

‘அத்தனை பேரும் என்னையே பார்ப்பார்கள் மூர்த்தி சொன்னது உண்மையோ என்கிற மாதிரி பார்வைகள் மௌனமாக என்னைக் கேட்கும். சூழ்நிலை இறுக்கமாக இருக்கும். உடனே அங்கே போவது சரியில்லை.’

சுதர்சனுக்கு ஒரு மாத்திரையைக் கடையில் கொடுத்து விட்டு அதற்குப் பதிலாக வேறு மாத்திரை வாங்க வேண்டியிருந்தது. மாற்றப்பட வேண்டிய மாத்திரை சட்டைப் பையிலேயே இருந்தது.

நேராக மருந்துக் கடை நோக்கி நடக்கத் துவங்கினான்.

'நாதனுக்கு ஆயுள் தண்டனை என்பது பாவம். கண்மணிக்கு மற்றும் ஒரு அதிர்ச்சி! கொடுமை! இந்த ஆயுள் தண்டனையை அரசாங்கம் நாதனுக்கு மட்டும் கொடுக்கவில்லை. கண்மணிக்கும் சேர்த்துத்தான் கொடுத்திருக்கிறது.'

கண்மணி... எத்தனை பேர், எத்தனை விதமாக ஆறுதல் சொன்னாலும், அவள் வாழ்க்கை பாழானது பாழானது தான். என்ன அர்த்தமிருக்கிறது அவள் வாழ்க்கையில்? என்ன பிடிப்பிருக்கிறது? நாதனுக்கு கம்பிகள் போட்ட கதவும், சுவர்களுமாக ஒரு சிறை! இவளுக்குத் தாலி என்ற கயிற்றாலேயே அதே சிறை! எப்படித் தாங்கிக்கொள்ளப் போகிறாள்?

'நான் மட்டும் அன்றைக்குச் சம்மதித்திருந்தால்...'

நீண்டதொரு பெருமூச்சை வெளியேற்றிய சுதர்சன், மருந்துக் கடையில் மாத்திரையை மாற்றிக்கொண்ட பிறகு உடனே ஆஸ்பத்திரிக்குத் திரும்பாமல் அங்கே இருந்த ஸ்டூலில் அமர்ந்து செய்தித்தாள் புரட்டத் துவங்கினான்.

அந்தப் பெரிய ஓட்டலின் கான்ஃபரன்ஸ் ஹாலில் இரும்பு நாற்காலிகளில் கட்சியின் மூன்று மாவட்டங்களைச் சேர்ந்த செயற்குழு உறுப்பினர்கள் சலவை சட்டை, சலவை வேட்டிகளில் அமர்ந்திருந்தார்கள்.

சென்னையிலிருந்து வந்திருந்த கட்சியின் துணைச் செயலாளர் மற்றும் பிரமுகர்கள் சின்ன மேடையில் வரிசையாக அமர்ந்திருந்தார்கள்.

துணைச் செயலாளர் உட்கார்ந்தபடியே குள்ளமான மைக்கில், வரப்போகிற இடைத்தேர்தலில் கட்சியின் தொண்டர்களை

எப்படித் தீவிரமாகத் தேர்தல் பணிகளில் ஈடுபடுத்த வேண்டும் என்று சொல்லிக் கொண்டிருந்தார்.

அவருக்கு அருகில் அமர்ந்திருந்த கே.கே.ஆர்., சிந்தனையோடு மேஜை மீதிருந்த மாலையின் குஞ்சத்தில் நீட்டிக்கொண்டிருந்த ஜரிகைக் காகிதச் சுருளைத் தன் விரலில் சுற்றி, விடுவித்துக் கொண்டிருந்தார்.

துணைச் செயலாளர் பேசி முடித்ததும். "இப்போது நமது கட்சியின் திருச்சி மாவட்டத் தலைவரும் கட்சியின் அசைக்க முடியாத தூண்களில் ஒருவரான மரியாதைக்குரிய அண்ணன் கே.கே.ஆர். அவர்கள் இப்போது பேசுவார்" என்றார். மைக்கை அவர் பக்கமாக நகர்த்தி வைத்தார்.

தன் மேல் துண்டை சரிசெய்தபடி கே.கே.ஆர். எழுந்து கொண்டார்.

"பரவாயில்லை. நீங்கள் உக்காந்தே பேசலாம்."

"இருக்கட்டும்" என்ற கே.கே.ஆர். தன் உயரத்துக்கேற்ப மைக்கைச் சரிசெய்து கொண்டார். லேசாக செருமிக்கொண்ட அவர் எதிரே நாற்காலிகளில் அமர்ந்திருப்பவர்களைச் சில விநாடிகள் பார்த்தார். பேசத் துவங்கினார்:

"இந்தக் கூட்டம் வரவிருக்கிற இடைத்தேர்தலில் நமது கட்சியின் செயல்பாடுகளைப் பற்றி விவாதிப்பதற்காகக் கூடியுள்ளது. இங்கே எனது சொந்தக் கருத்துகள் சிலவற்றைப் பேசுவதற்குக் கூட்டத்தின் தலைவர் என்னை அனுமதிக்க வேண்டும் என்று கேட்டுக் கொள்கிறேன்."

பிஸ்லெரி மினரல் வாட்டர் குடித்துக் கொண்டிருந்த துணைச் செயலாளர் சீரியஸாகக் கவனிக்கத் துவங்கினார்.

"நண்பர்களே, என் குடும்பத்தில் சில கசப்பான சம்பவங்கள் சமீபத்தில் நடந்தன. பலருக்குத் தெரிந்திருக்கலாம். ஒரு கொடிக்கம்பம் ஏற்படுத்திய அரசியல் தகராறில், கட்சியின் மானம் காக்கிற ஆவேசத்தில் ஒரு கொலையைச் செய்து விட்டு ஜெயிலில்

தனக்கு விதிக்கப்பட்ட ஆயுள் தண்டனையை அனுபவித்துக் கொண்டிருக்கிறார் எனது மருமகன் நாதன். வன்முறை அரசியல் அவர் வாழ்க்கையை மட்டும் பாதிக்கவில்லை. அவர் கையால் தாலி கட்டிக்கொண்ட என் மகளின் வாழ்க்கையையும் இப்போது பாழாக்கிவிட்டது. கணவன் இல்லாத அந்த மாமியார் வீட்டில் நடைபிணமாக வாழ்ந்து கொண்டிருக்கும் அவளைப் பார்க்க எனக்கு முகம் இல்லை. இரண்டு குடும்பங்களிலும் யார் மனதிலும் நிம்மதி இல்லை. அமைதி இல்லை. நாங்கள் புன்னகையை மறந்துபோய் விட்டோம். இந்தப் பாதிப்புகளுக்குக் காரணம் என் மருமகன் என்கிற தனி நபரின் ஆவேசச் செயல் மட்டுமில்லை! அவரை ஆட்டி வைத்தது இன்றைய அரசியலில் வேர் விட்டு வளர்ந்துவிட்ட வன்முறைப் போக்குதான்."

கூட்டத்துக்கு வந்திருந்த உறுப்பினர்களில் சிலர் தங்களுக்குள் ரகசியமாக ஏதோ பேசிக்கொள்ள, கே.கே.ஆர். தன் பேச்சைத் தொடர்ந்தார்:

"வன்முறை என்பது எந்தத் துறையில் இருந்தாலும். அதை எந்தக் காரணத்துக்காகப் பயன்படுத்தினாலும், அதனால் ஏற்படும் பலன்களைவிடப் பாதிப்புகளே அதிகம் என்பதை அனுபவபூர்வமாக உணர்ந்து கொள்ள எனக்கு இத்தனை காலம் தேவைப்பட்டிருக்கிறது. மற்றொரு சம்பவத்தையும் குறிப்பிட விரும்புகிறேன். நமது கட்சி நண்பர் ஒருவரின் மகள் ஒரு பையனை நேசித்து அவனைத் திருமணம் செய்ய ரகசியமாக வீட்டை விட்டுப் புறப்பட்டுச் சென்று விட்டாள், என்னிடம் வந்து சொன்னார். நான் உடனே என் செல்வாக்கை நிலைநாட்டத் துடித்துப் புறப்பட்டேன். வன்முறையில் இறங்கி, நடக்கவிருந்த திருமணத்தை நிறுத்தி, காதலனை அடித்துப் போட்டுவிட்டு, அந்தப் பெண்ணைக் கட்டாயமாக இழுத்துவந்து நண்பரிடம் ஒப்படைத்தேன் அவளைப் பலவிதமாக மிரட்டி, கட்டாயப்படுத்தி என் தலைமையிலேயே வேறு ஒருவனுக்குக் கல்யாணம் செய்து வைத்தார் அவர். நானும் பெருமிதமாக எதையோ சாதித்து விட்டது போல மீசையைத் தடவிக்கொண்டு தாலி எடுத்துக் கொடுத்தேன்.

ஆனால், திருமணத்துக்குப் பிறகு தன் ஏமாற்றங்களைத் தாங்க முடியாமல் அந்தப் பெண் தற்கொலை செய்து கொண்டு விட்டாள். நான் கையில் ஏந்திய அரிவாள் ஒரு உயிரை மறைமுகமாக வாங்கிவிட்டது. என் செல்வாக்கும் திமிரும் ஒரு வாழ்க்கையை உருக்குலைக்கத்தான் செய்ததே ஒழிய உருவாக்கவில்லை."

கே.கே.ஆர். தண்ணீர் குடித்துவிட்டுத் தொடர்ந்தார்.

"அரசியல் செல்வாக்கு மற்றும் சொந்தச் செல்வாக்கை ஸ்தாபிப்பதற்காக வன்முறையில் ஈடுபடுகிறவர்கள் அதனால் ஏற்படுகிற தனிப்பட்ட குடும்பப் பாதிப்புகளைப் பற்றிச் சிந்திப்பதே இல்லை. நான் சிந்தித்துப் பார்த்து சில முடிவுகளுக்கு வந்துள்ளேன். நமது கட்சியில் நான் நாற்பது வருடங்களாகத் தீவிரமான தொண்டன். நமது கட்சியின் வளர்ச்சிக்காக நான் எனது சொந்தப் பணத்திலிருந்து எத்தனையோ லட்சங்கள் செலவு செய்திருக்கிறேன். கட்சிக்காக நான் செலவழித்த நேரத்துக்கு ஒரு மதிப்புப் போட்டுப் பார்த்தால் அந்தத் தொகை எங்கேயோ போய் நிற்கும் ஆனால், இன்றைக்கு என் மருமகனுக்காக நான் செய்த கோர்ட் செலவுகளுக்கு கடன் வாங்க வேண்டிய நிலைமை ஏற்பட்டது. நான் கட்சிக்காகக் கவலைப்பட்டேன் என்பதால், கட்சி என் சொந்தப் பிரச்சனைகளுக்காகக் கவலைப்படவேண்டும் என்று நான் எதிர்பார்க்க முடியுமா? நம் கட்சி என்றில்லை. எந்தக் கட்சியும் தன் தொண்டனுக்கு அவன் வாழும் காலத்தில் உதவி செய்யாது. அவன் செத்துப்போனால் அவன் குடும்பத்துக்கு ஏதாவது நிதி கிடைக்கலாம். அதுவும் அவன், பொறுப்பில் இருப்பவனாக இருக்க வேண்டும் அல்லது கட்சிக்காக ஒரு போராட்டத்தில் ஈடுபடும்போது இறந்திருக்க வேண்டும். தயவுசெய்து யாரும் தவறாக எடுத்துக்கொள்ளக்கூடாது. நான் பாதிக்கப்பட்டவன். அதனால் நொந்துபோய்ப் பேசுகிறேன். எனக்குப் பல பாடங்களைக் கற்றுக் கொடுத்துள்ள இந்த வெறி பிடித்த வன்முறை அரசியலுக்கு இனியும் என் வாழ்க்கையை அர்ப்பணிக்க நான் தயாராக இல்லை. எனவே இந்த நிமிடம் முதல் நமது கட்சியின் சாதாரண உறுப்பினர் பதவியை முற்றிலுமாக நான் விலகிக் கொள்கிறேன்.

என் ராஜினாமாவை ஏற்றுக் கொள்ளுங்கள். இது நாள் வரை கொடுத்த மரியாதைக்கும் ஒத்துழைப்புக்கும் நன்றி,"

பேசி முடித்த கே.கே.ஆர். தன் ஜிப்பா பையிலிருந்து கடிதம் எடுத்து துணைச் செயலாளரிடம் நீட்ட,

அவர் பதறிப் போய், "என்னங்க கே.கே.ஆர் அவசரப்படாதீங்க. நாம நிதானமா கலந்து பேசி..." என்று அவர் முடிப்பதற்கு முன்பே இடைமறித்த கே.கே.ஆர். "மன்னிக்கணும்! நிதானமா யோசிச்சுத்தான் முடிவெடுத்தேன். இதில் எந்த மாற்றமும் இல்லை. வாங்கிக்குங்க" என்றார்.

அவர் கையில் கடிதத்தைத் திணித்து விட்டு மேடையை விட்டிறங்கி அந்த ஹாலுக்கு வெளியே வந்து, கைகளைப் பின்புறம் கோத்தபடி மெதுவாக நடந்தார் கே.கே.ஆர்.

காதலர்கள் சங்கத்தின் கூட்டத்தில்...

'வரவர நம்மால் நிம்மதியாகக் காதலிக்க முடிவதில்லை... எங்கு போனாலும் கெடுபிடி' முதலில் இந்த அரசு மெரீனா கடற்கரையில் 69 சதவிகிதத்தை நமக்காக ஒதுக்கியாக வேண்டும்'

***

30
அத்தியாயம்

ஆஸ்பத்திரியில் இருந்து டிஸ்சார்ஜ் ஆகி வீட்டுக்கு வந்த இரண்டு நாட்களிலேயே கண்மணிக்கு உடலில் தெம்பு ஏற்பட்டதை உணரமுடிந்தது.

அழுத்துகின்ற பாரம் மனதில் இருந்தாலும் பழையபடி வீட்டு வேலைகளில் தனது நேரத்தைக் கடத்த முயன்ற அவளுக்கு வீட்டில் ஒருவித மாற்றத்தை மட்டும் உணர முடிந்தது.

அத்தை கொஞ்சம் பேச்சைக் குறைத்துக்கொண்டு விட்டதாகப் பட்டது. அவர் முகத்திலும் கொழுந்தனார் முகத்திலும் இருள்படிந்து கிடக்கிறது. அம்மாவும் பையனும்கூட எதுவும் அதிகம் பேசிக்கொள்வதில்லை. 'சாப்பிட வாப்பா', 'மில்லுக்குப் போய்ட்டு வர்றேம்மா'- இந்த அளவில் தான் உரையாடல்கள் இருந்தன.

கண்மணியைப் பொறுத்தவரை, நடந்த கல்யாணமே ஒரு பேரதிர்ச்சியாக இருந்ததால், அதைத் தொடர்ந்து வந்த அதிர்ச்சிகள் எரிந்து கொண்டிருக்கும் ஒரு வீட்டின் மேல் மற்றொரு கொள்ளிக் கட்டையை வீசியது போலத் தான் இருந்தது.

நாதனுக்கு ஆயுள் தண்டனை என்கிற தீர்ப்பை அவள் அறிய நேரிட்டபோது, 'அப்படியா?' என்பது போலத்தான் இருந்தது. 'ஐயோ' என்று இல்லை.

'ஆனால், அத்தைக்கு மகன் விடுதலையாகி வந்து விடுவான் என்கிற நம்பிக்கை சற்று அதிகமாகவே இருந்திருக்க வேண்டும். அதனால் அந்தத் தீர்ப்பு பெரிய அதிர்ச்சியாக இறங்கியிருக்க வேண்டும். என்ன தான் நீதி, நியாயம் உணர்பவர் என்றாலும் பெற்றமனம் இல்லையா? அது பதறத்தானே செய்யும். யாருக்கு யார் எந்த வகையில் ஆறுதல் சொல்லித் தேற்ற முடியும்?'

குக்கரில் சாதம் வைத்துவிட்டுக் கடையிலிருந்து வந்த மளிகைச் சாமான்களை ஒவ்வொரு பொட்டலமாகப் பிரித்து அதனதன் டப்பாக்களில் போட்டபடி இருந்த கண்மணிக்கு நேற்று மாலை அவளைப்பார்க்க வந்திருந்த தங்கை சித்ரா சொன்னது நினைவில் வந்தது.

அப்பா அரசியலில் இருந்து விலகி விட்டாராம். கூட்டத்தில் வைத்து அவர் காரசாரமாகப் பேசியதை ஒன்று விடாமல் சொன்னபோது பாவம், சித்ராவுக்கே தொண்டை கரகரத்து விட்டது!

என் வாழ்வை அவர் தான் அவசரப்பட்டு வற்புறுத்தி கெடுத்து விட்டதாகச் சொல்லிச் சொல்லி மாய்ந்து போகிறாராம்.

இந்த வழக்கை ஹைகோர்ட்டுக்கு அப்பீல் செய்யலாமா என்று யோசனையில் இருக்கிறாராம். செலவுகளுக்காக வீட்டை அடமானம் வைக்கலாமா என்று பேசிக்கொண்டிருக்கிறாராம்.

எனக்குக் கஷ்டமாக இருக்கிறது. அப்பாவை நினைத்தால் இப்போதெல்லாம் முன்பு போலக் கோபம் வருவதில்லை. கொஞ்சம் பரிதாபம் தான் வருகிறது.

நான் ஆஸ்பத்திரியில் இருக்கிறேன் என்பது தெரிந்ததும் பதறிப்போய் வந்துவிட்டு... தீர்ப்பை எப்படிச் சொல்வது என்று தவித்து... வாஞ்சையோடு என் தலையைத் தடவி ஆறுதல் சொன்னாரே - அவ்வளவு நெகிழ்ந்து போன அப்பாவை இதுவரை சந்தித்ததே இல்லை.

இப்போதெல்லாம் மனம் உணர்ச்சி வசப்படுவதே இல்லை. எந்தவிதமான கொந்தளிப்புகளும் இல்லை. ஒரு மாதிரியான தத்துவ நிலை. வாழ்க்கை என்பது இறைவன் நடத்தும் ஒரு நாடகம். இந்த நாடகத்தில் எந்தக் காட்சி எப்படி அமைய வேண்டும், எந்தப் பாத்திரம் எப்படிப் பேச வேண்டும் என்பதெல்லாம் எப்போதோ தீர்மானிக்கப்பட்டவை.

பாத்திரங்கள் என்ன விருப்பப்பட்டாலும், அடுத்த காட்சி பாத்திரத்தின் இஷ்டப்படி அமையும் என்பது நிச்சயமில்லை. எனவே, இந்தக் காட்சியில் இயல்பு நிலையில் இருந்து எப்படிப் பேசவேண்டுமோ அப்படிப் பேசுவதே சரி. எந்த எதிர்பார்ப்புகளும் தேவையில்லை.

இதையே சித்ராவிடம் சொன்னதற்கு அவள், “அக்கா, பக்குவம் படிச்சு வர்றதில்லை. அனுபவிச்சு வர்றதுன்னு நிரூபிக்கிறே” என்றவள் உடனே, “என்னை மன்னிச்சிடுக்கா” என்றாள்.

“ஏன்?” என்று கேட்டதற்கு, “உனக்கு நடந்த இந்தக் கல்யாணத்துல எனக்கும் பங்கு இருக்கு. உன்னை என்னென்னவோ சொல்லி நானும் வற்புறுத்தினேன் இல்லையா?” என்றாள்.

“அசடு! இப்பதானே சொன்னேன்... எல்லாம் நாடகம்னு அந்தக் காட்சியில நீ அப்படிப் பேசணும்னு இருக்கு. இதுக்குப் போய் ஏன் மன்னிப்புக் கேக்கறே?” என்றேன்.

அவளுக்குக் கவலையில் படிப்பில் கவனமே இல்லையாம். அப்படியெல்லாம் இருக்கக்கூடாதென்று அறிவுரை சொல்லியனுப்பினேன்.

ஒருவர் ஒரு நிமிஷம் ஆவேசப்பட்டதால் எத்தனை பேருக்கு எத்தனை விதமாகப் பாதிப்புகள்!

“அண்ணி” என்ற குரல் கேட்டுச் சிந்தனையில் இருந்து கலைந்த கண்மணி, நிமிர்ந்து பார்த்தாள்.

பார்த்திபன் கையில் ஒரு இன்லாண்ட் கடிதம் வைத்திருந்தான்.

“அண்ணன் உங்களுக்கு லெட்டர் போட்டிருக்கார்” என்றவன், கடிதத்தைச் சமையல்மேடை மேல் வைத்து விட்டுச் சென்றான்.

சில விநாடிகள் கழித்துத்தான் அதை எடுத்துக் கிழித்துப் பிரித்துப் பார்த்தாள்.

என் இனிய மனைவி கண்மணிக்கு,

உன் அன்புக் கணவன் எழுதிக் கொண்டது. சந்தோஷமாக ஊரெல்லாம் சுற்றி உல்லாசத்தில் இருக்க வேண்டிய நாம் சந்தர்ப்பவசத்தால் பிரிந்து இருக்கிறோம். கவலைப்படாதே! இது தற்காலிகம் தான். உன் அப்பா ஹைகோர்ட்டில் அப்பீல் செய்யப் போகிறார். நான் கட்சித் தலைவருக்கு மனு அனுப்பியிருக்கிறேன். விரைவில் வெளியே வந்துவிடுவேன். என்ன தான் என் மேல் கோபம் இருந்தாலும், கோர்ட்டுக்கு ஒரு தடவையாவது வந்து என்னைப் பார்ப்பாய் என்று எதிர்பார்த்தேன். பரவாயில்லை... என்னை விரைவில் இங்கிருந்து வேலூருக்கு மாற்றிவிடுவார்களாம். அதனால் இந்தக் கடிதம் பார்த்ததும் என்னை ஜெயிலுக்கு வந்து பார்க்கவும். எனக்கு உன்னைப் பார்க்க வேண்டும் என்று ஆசையாக இருக்கிறது. அவசியம் வா! உனக்கு ஆயிரம் வருத்தம் மனதில் இருந்தாலும் நான் உன் கணவன் என்பதை மறந்து விடாதே! நீ கண்டிப்பாக என்னைப் பார்க்கவரவேண்டும். மற்றவை நேரில்.

உன் அன்பு
நாதன்.

படித்து முடித்த போது விரல்கள் நடுங்கின.

“என்னம்மா எழுதியிருக்கான்?” என்று அருகில் வந்தாள் வேணி. என்ன சொல்வது என்று புரியாமல் நின்றாள் கண்மணி.

"நான் படிக்கலாம்னா கொடு."

கொடுத்தாள். வேணி வாங்கிப் படித்து விட்டு, "ஜெயிலுக்குள்ளே உக்கார்ந்துக்கிட்டு உத்தரவு போடறாரா துரை? என்ன சாதனை பண்ணியிருக்காராம் போய்ப் பார்த்து மாலை போடறதுக்கு? தாலி கட்டினவளை அம்போன்னு விட்டுட்டு அரிவாளைத் தூக்கிட்டு ஓடியவனுக்கு ஆசை வேற இருக்குதாமா? அவன் கிடக்கறான். இந்தத் தபாலுக்கு ஒண்ணும் நீ முக்கியத்துவம் கொடுக்க வேண்டியதில்லை. பெத்தவ எனக்கே போகணும்னு ஒரு பக்கம் இருந்தாலும் முழுசா மனசு வரமாட்டேங்குது... ஆமாம், உங்கப்பா ஹைகோர்ட்டுக்கு அப்பீல் பண்ணப் போறாரா?" என்றாள்.

"அப்படித்தான் நேத்து தங்கச்சி சொன்னா" என்றாள் கண்மணி.

"நானும் கேட்டுக்கிட்டுதான் இருந்தேன் பொண்ணையும் கட்டிக் கொடுத்துட்டு, மாப்பிள்ளையை வெளில கொண்டு வர்றதுக்குச் சொத்தையும் அடகு வைக்கணும்னு என்ன தலையெழுத்தா உங்கப்பாவுக்கு? அதிலயும் எங்க போனாலும் ஜெயிக்காதுன்னு ஊர் பூரா பேசிக்கிறாங்க. 'மேற்கொண்டு எந்த முயற்சியும் செய்ய வேணாம். இதுவரைக்கும் பண்ணின செலவு போதும்'னு உங்கப்பாகிட்டே சொல்லிடலாம்னு இருக்கேன்."

கண்மணிக்குச் சரி என்பதா, வேண்டாம் என்பதா என்று புரியவில்லை. அமைதியாய்த் தொடர்ந்து மளிகைச் சாமான்களைப் பிரிக்கத் துவங்கினாள்.

மாலை நான்கு மணிக்குச் சின்ன மதியத் தூக்கத்துக்குப் பின் தன் அறையை விட்டுக் கண்மணி கூடத்துக்கு வந்தபோது, வேணி ஒரு கூடையில் தேங்காய், பூ, பழம் எல்லாம் எடுத்து வைத்துக் கொண்டிருந்தவள். அவள் வருவதைப் பார்த்து, 'கண்மணி, இன்னிக்கு வெள்ளிக் கிழமை. நீ ஆஸ்பத்திரிலேருந்து வந்ததும் வயலூர் முருகனுக்கு அர்ச்சனை பண்றதா நினைச்சிக்கிட்டேன். முகம் கழுவி, புடவை மாத்திட்டு வாம்மா... போய்ட்டு வந்துடலாம்' என்றாள்.

அரை மணியில் அவர்கள் இருவரும் புறப்பட்டு டவுன் பஸ் ஏறினார்கள். வயலூர் முருகன் கோயிலில் கூட்டமாக இருந்தது. வெளியே நிறைய கார்கள் நின்றன. அதன் கண்ணாடிகளில் சந்தனத்தால் மயில், வேல் என்று வரைந்து கொண்டிருந்தார்கள்.

உள்ளே போய்ச் சந்நிதானத்தில் நின்று முருகனைத் தரிசித்து, கண்மணி பெயருக்கு அர்ச்சனை செய்து கொண்டு, பிராகாரம் சுற்றிக் கொண்டு வெளியே வந்த போதுதான் வேணி, எதிரே கோயிலுக்குள் சென்று கொண்டிருந்த மூர்த்தியைப் பார்த்தாள்.

இவன் தானே ஆஸ்பத்திரியில் ஆவேசமாகக் கத்தியவன் என்று அடையாளத்தை மனதுக்குள் சரிபார்த்துக் கொள்வதற்குள் அவன் உள்ளே கூட்டத்தில் கலந்து விட்டான்.

கண்மணி அவனைக் கவனிக்கவில்லை.

கோயிலுக்கு வெளியே வந்ததும், "கண்மணி இப்படி நிழல்ல நில்லும்மா. உள்ளே எனக்குத் தெரிஞ்சவங்க போறாங்க. ரெண்டு வார்த்தை பேசிட்டு வந்துடறேன்" என்று விட்டு வேணி மீண்டும் கோயிலுக்குள் வந்தாள்.

கூட்டத்தில் தேடி மூர்த்தியைக் கண்டுபிடித்து விட்டாள். சாமி கும்பிட்டு விட்டு, நெற்றியில் விபூதி வைத்துக் கொண்டு திரும்பிய அவனிடம் வந்த வேணி, "தம்பி, நீதானே அன்னிக்கு சுதர்சன் அம்மாவைப் பார்க்க வந்துட்டுக் கோபமா கத்தினது?" என்றாள்.

மூர்த்திக்கு வேணியைத் தெரியவில்லை. விழித்தான். "ஆமாம். நீங்க..."

"நான் கே.கே.ஆர். பொண்ணு கண்மணியோட மாமியார். நீ யாரு, எங்கே இருக்கேன்னு விசாரிச்சு உன்னைப் பார்க்கணும்னு என் பையன்கிட்ட சொல்லிட்டிருந்தேன். யதேச்சையா இங்க உன்னைப் பார்த்துட்டேன். கொஞ்சம் அப்படிப் போய்டலாமா? உன்கூடப் பேசணுமே..." என்று விட்டுக் கூட்டமில்லாத ஒரு பக்கத்துக்கு நடந்த வேணியைத் தொடர்ந்தான் மூர்த்தி.

வெளியே காத்துக் கொண்டிருந்த கண்மணி, தன்னிடம் வந்து கையேந்திய ஒரு சிறுமிக்குக் கூடையிலிருந்து ஒரு வாழைப்பழம் எடுத்துக் கொடுத்த போது தான் விளக்குக்கு எண்ணெய் ஊற்றிக் கொடுத்த சின்ன பாத்திரத்தை அர்ச்சகரிடமிருந்து திரும்பி வாங்கிக் கொள்ளாதது நினைவுக்கு வந்தது.

கோயிலுக்குள் நடத்தாள் கண்மணி.

அகலமான தூண் ஒன்றுக்கு இந்தப் பக்கம் நின்றிருந்த வேணி, மூர்த்தியிடம் "தம்பி, உன் பேர் என்ன?" என்றாள்.

"மூர்த்தி" என்றான்.

"சுதர்சனுக்கு நீ ஃப்ரெண்டா?"

"ஆமாங்க."

"இதோ பாருப்பா. என்னை உன் அம்மாவா நினைச்சுக்கோ. கோயில்ல வெச்கிக் கேக்கறேன். ஒரு காரணமாத்தான் கேக்கறேன். மனசுவிட்டு என்கிட்ட உண்மையைப் பேசணும் நீ."

சந்நிதானத்துக்கு நடந்த கண்மணி, அந்தத் தூணைக் கடக்க இருந்தவள் வேணியின் குரல் கேட்டு நின்றாள். தன் அத்தைக்கு எதிரில் நின்றிருந்த மூர்த்தியைப் பார்த்ததும் ஒரு திடுக்கிடல் ஏற்பட்டது!

இந்த மூர்த்தி தானே அன்றைக்கு ஆத்திரத்தில் உளறிக் கொட்டினான். பிறகு இவன் வேண்டுமென்றே பழிபோடுவதாகச் சுதர்சன் சொல்லிச் சமாளிக்க வேண்டியிருந்ததே... அந்த விளக்கத்துக்கு எல்லோரும் சமாதானமாகி விட்டார்கள் என்றல்லவா நினைத்தேன்.

அத்தை இவனிடம் என்ன பேசிக்கொண்டிருக்கிறார்கள்? இவனோடு பேசத்தான் உள்ளே வந்தார்களா?

"நீங்க என்ன கேக்கறீங்க? எது வேணாலும் கேளுங்க. சத்தியமா உண்மையைச் சொல்றேன். எனக்கு யார்கிட்டயும், எதுக்காகவும் பொய் சொல்ல வேண்டிய அவசியமில்லை" என்றான் மூர்த்தி.

"சந்தோஷம்ப்பா. அன்னிக்கு உன்னோட பிரச்னைக்காக ஆத்திரப்பட்டு என் சம்பந்தியைச் சத்தம் போட்டப்போ நடுவுல ஒண்ணு சொன்னே ஞாபகமிருக்கா? கண்மணி அந்தச் சுதர்சன் மேலே ஆசை வெச்சிருந்ததா ஒரு வார்த்தை சொன்னே... அப்புறம், அந்தத் தம்பி உன்னை அதட்டிச் சமாதானம் சொல்லி அழைச்சுக்கிட்டு வெளில போனதும் ஞாபகம் இருக்கும். எனக்குத் தெரிய வேண்டியது... அது உண்மையா?"

இந்தப் பக்கம் கண்மணி, அதிரும் தன் இதயத்தைப் பிடித்துக் கொண்டாள்.

மூர்த்தி சற்றே தயங்கிவிட்டு, "இது கோயில். நானும் உண்மை சொல்றதா சொல்லிட்டேன்... அதனால எதையும் மறைக்க விரும்பலைங்க, நான் சொன்னது உண்மைதாங்க. கண்மணி, சுதர்சனை விரும்பினாங்க... சுதர்சனும் ரொம்ப விரும்பினான். கண்மணி தன் மனசை ஒரு லெட்டர் மூலமா வெளிப்படுத்தினாங்க. அதுக்குச் சுதர்சன் பதில் சொல்லவேண்டிய சந்தர்ப்பத்தில் தான் கே.கே.ஆர். என்னை அடிச்சி உதைச்சி, எனக்கு நடக்க இருந்த கல்யாணத்தை நிறுத்தினாரு. நான் குத்துயிரும் கொலை உயிருமா ஆஸ்பத்திரில கிடந்தப்ப என்னைப் பார்க்க சுதர்சன் வந்தான்" என்று துவங்கினான்.

சுதர்சன் ஏன் காதலிக்கவில்லை என்று கண்மணிக்குப் பதில் எழுத நேர்ந்தது என்பதை விளக்கி... ஆனால், அவளை மறக்க முடியாமல் அவதிப்படுவதையும் இப்போது தன் முடிவுக்காக நொந்து கொள்வதையும்... போட்டோ ஸ்டூடியோவில் முதல் பிரிண்ட் கண்மணியின் போட்டோவைப் போட்டதாகச் சொல்லி அவன் அழுததையும்... அத்தனையும் சொல்லி முடித்தான் மூர்த்தி.

அவன் சொன்னதில் கண்மணிக்கு இத்தனை நாட்களாக மனதுக்குள் இருந்த பல கேள்விகளுக்குப் பதில்கள் கிடைத்திருக்க... எல்லாம் தன் அத்தைக்குத் தெரிந்து விட்டதே என்கிற பதைப்பையும் மீறி... சுதர்சன் நிஜமாய்த் தன்னை நேசித்தார்

என்கிற உண்மையையும், இன்றைக்கும் நினைத்து உருகுகிறார் என்கிற செய்தியும் ஒருவிதப் பரவசத்தை ஏற்படுத்துவதை அவளால் உணர முடிந்தது!

திருமண விழாவில் தலைவர்:

'மணமக்கள் நீடுழி வாழ வேண்டும் என்று கேட்டுக் கொள்ளும் அதே நேரத்தில் அரசின் மெத்தனப் போக்கைக் கண்டிக்கிறேன். இவர்கள் செய்யும் ஊழல்களின் ஆதாரங்கள் என்னிடம் இருந்தாலும், மணமக்கள் பல்லாண்டு வாழ வேண்டும்...!'

***

31

அத்தியாயம்

எல்லாம் சொல்லி முடித்த மூர்த்தி, "நான் உங்களை ஒண்ணு கேக்கலாமா?" என்றான் வேணியைப் பார்த்து.

"என்னப்பா? கேளு..." என்ற வேணிக்கு இப்போது குரல் மிகவும் உடைந்து போயிருந்தது. தொண்டைக்குள் ஏதோ சிக்கிக்கொண்டு வார்த்தைகளைத் தடுத்தனுப்புவது போலிருந்தது.

கோயிலின் அகலமான தூணுக்கு இந்தப் பக்கம் கையில் அர்ச்சனைக் கூடையுடன் நின்ற கண்மணிக்கு முகம் முழுக்க வியர்த்து விட்டிருந்தது.

"நீங்க வற்புறுத்திக் கேட்டீங்க. அதனால நியாயமா மறைக்க வேண்டிய விஷயங்களை எல்லாம் உண்மையைச் சொல்றேன்னு உங்ககிட்டே பூராவையும் கொட்டிட்டேன். உங்க மருமகள் மேல உங்களுக்கு இப்போ வெறுப்பு ஏற்படுதா?" என்றான் மூர்த்தி.

"வெறுக்கறதுக்கோ, இல்லை விரும்பறதுக்கோ எனக்கு என்னப்பா உரிமை இருக்கு?" என்றாள் வேணி.

அந்தப் பதில் கண்மணியைத் தாக்கியது. இது கோபமா... இல்லை விரக்தியா? என்ன அர்த்தம் இதற்கு?

"வாசல்ல கண்மணியை நிக்கச்சொல்லிட்டு வந்தேன். நேரமாச்சு. எனக்கு மரியாதை கொடுத்து எல்லாம் விவரமா சொன்னதுக்கு ரொம்ப நன்றி தம்பி. நான் வர்றேன்ப்பா" என்று சொல்லிவிட்டு வேணி, கோயில் வாசலை நோக்கி நடக்க...

கண்மணி அவசரமாக விலகி, சந்நிதியில் ஓரமாக இருந்த அவளின் சிறிய எண்ணெய்த் தூக்கை எடுத்துக் கொண்டு வாசலுக்கு வந்தாள்.

"என்னம்மா... நான் உன்னை இங்க தேடிக்கிட்டிருக்கேன், நீ உள்ளேர்ந்து வர்றே?" என்றாள் வேணி.

"எண்ணெய் பாத்திரம் வாங்கிக்க மறந்துட்டேன் அத்தை. திடீர்னு ஞாபகம் வந்துச்சு, போய் வாங்கிட்டு வந்தேன்" என்றாள் கண்மணி.

டவுன் பஸ்ஸில் பயணம் முழுக்க வேணி அவளிடம் எதுவும் பேசவில்லை. ஜன்னல் வழியாக ஓடுகின்ற காட்சிகளில் பார்வை பதிந்தாலும், மனம் வேறு எங்கோ இருந்தது.

கண்மணிக்குச் சங்கடமாக இருந்தது. தன்னைப் பற்றிய ஓர் அதிர்ச்சியான உண்மையை அறிந்து கொண்டு, சிந்தனையில் ஆழ்ந்தபடி மௌனமாகவே இருக்கும் அத்தையிடம் இப்போது எப்படி நடந்து கொள்ள வேண்டும் என்று புரியவில்லை.

"மூர்த்தி அவர்களிடம் சொன்னது எனக்குத் தெரியாது என்று அத்தை நினைத்துக் கொண்டிருப்பதால், நானும் தெரியாததைப் போல இயல்பாகப் பேசுவதா? இல்லை... உங்களுக்குத் தெரியும் என்பது எனக்குத் தெரியும் என்று காட்டிக் கொண்டு, உண்மைகளை மறைத்ததற்காக மன்னிப்புக் கோருவதா?"

வீட்டுக்கு வந்து சேர்ந்த பிறகும் அவர்களுக்குள் அந்த மௌனம் தொடர்ந்தது.

வேணி, மின்விசிறியைப் போட்டுக்கொண்டு தரையில் எதுவும் விரித்துக்கொள்ளாமல் படுத்துக்கொள்ள முற்பட்டபோது, கண்மணி அவசரமாகத் தலையணை எடுத்து வந்து தலைமாட்டில் வைத்தாள்.

"பாய் போடறேனே அத்தை" என்றாள்.

"வேணாம்மா, முதுகு வலிக்குது. அஞ்சு நிமிஷம் படுத்து எந்திரிச்சா சரியாய்ப்போயிடும்" என்று மல்லாந்து படுத்துக்கொண்ட அத்தை, தன்னை ஆசுவாசப்படுத்திக் கொள்வதை விட, தீவிரமாக ஒரு சிந்தனையில் ஆழ்வதற்காக அப்படிப் படுத்துக்கொண்டதாகக் கண்மணிக்குத் தோன்றியது.

அத்தை ஏற்கனவே ஒரு முறை சொல்லியிருந்தார். 'நான் ரொம்ப சிக்கலான ஒரு விஷயத்துல முடிவெடுக்க வேண்டியிருந்தா அரக்கப்பரக்க நின்னுக்கிட்டு நடந்துக்கிட்டு எல்லாம் யோசிக்கமாட்டேன். அக்கடான்னு மல்லாந்து படுத்துக்கிட்டு நிதானமா அந்த விஷயத்தைப் பத்தி பலவிதமான கோணத்தில் சிந்திச்சுப் பார்த்து அப்புறம்தான் ஒரு முடிவுக்கு வருவேன்.'

அத்தை இப்போது தன்னைப் பற்றித்தான் யோசிக்கிறார் என்று புரிந்தது. கோயிலில் மூர்த்தி சொன்னதையெல்லாம் மறுபடி மனதுக்குக் கொண்டு வந்து யோசித்துக் கொண்டிருக்கிறார். இப்போது மனதில் என்ன ஓடிக்கொண்டிருக்கும்? என்ன சொல்லப் போகிறார்.

கண்மணி தவிப்போடு இருந்தாள். தன் அறைக்குச் சென்று சாதாரணப் புடவைக்கு மாறிக்கொண்டு வெளியே வந்தபோது, வேணி நெகிழ்ந்திருந்த தனதுக் கொண்டையை ஊசிகள் குத்திச் சரி செய்து கொண்டிருந்தாள்.

"கண்மணி, கொஞ்சம் வெளில போய்ட்டு வந்துடறேன். கதவைச் சாத்திக்கம்மா" என்று வேணி புறப்பட...

'எங்கே?' என்று கேட்க மனம் விழைந்தாலும் கேட்காமல் தலையசைத்துச் சரி சொல்லத்தான் முடிந்தது கண்மணியால்.

“வாங்க” என்ற கே.கே.ஆர். கால்களைத் தரையில் தேய்த்து ஊஞ்சலின் ஆட்டத்தை நிறுத்தினார். “சொர்ணம்” சமையலறைப் பக்கம் பார்த்துக் குரல் கொடுத்துவிட்டு, “என்ன, இந்த நேரத்துல? கண்மணி எப்படி இருக்கா?” என்றார்.

“அவ உடம்புக்கு எதுவும் இல்லை. பதறாதீங்க, அவ நல்லாதான் இருக்கா” என்ற வேணி, சுவரில் மாட்டியிருந்த கடிகாரத்தில் மணி எட்டைத்தாண்டியிருப்பதைப் பார்த்துக்கொண்டு, “சில முக்கியமான விஷயங்களைப் பேசிட்டுப் போகலாம்னு வந்தேன்” என்றாள்.

சொர்ணம் எடுத்துவந்து விரித்த பாயில் அமர்ந்து கொண்டு, கொடுக்கப்பட்ட தண்ணீரைப் பாதி குடித்து விட்டு வைத்து, “நீங்களும் உக்காருங்க” என்றதும் வேணி அருகில் சொர்ணம் அமர...

“சித்ரா வந்து கண்மணிகிட்ட பேசிட்டிருந்தப்ப, இந்த வீட்டை அடமானம் வெச்சு பணம் ஏற்பாடு செஞ்சு ஹைகோர்ட்ல கேஸை அப்பீல் பண்ணலாம்னு நீங்க பேசிட்டிருக்கிறதா சொல்லிச்சு. வேணாம்... அந்த யோசனையே வேணாம்! செய்யாத தப்புக்காக அநியாயமா தண்டிக்கப்பட்டு என் பையன் உள்ளே இருந்தாக்கூட போராடறதில் ஒரு அர்த்தம் இருக்கு. நமக்கும் தெரியும். ஊருக்கும் தெரியும். சட்டத்தை எப்படியாச்சும் ஏமாத்தி விடுதலை வாங்கிடலாம்னு இவ்வளவு நாள் நீங்க செலவழிச்சி முயற்சி செஞ்ச வரைக்கும் போதும். உங்க பொண்ணுக்காக ஒரு நிர்ப்பந்தத்தில் இதைச் செஞ்சீங்க. அதுக்கும் ஒரு அளவு இருக்கு. பொறுப்பில்லாத என் பையனுக்காக நீங்க சொத்தை அடகு வைக்கிறதோ, மேற்கொண்டு காசைச் செலவு பண்றதோ வேஸ்ட்... எனக்குப்பிடிக்கலை” என்றாள் வேணி.

கே.கே.ஆர். ஒரு பெருமூச்சை வெளியேற்றிவிட்டு, “நீங்க ஏதோ ஒரு ஆதங்கத்தில் சொல்றீங்கம்மா. ஆயுள் தண்டனைன்னு ஆய்டுச்சு... அப்படியே விட்டுட்டோம்னா கண்மணியோட எதிர்காலம் என்னன்னு யோசிக்க வேண்டியிருக்கே. அதான் மெட்ராஸ் போய், அதே வக்கீலைப் பார்த்துப் பேசிட்டு

வந்தேன். 'ஹைகோர்ட்டுல கொஞ்சம் செலவு செஞ்சா கேஸை உடைச்சிடலாம்'னு சொல்றார். வயித்துவலின்னு துடிக்கிறப்ப வைத்தியர் எதைக் கொடுத்தாலும் கண்களை மூடிக்கிட்டுக் குடிச்சுத்தானே ஆகணும்." என்றார்.

"அந்த வக்கீல் இந்த கேஸை வெச்சு பெருசா பணம் பார்த்துடலாம்னு நினைச்சி உங்களைத் தப்பா தூண்டிவிடறார்னு நினைக்கிறேன். உங்களுக்கு இங்கே செண்பகம் மாரிமுத்துன்னு லீடிங் வக்கீலம்மா இருக்காங்களே, தெரியுமா?"

"கேள்விப்பட்டிருக்கேன். பார்த்தது இல்லை."

"எனக்கு அந்த வக்கீலம்மாவை நல்லாத் தெரியும், இப்ப நேரா அவங்களைப் பார்த்துப் பேசிட்டு அவங்க வீட்டுலேர்ந்து தான் வர்றேன். என் பையன் கேஸைப் பொறுத்தவரைக்கும் சுப்ரீம் கோர்ட்டுக்கே போனாலும் தீர்ப்பை மாத்த முடியாதுன்னு சொன்னார்."

"கண்மணியோட வாழ்க்கை வீணாப் போய்டக் கூடாதுங்கற துடிப்பு எனக்கு இருக்காதாம்மா? வேற என்னதான் செய்யச் சொல்றீங்க, என்னை?"

"அந்தத் துடிப்பு உங்களுக்கு இருக்கற மாதிரியே எனக்கும் இருக்கு. நான் இப்போ வக்கீலம்மாகிட்டப் போனது என் பையன் கேஸ், ஹைகோர்ட்டுக்குப் போனா ஜெயிக்குமான்னு விசாரிக்கிறதுக்காக மட்டுமில்லைங்க" என்ற வேணி கொடுத்த இடைவெளியில். கே.கே.ஆர். முகத்தில் கேள்விக்குறியுடன் பார்த்தார்!

தொடர்ந்தாள் வேணி, "நாம பெரியவங்க. வாழ்ந்தவங்க... தெரிஞ்சே தப்பு செய்யக் கூடாது. கண்மணி சின்ன வயசுப் பொண்ணு சந்தோஷமா வாழவேண்டிய பொண்ணு, என் பையன் கொலை பண்ணிட்டு ஜெயிலுக்குப் போனதுக்கு இவ கிடந்து வாடிவதங்கணும்னு அவசியமே இல்லை... நியாயமும் இல்லை. அவன் தாலி கட்டிட்டுப் போய்ட்டாங்கிறதுக்காக ஆயுள் தண்டனை முடிஞ்சு வர்ற வரைக்கும் இவ பொறுமையா காத்துக் கிட்டிருக்கணும்னு நாம நினைச்சா,

அதைவிட அரக்கத்தனமான கொடுமை வேற இல்லை. வேணாம்! பாவம், உங்க பொண்ணு, நடந்த கல்யாணத்தைச் சட்டப்படி ரத்து பண்ணி விட்டுடலாம்... அதான் அவளுக்கு நல்லது."

சொர்ணம் அதிர்ந்து தன் கையை நெஞ்சில் வைத்துக் கொண்டு, "ஐயோ! என்ன சொல்றீங்க நீங்க?" என்றாள்.

"நான் ரொம்ப நல்லா யோசிச்சுத்தான் பேசறேன். வக்கீலம்மாகிட்டே எல்லா விவரமும் கேட்டுக்கிட்டு தான் பேசறேன்." என்ற வேணி, தன் கைப்பையில் இருந்து சில விண்ணப்பப் படிவங்களை எடுத்துக்காட்டி, "இதில ஒண்ணுல கண்மணி கையெழுத்து போடணும். ஒண்ணுல என் பையன் போடணும். குடும்ப கோர்ட்டுல தாக்கல் செஞ்சிப் பரஸ்பர விருப்பத்தின் பேர்ல சுமுகமா பிரிஞ்சுட முடியுமாம் ஒரு வருஷம் பிரிஞ்சு வாழ்ந்திருக்கணுமாம், இவன் கொலை பண்ணிட்டுப் போய், கேஸ் நடந்து தீர்ப்பு வர்றதுக்குத்தான் ஒண்ணே கால் வருஷமாய்டுச்சே... சட்டப்படியே பிரிஞ்சு இருந்துட்டாங்களே. அதனால எந்தப் பிரச்னையும் இல்லாம சுலபமா ரத்து வாங்கித் தந்துடறேன்னு வக்கீலம்மா சொன்னாங்க" என்றாள் வேணி.

"என்னங்க, இவங்க ரத்து, அது இதுன்னு என்னென்னவோ சொல்றாங்களே... எனக்குப் பதறுது. நீங்க பேசாமே உக்காந்திருக்கீங்களே!" என்ற சொர்ணத்தைச் சிந்தனையோடு பார்த்தார் கே.கே.ஆர்!

அருகில் இருந்த வெற்றிலைச் செல்லத்தைத் திறந்து, எதுவும் பேசாமல் இரண்டு வெற்றிலை எடுத்துப் பொறுமையாகச் சுண்ணாம்புத் தடவி வாய்க்குள் சீவலோடு போட்டுக் கொண்டு மென்றபடி ஊஞ்சலிலிருந்து இறங்கி மெதுவாக உலாத்தினார்.

அவரைச் சிந்திக்க விட்டு இரண்டு பெண்களும் அமைதியாக இருக்க... கே.கே.ஆர். வாய் கொப்பளித்துத் துப்பி விட்டு வந்து, கை ஈரத்தைத் துண்டில் துடைத்தபடி மறுபடி ஊஞ்சலில் அமர்ந்தார்.

"சொர்ணம், சொன்னா ஆச்சரியப்படுவே நீ நாலஞ்சு நாளா இவங்க சொன்ன அதே யோசனை எனக்கும் மனசுல புரண்டுகிட்டிருந்திச்சு...

இதை எப்படி இவங்ககிட்டப் பேசி முடிவு பண்றதுன்னு சங்கடமா இருந்திச்சு. தப்பில்லை சொர்ணம். விவாகரத்துங்கறது இப்பல்லாம் சர்வ சாதாரணமா நடக்குது பைசா பெறுமானமில்லாத விஷயத்துக்கெல்லாம் புருஷன் பொண்டாட்டிக்குள்ளே சண்டை வந்து, அதைப் பெருசா வளர்த்துக்கிட்டு கோர்ட்டுக்கு வந்து பிரிஞ்சுடறாங்க. கண்மணியைப் பொறுத்தவரைக்கும், சம்பந்தியம்மா சொன்ன மாதிரி இதான் நல்லது. தன் புள்ளை ஜெயிலுக்குப் போய்ட்ட துக்கத்தை எல்லாம் அடிமனசில போட்டு அமுக்கி வெச்சுக்கிட்டு... வாழவந்த பொண்ணுக்கு வழி யோசிக்கிறாங்களே, இவங்களைக் கையெடுத்துக் கும்புடணும் சொர்ணம்" - நா தழுதழுக்கப் பேசிய கே.கே.ஆர். வேணி பக்கம் திரும்பி இருகைகளையும் கூப்ப...

"ஐயோ! என்னங்க இது... பெரிய வார்த்தையெல்லாம் சொல்லிக்கிட்டு? என் பொண்ணா இருந்தா கவலைப்படமாட்டேனா? நியாயம் எல்லோருக்கும் பொதுவானது தானே?" என்றாள் வேணி.

"சட்டப்படி விவாகரத்து வாங்கறதில சிக்கல் இல்லைன்னு நீங்க சொல்லிட்டிங்க... ரத்தும் வாங்கிடறோம்னு வைங்க... மேற்கொண்டு அவ வாழ்க்கையைப் பத்தி என்ன முடிவெடுக்கறதுன்னு சரியா யோசனை பிடிபடாம இன்னொரு தவிப்பும் இருக்கும்மா" என்றார் கே.கே.ஆர்.!

"இதுல யோசனை பண்ண என்ன இருக்கு? கண்மணிக்கு மறுபடி கல்யாணம் பண்ணி வைக்க வேண்டியது தான். அவ ஆசைப்பட்ட அந்த சுதர்சனோடவே சேர்த்து வைக்கிறது தான் நாம அவளுக்குச் செய்யற நல்ல காரியம்" என்று வேணி சொன்னதும், திடுக்கிட்ட சொர்ணம், பதட்டமாகச் சொன்னாள்.

"ஆஸ்பத்திரில அந்தப் பையன் ஏதோ கோபத்தில வேணும்னு அபாண்டமா சொன்னதை வெச்சி..."

"இல்லை. அது அபாண்டம் இல்லை... உண்மை" என்ற வேணி, கோயிலில் மூர்த்தியிடம் பேசிய விவரங்கள் அனைத்தையும் ஒன்று விடாமல் சொல்லி முடித்தாள்.

“என்னங்க இது, இவ்வளவு விஷயம் நமக்குத் தெரியாம நடந்திருக்கு!” என்றாள் சொர்ணம் ஆச்சரியமாக.

“கொஞ்ச நேரம் அமைதியாக இருந்த கே.கே.ஆர்., மேற்கொண்டு நாமே பேசி முடிவெடுக்கறதை விட, கண்மணியோட மனசில என்ன இருக்குதுன்னு தெரிஞ்சிக்கிறது நல்லதுன்னு எனக்குப்படுது” என்றார்.

மேடையில் பேச்சாளர்:

‘குடும்பம் சந்தோஷமாய் இருக்க ஒரு கணவன் மூன்றெழுத்து வார்த்தையை உபயோகித்தால் போதும். அதுதான்... அன்பு!’

கூட்டத்தில் ஒருவர்:

அதுகூடத் தேவையில்லை. இரண்டெழுத்து வார்த்தையை உபயோகித்தால் போதும் அதுதான்... ‘சரி!’

***

32
அத்தியாயம்

“கண்மணிகிட்ட என்ன கேக்கணும்னு நினைக்கிறீங்க?” என்றாள் வேணி.

ஊஞ்சலில் அமர்ந்திருந்த கே.கே.ஆர். வேணியைப் பார்த்து “என்ன இப்படிக் கேக்கறீங்க? விவாகரத்து பண்றது, மறுபடி கல்யாணம் பண்ணி வைக்கிறதுன்னு பெரிய பெரிய விஷயமா பேசிட்டிருக்கோம். இது அவ வாழ்க்கைப் பிரச்னை. அவ மனசுல என்ன அபிப்ராயம் இருக்குன்னு தெரிஞ்சுக்க வேணாமா? அவ மனசைப் புரிஞ்சுக்காம ஒரு தடவை செஞ்ச தப்பு போதாதா!” என்றார்

“நான் கேக்க வேணாம்னு சொல்லலை. ஆனா, இப்ப வேணாம்னு தோணுது. அவ மனசுக்குள்ளே எவ்வளவு புழுக்கம் இருக்குன்னு நம்மால புரிஞ்சுக்க முடியலையா, என்ன? எந்த ஒட்டுதலும் பிடிப்பும் இல்லாம என் வீட்ல ஒரு வேலைக்காரி மாதிரி காலத்தை ஓட்டிடலாம்னு விரும்புவாளா என்ன? இன்னொரு கல்யாணம் பண்ணிக்கிறது அடுத்த கட்டம். என் பையன் கிட்டேர்ந்து விடுதலை கிடைக்கிறதை நிச்சயம் அவ விரும்புவா. ஆனா, நேரா கேட்டா வெளிப்படையா சொல்றதுக்குத்

தயங்குவா. நம்மை தப்பா நினைச்சிடு வாங்களோன்னு ஒரு நினைப்பு வரும். சங்கடப்படுவா. அநாவசியத்துக்கு குழப்பம் வரும்" என்றாள் வேணி.

"அப்ப என்ன செய்யலாம்னு சொல்றீங்க?" என்றாள் சொர்ணம்.

"என் பையனை ஜெயில்ல போய்ச் சந்திச்சுப் பேசி இந்த விவாகாரத்துக்கு அவன் கிட்டேர்ந்து சம்மதம் வாங்கி, கையெழுத்து வாங்கற பொறுப்பை நான் எடுத்துக்கறேன்... அதே மாதிரி அந்தப் பையன் சுதர்சனை ஏற்கெனவே உங்களுக்குத தெரியுந்தகறதால நீங்களே பார்த்து மனசுவிட்டுப் பேசுங்க. விவாகரத்து ஆனதும் கண்மணியைக் கல்யாணம் செய்துக்க அவன்கிட்டே சம்மதம் வாங்குங்க. அதுக்கப்புறம் எல்லாருக்கும் நம்ம யோசனையில் உடன்பாடுதான்னு பக்குவமா எடுத்துச் சொல்லி கண்மணியோட சம்மதத்தை வாங்கலாம். எடுத்ததும் அவ ஒப்புதலை வாங்கிட்டு, அப்புறம் வேற எங்கேயாவது இடிச்சிதுன்னா மறுபடி அவளுக்கு ஒரு ஏமாற்றத்தைக் கொடுக்க வேண்டிருக்குமேன்னுதான் இப்படி நினைக்கிறேன்" என்றாள் வேணி.

"நீங்க தீர்க்கமா யோசனை பண்ணியிருக்கீங்க. சொல்றது எல்லாமே நியாயமாப்படுது. நாளைக்கே நான் சுதர்சன்கிட்டே பேசறேன்மா" என்றார் கே.கே.ஆர்.

கையூன்றி எழுந்து கொண்டாள் வேணி. கூடவே சொர்ணமும் எழுந்தாள்.

"எதில போகப் போறீங்க?"

"மெயின்ரோடு போய் பஸ் பிடிச்சுப் போயிடுவேன்?"

"வேணாம். ராத்திரி நேரமா இருக்கு. நம்ம வேன்ல கொண்டுபோய் விடச் சொல்றேன்" என்ற கே.கே.ஆர். வீட்டு வாசலுக்கு வந்து பந்தலை நோக்கிக் குரல் கொடுத்தார். "ஏய்! வேனை எடுத்துட்டு வரச் சொல்லு இங்கே!"

வேணியை அனுப்பி வைத்துவிட்டு வீட்டுக்குள் அவர்கள் வந்தபோது எதிரே வந்து நின்ற சித்ராவின் கண்கள் கலங்கியிருந்தன.

“என்னம்மா”

“அப்பா, அவங்க பேசினதெல்லாம் நான் கேட்டுக்கிட்டு தான் இருந்தேன், பாவம்ப்பா அக்கா! எப்படியாச்சும் அவ முகத்தில் மறுபடி சிரிப்பையும் சந்தோஷத்தையும் கொண்டு வந்துடுங்கப்பா”

“நான் அவசரப்பட்டு எடுத்த முடிவால் சீரழிஞ்ச போன அவ வாழ்க்கையைச் சரிப்படுத்த வேண்டியதும் என் பொறுப்புதாம்மா... அவ மனசுல இப்படி ஒரு ஆசை இருந்ததாலதான் இந்தக் கல்யாணததுக்கு லேசுல சம்மதிக்கலைன்றது எனக்குத் தெரியாமப் போச்சேம்மா!” என்றார் கே.கே.ஆர்.

“தெரிஞ்சிருந்தா அவ ஆசைப்பட்ட பையனுக்கே நீங்க கட்டி வெச்சிருப்பீங்களா?” என்றாள் சொர்ணம்.

“மாட்டேன் சொர்ணம்... கட்டிக்கொடுத்திருக்கமாட்டேன். பட்டுத் தெரிஞ்சுக்கிட்ட இந்த அறிவு அன்னிக்கு என்கிட்டே இல்லை, ஆவேசப்பட்டிருப்பேன்... சுதர்சனை ஆள்விட்டு அடிச்சிருப்பேன். அது தான் நடந்திருக்கும்.”

“அதனாலதான் அந்தப் பையனும் மனசுக்குள்ளேயே முழுங்கிட்டான். இவளும் - சொல்ல வழியில்லாம ஊமையாயிட்டா” என்றாள் சொர்ணம்.

ஆமோதித்துத் தலையசைத்து கே.கே.ஆர். ஈஸிசேரில் சாய்ந்தமர்ந்து கொண்டு ரொம்ப நேரம் யோசனையில் ஆழ்ந்தார்.

“கொஞ்சமாச்சும் அறிவு இருக்காடா உனக்கு?” கத்தினான் தனது போட்டோ ஸ்டூடியோவில் அமர்ந்திருந்த சுதர்சன்.

எதிரே அமர்ந்திருந்த மூர்த்தி, அவன் முகத்தைப் பார்க்காமல் மேஜை மேலிருந்த கண்ணாடி பேப்பர் வெயிட்டை மெதுவாகச் சுழற்றிவிட்டபடி, “நீ என்னை எப்படி வேணாலும் திட்டிக்கோ சுதர்சன். தெய்வ சந்நிதானத்தில் வெச்சு அவங்க கேட்டப்ப என்னால பொய் சொல்ல முடியலை” என்றான்.

“அன்னிக்கு ஆஸ்பத்திரில நீ உளறிக் கொட்டினதை நான் சமாதானம் சொல்லிச் சமாளிச்சுட்டதா நினைச்சுக்கிட்டிருந்தேன். இப்ப ஒரு பூகம்பத்தையே கிளப்பி விட்டுட்டு வந்திருக்கியேடா!”

“நான் சொன்ன உண்மைகளால நிச்சயம் கண்மணி வாழ்க்கையில் நல்லது நடக்கும்னுதான் எனக்குத் தோணுது!”

“என்ன நல்லது நடக்கும்? கல்யாணத்துக்கு முன்னாடி, தன்னோட மருமக இன்னொருத்தனை ஆசைப்பட்டவள்னு தெரிஞ்சா ஒரு மாமியார் என்ன செய்வா? முதல் காரியமா ‘உங்கம்மா வீட்டுக்குப் போடி’ன்னு துரத்தியடிப்பா!”

“அவங்களோட பேசிப்பார்த்ததில் அவங்க அப்படிப்பட்டவங்களா தெரியலைப்பா. தன் மருமகளைப் பத்தி ரொம்ப அக்கறையோட, ஏதோ மனசுல நோக்கம் வெச்சுக்கிட்டுத்தான் விசாரிச்சாங்க... துப்பறியற மாதிரி கேக்கலை. மாமியார்னா எல்லாருமே மருமகளைத் பிடிக்காதவங்களாகத்தான் இருக்கணுமா? எல்லாம் சொல்லிட்டு, ‘உங்க மருமக மேல வெறுப்பு வருதா?’ன்னு கேட்டேன்”

“அதுக்கு என்ன சொன்னாங்க?”

“வெறுக்கறதுக்கோ இல்லை விரும்பறதுக்கோ ‘எனக்கு என்னப்பா உரிமை இருக்கு?’ன்னு கேட்டாங்க. நிச்சயமா அது கோபத்துல வந்த வார்த்தை இல்லை” என்றான் மூர்த்தி.

“நீ கண்மணியையும் பார்த்தியா?”

“வாசல்ல நிக்கறதா சொன்னாங்க நான் பார்க்கலை.”

“நீபாட்டுக்கு எல்லாத்தையும் கொட்டித் தொலைச்சுட்டே. இப்ப என்ன நடக்கப் போகுதுன்னு எனக்கொண்ணும் புரியலை” என்ற சுதர்சன், “நான் உள்ளே வரலாமா?” என்ற குரலுக்குத் திரும்பினான். கடையின் வாசலில் கே.கே.ஆர். நின்றிருந்தார்.

அவசரமாக நாற்காலியை விட்டு எழுந்து கொண்ட சுதர்சன், “வாங்க! வாங்க சார்” என்றான். ஆனால், மூர்த்தி அவரைத் திரும்பிப் பார்த்துவிட்டு எழுந்து கொள்ளாமல் தலையைத் திருப்பிக்கொண்டு அமர்ந்தபடியிருந்தான்.

கே.கே.ஆர். உள்ளே வந்தார். ஸ்டூடியோவை மூன்று பக்கங்களிலும் பார்த்தார். நகர்த்திப் போடப்பட்ட நாற்காலியில் அமராமல் மூர்த்தியிடம் வந்து, "தம்பி உன்னை நான் உன் வீட்ல வந்துபார்க்கணும்னு இருந்தேன். எதேச்சையா இங்க சந்திச்சுட்டேன். உனக்கு என்மேல் எவ்வளவு ஆத்திரமும் வெறுப்பும் இருக்கும்னு எனக்குப் புரியுது. என்னை மன்னிச்சிடுப்பா. ஆள் வளர்ந்த அளவுக்கு அனுபவம் வளரலை... நானா ஒரு காட்டுத் தர்பார் நடத்திட்டிருந்துட்டேன். மத்தவங்க பாதிக்கப்படுவாங்களேன்னு என் புத்திக்கு உறைக்காமல் போயிடுச்சு... என் வீட்லயே நெருப்பு பிடிச்சு எரியறப்பதான் அதோட சூடும் பயங்கரமும் தெளிவாப் புரியுது. போனவங்க வரப் போறதில்லை. நடந்தது மாறிப் போயிடப் போறதில்லை. ஆனா, மன்னிப்பு கேக்க வேண்டியது நியாயம்" என்று மூர்த்தியின் கைகளை அவர் பிடித்துக்கொள்ள... பதறிப்போய் எழுந்துவிட்ட மூர்த்தி அதிர்ச்சியோடு நின்றான்!

கே.கே.ஆர். தானா இப்படியெல்லாம் உணர்ந்து பேசுவது என்று சுதர்சனாலேயே நம்ப முடியவில்லை!

"உக்காருங்க சார். என்ன சாப்பிடறீங்க?" என்றான்.

"அதெல்லாம் வேணாம் சுதர்சன்! உன்கிட்ட கொஞ்சம் பேசணும்... என்னோட வெளில வர முடியுமா? இப்ப இங்க வேலை இருந்தா உனக்கு எப்போ சௌகரியப்படும்னு சொல்லு..."

"இல்லை, வர்றேன் சார். மூர்த்தி, பார்த்துக்க..." என்று எங்கே என்பதும், எதற்கு என்பதும் புரியாமல் அவரோடு புறப்பட்டான் சுதர்சன்.

சாலையில் நிறுத்தியிருந்த மினி டெம்போ வேனை கே.கே. ஆரே ஓட்ட, அருகில் இருந்த ஸீட்டில் கைகட்டி அமர்ந்திருந்தான் சுதர்சன்.

அவனுக்குள் பலவிதமான கேள்விகள் தத்தளித்துக் கொண்டிருந்தன. 'எங்கே போகிறோம்?' என்று கேட்கக்கூடத் தயக்கமாக இருந்தது.

வேன் திருச்சி நகர எல்லையைக் கடந்து குழுமணி செல்லும் சாலையில் ஓடி... திரும்பி ஒரு மாந்தோப்புக்கு வந்து நின்றது. தென்னை மரங்களும் அங்கங்கே இருந்தாலும் மாமரங்கள் வரிசையாக நிறைய இருந்தன.

“இது நான் குத்தகைக்கு விட்டிருக்கிற தோப்பு. மனசு சஞ்சலமா இருந்தா இப்படி வந்துடுவேன். இறங்குப்பா” என்றார் கே.கே.ஆர்.

மரங்களின் கிளைகள் கூடி பந்தலாகி உள்ளே நிழல் கூரை அமைத்திருக்க, சில்லென்று காற்று வந்து தடவிவிட்டுப் போக... அவர்கள் மௌனமாக நடந்தார்கள்.

தோப்புக்குள்ளிருந்த குடிசை வாசலில் இருந்தவன் ஓடோடி வந்து, துண்டை இடுப்பில் கட்டி. “ஐயா, வாங்கய்யா” என்று பவ்யமாக வரவேற்று கயிற்றுக் கட்டிலை எடுத்துப் போட்டான்.

“முருகா, நல்ல இளநியாப் பாத்து சீவிட்டு வா” என்றதும் அவன் ஓட்டமாக ஓடினான்.

“உக்காருப்பா சுதர்சன்” என்றார் கே.கே.ஆர்.

முதலில் அவர் அமர்ந்த பிறகு அமர்ந்தான். எச்சில் விழுங்கினான்.

“சுதர்சன், இப்போ நான் பழைய மாதிரி இல்லைப்பா. அராஜகத்தையே ஒரு அந்தஸ்துன்னு நினைச்சு வாழ்ந்துட்டதுக்காக இப்ப வேதனைப்படறேன். கண்மணி பத்தி உன்னோட மனசுவிட்டுப் பேச ஆசைப்படறேன். உனக்கு என்கிட்ட எந்தவிதமான பயமோ தயக்கமோ தேவையே இல்லை” என்று நிதானமாகப் பேச்சைத் துவக்கினார் கே.கே.ஆர்.

சுதர்சனுக்குத் தன் இதய ஒலி துல்லியமாகக் கேட்டது.

“தம்பி, இப்போ எனக்கு எல்லா விவகாரமும் தெரியும், கண்மணி உன்மேல ஆசைப்பட்டது, கடுதாசி எழுதினது, உனக்கும் அவமேல ஆசை இருந்தாலும் என்னை நினைச்சு பயந்து ஒதுங்கினது, ஆனாலும் இன்னையவரைக்கும் நீ மனசுக்குள்ளே

தவிச்சுட்டிருக்கிறது, எல்லாம் தெரியும்ப்பா” என்று நிமிர்ந்து அவனைப் பார்த்தார்.

சுதர்சனுக்குத் திக்கென்று இருந்தது. என்ன பேசுவதென்று புரியாமல் குழப்பமாக இருந்தது. அவரின் பார்வையைச் சந்திக்கத் தயக்கமாக இருந்தது. தலையைத் தாழ்த்திக் கொண்டான்.

“இதெல்லாம் உன் ஃபிரெண்டு மூர்த்தி சொன்னதா என் சம்பந்தியம்மா விவரமா சொன்னாங்க. கேட்டப்ப அதிர்ச்சியா இருந்திச்சு. சுதர்சன், அவ வாழ்க்கையிலே சந்தர்ப்பங்கள் சதி பண்ணிடுச்சுன்னு பழி போட்டு நான் ஒதுங்கிக்க விரும்பலை... என் முரட்டு குணம்தான் அவ வாழ்க்கையைச் சிதறடிச்சிடிச்சு. இன்னிக்கு அவளைப் பார்க்கவே எனக்குக் கஷ்டமா இருக்கு. உள்ளுக்குள்ளே குடைச்சலா இருக்கு, அர்த்தமே இல்லாமல் போயிட்ட அவ வாழ்க்கைக்கு மறுபடி ஒரு அர்த்தத்தைக் கொடுக்க வேண்டியது என் கடமை. நாங்க பெரியவங்க கலந்து பேசி சில முடிவுகளை எடுத்திருக்கோம்” என்றவர் எழுந்து மெதுவாக நடந்தார்.

மரியாதைக்காக சுதர்சனும் எழுந்து கொண்டான்.

உடைச்சு சொல்லிடறேனே... கண்மணிக்கு விவாகரத்து வாங்க நினைக்கிறேன். ஆயுள் தண்டனை முடிஞ்சி நாதன் திரும்பி வர்றவரைக்கும் அவளைக் காத்திருக்கச் சொல்றதுல அர்த்தமில்லை... அதனாலதான் இந்த முடிவு. இதை என் சம்பந்தியம்மாவும் விரும்பறாங்க. கண்மணி விஷயத்தில் சட்டப்படி பிரியறதில எந்தப் பிரச்னையும் இல்லை. விவாகரத்துக்கப்புறம் அந்த வீட்லேர்ந்து கூட்டிட்டு வந்து என் வீட்ல வெச்சிக்கிறதால மட்டும் அவளோட வாழ்க்கைக்கு அர்த்தம் வந்துடாது... விவாகரத்துக்கப்புறம் நீ அவளைக் கல்யாணம் செய்துக்கணும்னு நாங்க எல்லாரும் ஆசைப்படறோம்”

சுதர்சனுக்குள் பொங்கியது திகைப்பா, சந்தோஷமா, குழப்பமா என்றறிய முடியாத ஓர் உணர்வுக் கலவை.

“சார்...”

“இருப்பா... நான் சொல்லி முடிச்சுடறேன். இந்த கல்யாணத்தால அவளுக்கு மறுபடி ஒரு வாழ்க்கை கிடைக்கும்... அவளையே இன்னும் நினைச்சுட்டிருக்கிற உனக்கும் நினைச்ச வாழ்க்கை கிடைக்குது. அவளை நினைச்சுக் கவலைப்படற எங்க எல்லாருக்கும் நிம்மதி கிடைக்குது. இந்த ரெண்டாம் கல்யாணத்தில் என்னால அதே மாதிரி விமரிசையா ஊரைக்கூட்ட முடியும். பந்தல் போட முடியும்... கச்சேரி வைக்க முடியும்... வாணவேடிக்கை விடமுடியும். திகட்டத் திகட்டச் சாப்பாடு போடமுடியும். நீ விரும்புறதுக்கும் மேல உனக்கு வசதிகள் செய்ய முடியும். ஆனா...”

நிமிர்ந்து பார்த்தான் சுதர்சன்.

“இந்தக் கல்யாணத்தில் என்னால செய்ய முடியாத ஒரே ஒரு விஷயம் கன்னிகாதானம்!” என்றவரின் குரல் உடைந்தது.

திரும்பி நடந்து அவனருகில் வந்து அவன் கைகளைப் பிடித்துக்கொண்டு, “நல்லா யோசிச்சு ஒரு நல்ல முடிவைச் சொல்ல வேண்டியது இப்ப நீதான் சுதர்சன்”, என்றார் கே.கே.ஆர். நெகிழ்ந்த குரலில்.

ஒரு விளம்பரத்தில்...

ஒரு சீர்திருத்த இளைஞனுக்கு மணமகள் தேவை எம் மதமும் சம்மதம். ஜாதி எதுவாயினும் பரவாயில்லை. விதவையாய் இருக்கலாம். விவாகரத்து பெற்றவராய் இருக்கலாம். ஊனமுற்றவராய்கூட இருக்கலாம். வரதட்சணை ஒரு பைசாகூடத் தேவையில்லை. ஆனால் மாதம் பத்தாயிரம் சம்பளம் வாங்குபவராய் இருந்தால் போதும்

***

33
அத்தியாயம்

திணறிப் போனான் சுதர்சன்.

கே.கே.ஆர் பேசியதெல்லாம் கனவிலோ என்று ஒரு சந்தேகம் எட்டிப் பார்த்துவிட்டுப் போனது.

'கண்மணியின் மொத்த எதிர்காலமும் எனது தயக்கத்தினால் சிதைந்துபோய் விட்டதே என்று ஒவ்வொரு விநாடியும் நொந்து உருகிக் கொண்டிருக்கும் என்னிடம்...'

கண்மணியின் வாழ்க்கையில் விடிவு ஏற்பட்டு அவள் சந்தோஷமாய் வாழ வேண்டும் என்று எல்லாத் தெய்வங்களிடமும் தினமும் பிரார்த்தனைகள் செய்து கொண்டிருக்கும் என்னிடம்...

அடுத்த பிறவி என்று ஒன்றிருந்தால், மறுபடி கண்மணியோடு சந்திப்பு ஏற்பட்டால், நான் முந்திக் கொண்டு இந்தப் பிறவி முழுவதும் அவள் நினைவிலேயே ஏங்கிக் கழித்ததை முதலில் சொல்லி அவள் மன்னிப்பைக் கோரி பத்து மடங்குக் காதலை வெளிப்படுத்தி அவளை வாழ்நாள் முழுதும் புன்னகையோடே வைத்திருக்க வேண்டுமென்று ஆறுதலான கற்பனைகளை மனதுக்குள் ஒத்திகை பார்த்துக் கொண்டிருக்கும் என்னிடம்...

இந்த ஜென்மத்திலேயே, இப்போதே நடந்து போன தவறுகளுக்கு அல்லது சம்பவங்களுக்குத் தீர்வு காணும் விதமாக, மீண்டும் கண்மணிக்கு ஒரு புது வாழ்க்கை அமைத்துத் தரும் வாய்ப்பை எனக்களிக்க முன் வந்து சொல்லப்படுகிற யோசனைகளை எப்படி என்னால் புறக்கணிக்க முடியும்!

'இதில் யோசனை செய்ய என்ன இருக்க முடியும்?'

சுதர்சனுக்குள் உணர்ச்சிகள் மோதி கண்களைத் கலங்கடித்தன. வார்த்தைகளைத் துண்டுத் துண்டாக வெளியேறத்தான் அனுமதித்தன.

"எனக்கு... எனக்கு... என்ன சொல்றதுன்னே புரியலை. நீங்க சொல்றதெல்லாம் நான் கொஞ்சம்கூட எதிர்பார்க்காதது. ஒரே அதிர்ச்சியாவும், பிரமிப்பாவும் இருக்கு சார்" என்று சொல்லி முடிக்க இரண்டு நிமிடங்கள் தேவைப்பட்டன.

சீவின இளநீர்களுடன் வேலைக்காரன் வர, கே.கே.ஆர், தன் கையால் வாங்கி அதை சுதர்சனிடம் கொடுத்தார். தானும் ஒன்று வாங்கிக் கொண்டார்.

"முதல்ல குடிப்பா, கொஞ்சம் படபடப்பு தணியும்."

சீவிக் கொடுத்த பச்சை ஓலையை இளநீரின் வாயில் வைத்து உயர்த்திக் கவிழ்த்து ஓலையின் வழியே அழகாக வழிந்த இளநீரை ஒரே மூச்சில் குடித்து முடித்தார் கே.கே.ஆர்.

சுதர்சனும் குடித்ததும் வேலையாள் வாங்கி உடைத்து இளம் தேங்காயை வழித்துப் போட்டுக் கொடுத்து விட்டு, கே.கே.ஆர். சைகை காட்டியதும் அகன்றுவிட்டான்.

"சுதர்சன். உன் மனசில எது இருந்தாலும் அதை வெளிப்படையாகப் பேசலாம். நல்லா யோசிக்கணும் நீ. மெதுவாய் பதில் சொன்னாப் போதும். வீட்ல உங்கம்மாவையும் கலந்து பேசு. படபடப்பா ஒரு முடிவுக்கு வரணும்னு அவசியமில்லே. இது சின்ன விஷயம் இல்லை. நான் கேட்டுட்ட தாட்சண்யத்துக்காக முடிவெடுக்கிற விஷயமும் இல்லை."

சில நிமிடங்கள் அமைதியாக இருந்த சுதர்சன் நிமிர்ந்தான்.

"சார், அலையில தத்தளிச்சிட்டிருக்கிற ஒரு உயிரைக் காப்பாத்தறதுக்கு ஆலோசனை பண்ணி முடிவெடுக்க முடியாது. கண்மணி இன்னைக்கு மனசளவில செத்துட்டா... உடம்பும் பாதி போயிடுச்சு. கண்மணி மேல நான் வெளிப்படுத்தாம உள்ளுக்குள்ளேயே வெச்சிருந்த பிரியத்தை நினைச்சு வேதனைப்படறதைவிட, உங்களை நினைச்சுப் பயந்து அவ வாழ்க்கை நல்லபடியா அமையட்டும்னு ஒதுங்கிட்டதால தான் இன்னைக்கு அவளுக்கு இப்படி ஒரு பரிதாபமான நிலைமை ஏற்பட்டுடுச்சிங்கிற குற்ற உணர்ச்சியினால நான் துடிக்கிறது தான் சார் அதிகம். நாதன், ஆயுள் தண்டனை முடிஞ்சு வர்றவரைக்கும் அவ காத்துக்கிட்டிருக்க முடியாது. அப்படியே காத்திருந்தாலும் அதுக்கப்புறம் அவ மனசு சந்தோஷமா இருக்குமான்னா அதுவுமில்லை. இந்தப் பிரச்னைக்குத் தீர்வா நீங்க எடுத்திருக்கிற முடிவு வரவேற்க வேண்டிய ஒண்ணு சார். கண்மணிக்கு ஒரு சந்தோஷமான வாழ்க்கையை மீட்டுத் தர என்னால முடியும்னா அதை நான் முழு மனசோட செய்யத் தயாரா இருக்கேன் சார், ஆனால்-?" என்று தயங்கினான் சுதர்சன்.

"என்னப்பா? சொல்லு."

"இந்த ஏற்பாடுகளுக்குக் கண்மணி சம்மதிச்சாச்சா சார்!"

"அவளோட நல்வாழ்க்கைகாகத்தானே எல்லாம் யோசிக்கிறோம். எந்தப் பொண்ணும் தனக்கு நல்லது நடக்கணும்னுதானே ஆசைப்படுவா. இதுல உன் சம்மதம் முதல்ல வாங்கணும்னு தான் நாங்க நினைச்சோம். ரொம்பப் பெருந்தன்மையோட உன் முடிவைச் சொல்லி என் மனசைக் குளிர வெச்சிட்டேப்பா" என்று நெகிழ்ந்த கே.கே.ஆர். சுதர்சனின் கைகளைப் பற்றிக் கொண்டு, "அத்தனை ஜென்மத்திலயும் நான் உனக்குக் கடன்பட்டிருக்கேன் சுதர்சன்" என்றார்.

"ஐயோ! என்ன சார் இவ்வளவு பெரிய வார்த்தையெல்லாம்" என்று சுதர்சனும் தடுமாறினான்.

மத்திய சிறைச்சாலையில் கைதிகளைத் பார்வையாளர்கள் சந்திக்கும் அந்தச் செவ்வகமான கூடத்தில் இடுப்புயரத்துக்கு இரண்டு தடுப்புச் சுவர்கள் கட்டப்பட்டிருந்தன.

நடுவில் சிறைச்சாலைக் காவலர்கள் இரண்டு பேர் நின்று அந்தப்புறமாகப் பார்வையாளர்கள் தருகிற பழங்களைச் சோதனை செய்துவிட்டு, உரிய கைதிகளிடம் இந்தப்புறம் கொடுத்தார்கள்.

ஏழெட்டுக் கைதிகள் தத்தம் உறவினர்களிடம் இரைந்து பேசிக் கொண்டிருந்தனர்.

இடுப்புயரத் தடுப்புச் சுவரில் கைகளையூன்றி நின்ற நாதனைக் கண் கலங்கச் சில நிமிடங்கள் பார்த்துக் கொண்டேயிருந்த வேணிக்குப் பேச்சே வரவில்லை.

“எவ்வளவு தடவை தலைப்பாடா அடிச்சிட்டிருக்கேன்... இந்த வம்பு, விவகாரம் எல்லாம் வேணாம்னு இப்பப் பாரு எப்படியெல்லாம் ஆயிடுச்சி...” என்றாள் நொந்துபோன குரலில்.

“ஏம்மா சும்மா கவலைப்பட்டுக்கிட்டிருக்கே. அவனவன் நூறு கொலை செஞ்சிட்டுச் சுதந்திரமா வெளியில் திரிஞ்சிட்டிருக்கான். பட்டப்பகல்ல நூறுபேர் பார்க்க நடத்தித் தொலைச்சது நான் செஞ்ச தப்பு. அந்தத் திமிர் பிடிச்ச இன்ஸ்பெக்டர் என் மேல வன்மம் வெச்சிப் பழி வாங்கிட்டான். இப்ப ஒண்ணும் ஆயிடலை ஹைகோர்ட்ல கேஸ் உடையத்தான் போகுது. வெளியில வந்து அந்த இன்ஸ்பெக்டருக்கு மாறு கால், மாறு கை வாங்கத்தான் போறேன்” என்றான் அலட்சியமாக நாதன்.

“அடச்சீ! வாயை மூடுறா. இன்னும் நீ செஞ்சது தப்புன்னு உணரலையே! மாறு கால், மாறு கை வாங்கறானாம்... போன மானத்தை என்ன விலை கொடுத்து வாங்குவே? காத்துல பறந்த கௌரவத்தை வாங்குவியா!”

“சரி, விடும்மா. இத்தனை நாள் கழிச்சு பார்க்கணும்னு வந்திருக்கே. ஏன் உன்கிட்ட தகராறு? ஆமா, கண்மணிக்குத்

தனியா லெட்டர் போட்டிருந்தேனே, வந்துச்சா இல்லையா? அவ ஏன் வரலை?”

“என்னடா உரிமை இருக்கு உனக்கு. அவளை எதிர்பார்க்கறதுக்கு?”

“என்ன பேசறே நீ? தொட்டுத்தாலி கட்டின புருஷன் தன் பெண்டாட்டியை எதிர்பார்க்கறதுக்கு உரிமை இல்லையா?”

“தாலி கட்டின மறுநாளே, அவ கூப்பிடக் கூப்பிட அதை அலட்சியம் பண்ணிட்டுச் கொலை செஞ்சிட்டு ஜெயில்ல வந்து உக்கார்ந்திருக்கியே... பத்து வருஷமோ, அதுக்கு மேலயோ, எப்ப வருவேன்னே தெரியாது. இது அந்தப் பெண்டாட்டிக்குச் செஞ்ச பெரிய கொடுமைன்னு உனக்குப் படலையா?”

“அதான் ஹைகோர்ட்ல மாமா அப்பீல் பண்ணப் போறாரு. முடிஞ்சா ஜட்ஜை விலைக்கு வாங்கவும் சொல்லிருக்கேன். எப்படி, யாரைப் பிடிக்கணும்னு ரூட் எல்லாம் சொல்லிக் கொடுத்திருக்கேன். நீ பத்து வருஷம் எட்டு வருஷம்னு சொல்லிட்டிருக்கியே, புரியாத்தனமா! எப்படிப் பார்த்தாலும் இன்னும் மூணு மாசம், இல்லைன்னா நாலுமாசத்திலே வெளியில் வந்துடுவேன்.”

“நாதன்... நீதான் அசட்டுத்தனமான நம்பிக்கைகள்ல இருக்கே. இந்த கேஸ் ஹைகோர்ட்ல ஜெயிக்கிறதுக்கு எந்த வகையிலயும் வாய்ப்பில்லைன்னு ஊர்ல ஒரு வக்கீல் பாக்கியில்லாம சொல்லியாச்சு. பொண்ணைக் கட்டிக் கொடுத்த பாவத்துக்காக உன் மாமனார் இவ்வளவு நாள் வெட்டித்தனமா செஞ்ச செலவு எல்லாம் பத்தாதா? அவருக்கும் குடும்பம் இருக்கு. கல்யாணம் பண்ணிக் கொடுக்க வேண்டிய இன்னொரு பொண்ணு இருக்கு... எல்லாத்தையும் யோசிச்சுப் பார்த்து ‘என் மகன் விஷயமா மேற்கொண்டு செலவும் செய்ய வேணாம். எந்த நடவடிக்கையும் எடுக்க வேணாம்’னு சொல்லிட்டேன்.”

“அம்மா!” என்றான் அதிர்ச்சியுடன் நாதன். “நீ ஏன் இதுல பைத்தியக்காரத்தனமா தலையிட்டு அவரைக் குழப்பி

விட்டே? நாளைக்கு நான் சம்பாதிச்சி அவர் செலவு செய்யற பணத்தையெல்லாம் திருப்பிக் கொடுத்துடமாட்டேனா?"

"இதுவரைக்கும் நீ அப்படி மெனக்கெட்டு என்ன சம்பாதிச்சேன்னு உன் தம்பி கணக்குப்போட்டு, எத்தனை ஆயிரம் நாம வெளியில் கொடுக்க வேண்டியிருக்குன்னு சொல்லிட்டான். ஜெயிலுக்குள்ளே வந்தும் ரோஷம் காட்டி மீசையை முறுக்கிக்கிட்டு இருக்காதேடா நடந்துக்கிட்டதை நினைச்சு மனசார வருத்தப்படு. பெண்டாட்டியை ஆதரவில்லாம அம்போன்னு விட்டுட்டமேன்னு நினைச்சுப் பாரு... ஒரு குடும்பத்தையே தவிக்க விட்டுட்டமேன்னு நெஞ்சில் ஈரத்தோட உணர்ந்து பாரு... அப்பதான் வெளியில வர்றப்ப ஒரு புது மனுஷனா வருவே."

"வீட்ல இருந்தப்பதான் சதா அட்வைஸ் பண்ணி என் கழுத்தை அறுத்துக்கிட்டிருந்தே...! இங்கே வந்தும் அறுக்கறியேம்மா. பாசமா ரெண்டு வார்த்தை பேச மாட்டியா?"

"பாசம் மனசுல இருக்குடா. அதைக் காட்டறதால எந்தப் பிரயோஜனமும் இல்லை. மருந்து உதிர்ந்துபோன தீக்குச்சியால எத்தனை தடவை உரசினாலும் நெருப்பு பிடிக்காதுப்பா. உன்னைப் பாசத்தோட பார்த்துட்டுப் போறதுக்காக மட்டும் இல்லை; நீ செஞ்ச பாவத்துக்கு என்னால முடிஞ்ச அளவு பரிகாரம் பண்றதுன்னும் முடிவு செஞ்சுதான் வந்தேன்" என்றாள் வேணி.

"என்னம்மா சொல்றே?"

"கண்மணி உன்னைப் பிடிக்காமத்தான் கல்யாணம் பண்ணிக்கிட்டா. கல்யாணத்துக்கப்புறம் இப்படியெல்லாம் ஆனதில் இன்னும் வெறுத்துட்டா. அவ உடம்பும் உடைஞ்சிடுச்சி; மனசும் உடைஞ்சிடுச்சி. பார்த்தாலே கண்ல தண்ணி வருது. எந்த ஒட்டுதலும் இல்லாம எதிர்காலமும் நிச்சயமில்லாம வீட்ல உக்காந்திருக்காள்னா அது அவ கழுத்துல தொங்கற தாலிக்காகத்தான். தப்புடா... ரொம்ப தப்புடா இது. நீ எடுத்த உசுரை ஒரே செகண்ட்ல எடுத்துட்டே இந்த உசுரு ஒவ்வொரு செகண்ட்டும் செத்துக்கிட்டிருக்கு. போதும்ப்பா! நீ செஞ்ச ஒரு

பாவமே போதும். அந்தப் பொண்ணைச் சட்டப்படி விவாகரத்து செஞ்சு அவங்க அம்மா வீட்ல ஒப்படைச்சாதான் என்னால நிம்மதியாத் தூங்க முடியும்."

நாதன் கண்களைச் சுருக்கித் தன் அம்மாவைப் பார்த்தான்.

"உனக்கு எதாச்சும் மூளை பிசகிடுச்சாம்மா? நம்ம வீட்ல அவளுக்கு என்ன குறைச்சல் இப்போ? நல்ல துணி இல்லையா, சாப்பாடு இல்லையா? பேச, பழக, துணைக்கு நீ இல்லையா? இப்ப என்ன நடந்து போச்சு? கல்யாணம் பண்ணி விட்டுட்டு உடனே வெளிநாட்டுக்கு வேலைக்கு எத்தனையோ பேர் போறதில்லையா? நாலு வருஷம், அஞ்சு வருஷம்னு இருந்துட்டு அப்புறம் திரும்பறதில்லையா? அந்த மாதிரி நினைச்சுக்க வேண்டியது தானே? என்னமோ சந்தர்ப்பம் இப்படி ஆயிடுச்சி இதுக்கு யார் என்ன பண்ண முடியும்?"

அவனை ஆழமாக முறைத்தாள் வேணி.

"எதாச்சும் பொறுப்பாப் பேசறியா நீ? அவளோட நிலைமையில் இருந்து பார்த்துப் பேசுடா முட்டாள்! துணியும், சாப்பாடும், துணையும் அவளுக்குப் பொறந்த வீட்லயே தான் இருந்திச்சே! பின்ன எதுக்குக் கல்யாணம்? 'என் புருஷன் சிங்கப்பூர்ல வேலைக்குப் போயிருக்கார்'னு இவளால பெருமையா சொல்லிக்க முடியுமா?"

"இப்ப என்ன செய்யணுங்கறே?"

"குடும்ப கோர்ட்ல பரஸ்பரம் ரெண்டு பேரும் சம்மதம் தெரிவிச்சு விண்ணப்பம் கொடுத்தாச் சிரமமில்லாம விவாகரத்து வாங்கித் தந்துடறதா வக்கீலம்மா சொல்லியிருக்காங்க நாதன். கொண்டாந்திருக்கேன். இதுல நீ கையெழுத்துப் போட்டுத் தரணும்,"

சுறுசுறுவென்று கோபம் ஏறியது நாதனுக்கு.

"நீ ஏதோ ஆதங்கத்தில் சொல்றேன்னு பார்த்தா... என்ன இந்த அளவுக்கு சீரியாஸப் பேசறே? விவாகரத்து வேணும்னு அவளே

34
அத்தியாயம்

வக்கீல் செண்பகம் மாரிமுத்து, டிஸைன் எதுவுமில்லாத ப்ளைன் சேலை கட்டியிருந்தார். தலையை பாப் செய்து, கை இல்லாத ஜாக்கெட் போட்டிருந்தார். அவரின் முதுகுக்குப் பின்னால் ஒரு சுவர் முழுக்க அமைக்கப்பட்டிருந்த மர ஷெல்ஃபுகளில் தடிதடியான சட்டப் புத்தகங்கள் ஒன்றின் மேல் ஒன்று சாய்ந்திருந்தன.

சுழல்கிற மின்விசிறியின் பிம்பம் மேஜைக் கண்ணாடியின் மீது இருந்தது. முதுகுப் பகுதி உயரமாயிருந்த குஷன் நாற்காலியில் அமர்ந்திருந்த அவர், தொலைபேசியில் பேசி முடிக்கும் வரை எதிர் நாற்காலியில் பொறுமையாகக் காத்திருந்தாள் வேணி.

செண்பகம் போனை வைத்துவிட்டு, "ஒரு நிமிஷம்" என்று இவளிடம் சொல்லிவிட்டு மேஜைக்கு அடியில் இருந்த பித்தான் அழுத்தி, அடுத்த அறையிலிருந்து வந்த சுடிதார் அணிந்த பெண்ணிடம், "புவனா, கிரிதர் வெர்சஸ் ராமையா கேஸ்ல காம்ப்ரமைஸ் பண்ணிக்கச் சம்மதிச்சிருக்கிறதா லாயர் மேனன்

சொல்லியிருக்கார். கிரிதரை காண்டாக்ட் பண்ணி என்னை வந்து பார்க்கச் சொல்லிடு" என்றார்.

"யெஸ், மேடம்" என்று அவள் போனதும் தன் டைரியில் எதையோ குறித்துவிட்டு நிமிர்ந்து இரண்டு விரல்களுக்கு நடுவில் அந்த பால்பாயிண்ட் பேனாவை அசைத்தபடி, "சொல்லுங்க வேணி. ரெண்டு பேரும் கையெழுத்து போட்டுக் கொடுத்துட்டாங்களா? ஃபேமிலி கோர்ட்டுல மூவ் பண்ணிடலாமா?" என்றார் செண்பகம்.

"முதல்ல என் பையன்கிட்ட பேசி அவன் கையெழுத்தை வாங்கிடலாம்னு ஜெயிலுக்குப் போய் அவனைப் பார்த்துப் பேசினேன். அவன் பிடிவாதமா மறுத்துட்டான்... விவாகரத்துக்கு அவன் சம்மதிக்கலை. தன்னோட தப்பையும் உணர மாட்டேங்கறான். கண்மணியோட மன நிலையையும் புரிஞ்சுக்க மாட்டேங்கறான். முரட்டுத்தனமாப் பேசறான்" என்றாள் வேணி.

"அதனால தளர்ந்துட்டிங்களா?"

"விவாகரத்து அவசியம் வேணும்மா. அதான் அந்தப் பொண்ணுக்கு நல்லது. ஆனா, அவன் மறுக்கறானே... அதான் மேற்கொண்டு என்ன செய்யலாம்னு உங்களைக் கேட்டுட்டுப் போகலாம்னு வந்தேன்."

"செஷன்ஸ் கோர்ட்ல விதிச்ச தீர்ப்பை எதிர்த்து ஹைகோர்ட்ல உங்க பையன் அப்பீல் செய்யப் போறாரா?"

"செஞ்சா நான் செய்யனும்... இல்லைன்னா என் சம்பந்தி செய்யனும். எனக்கு விருப்பமும் இல்லை... செலவு பண்றதுக்கு வசதியும் இல்லை... என் சம்பந்தி, இதுவரைக்கும் செஞ்ச செலவு போதும்னு முடிவுக்கு வந்துட்டார். 'அப்பீல் செய்தாலும் கேஸ் ஜெயிக்கவே ஜெயிக்காது'ன்னு நீங்ககூட சொன்னீங்களே மேடம்!"

"ஆமாம், அது வேற விஷயம். ஆனா அப்பீல் செஞ்சுட்டா, அந்த ஹைகோர்ட் தீர்ப்பு வர்றவரைக்கும் குடும்ப கோர்ட்ல நாம எதுவும் செய்ய முடியாமப் போயிடும். அதுக்காகக் கேட்டேன்."

"யாரும் அவனுக்காக அப்பீல் செய்யறதா இல்லைங்க. அதை நீங்க உறுதியா வெச்சுக்கலாம்."

"சரி, விவாகரத்து வாங்கிக்கறதில் உங்க மருமகளுக்கு முழு சம்மதம் இருக்கில்லையா?"

"நிச்சயமா அவளுக்குச் சம்மதம் தான். வெளிப்படுத்தறதில தான் தயக்கம் இருக்கும்னு நினைக்கிறேன்."

"இன்னும் நீங்க விவாகரத்து விஷயத்தைப் பத்தி கண்மணிகிட்டப் பேசலையா?"

"இல்லை... மற்ற எல்லாத்தையும் சரிசெய்துக்கிட்டு கடைசியா அவகிட்ட பேசலாம்னு நினைச்சோம்."

"விவாகரத்து வேணும்னு கண்மணி உறுதியா இருந்தா, உங்க பையன் சம்மதம் கொடுக்காத பட்சத்திலேயும் செஷன்ஸ் கோர்ட்டுல கொடுக்கப்பட்டிருக்கிற இந்த ஆயுள் தண்டனைங்கற தீர்ப்போட அடிப்படையிலேயும் மனிதாபிமான அடிப்படையிலேயும் கருணை காட்டச் சொல்லி என்னால நிச்சயமா விவாகரத்து வாங்கித் தர முடியும். வேற ஒரு ஃபாரம் தர்றேன்... இதுல கண்மணியோட கையெழுத்து மட்டும் வாங்கிட்டு வந்தாப் போதும். மத்ததெல்லாம் நான் பார்த்துக்கறேன்" என்றார் செண்பகம்.

அவர் எடுத்துக் கொடுத்த விண்ணப்பப் படிவத்தை வாங்கிக் கொண்டு எழுந்து கொண்டாள் வேணி.

தன் அப்பாவும் அம்மாவும் தங்கையும் ஒருகாரிலிருந்து இறங்குவதைப் பார்த்த கண்மணி முகம் மலர்ந்தாள்.

கட்டிக்கொண்டிருந்த பூச்சரத்தை ஓரமாக வைத்து விட்டு எழுந்து வாசலுக்குச் சென்று அவர்களை வரவேற்றாள்.

வீட்டின் பின்புறமிருந்த தன் அத்தையிடம் சென்று அவர்கள் வந்திருப்பதைச் சொல்லிவிட்டு வந்தாள்.

கே.கே.ஆர்., அவளை அருகில் அழைத்துக் கையைப் பிடித்துக்கொண்டு, "இப்ப உடம்பு நார்மலா இருக்கா கண்மணி?" என்றார்.

"நார்மலா இருக்குப்பா."

"ஆஸ்பத்திரிலேர்ந்து வந்ததுக்கப்புறம் மறுபடி மயக்கம் எதுவும் வரலையே"

"இல்லைப்பா."

"உக்காரு சும்மா" என்று அவளைத் தன் அருகில் அமர வைத்துக் கொண்டார்.

"என்னப்பா, வாடகை கார், மாதிரி தெரியுது?" என்றாள் கண்மணி. வாசலில் நிறுத்தப்பட்டிருந்த அந்த வெள்ளை நிற அம்பாஸிடர் காரைப் பார்த்தபடி.

"ஆமாம்மா!"

"எதாச்சும் வெளியூர் போறீங்களா? சொந்தக்காரங்க யாருக்காவது கல்யாணமா?" என்றாள் கண்மணி.

"என்னம்மா இப்படிக் கேக்கறே? நீயும்தான் வர்றே... நாம் எல்லோரும் தானே சேர்ந்து போறோம். அத்தை உன்கிட்டே சொல்லலையா? சொல்லிவிட்டிருந்தோமே... என்றாள் அம்மா சொர்ணம்."

ஈரக்கையைத் துடைத்தபடி கூடத்துக்கு வந்த வேணி, "வாங்க எல்லோரும். நான் சொன்னா கண்மணி மறுத்துச் சொல்லிடுமோன்னு நினைச்சு சொல்லலை. நீங்க புறப்பட்டு வந்ததும் சொல்லிக்கலாம்னு இருந்துட்டேன். பதினஞ்சு நிமிடத்துல நாங்க புறப்பட்டுடுவோம்" என்றாள்.

கண்மணி புரியாமல் பார்த்து, "எங்க போறோம்" என்றாள்.

"கல்லணை வரைக்கும் ஒரு சின்ன டூர் மாதிரி போயிட்டு வரலாம்னு பேசிக்கிட்டோம். நாங்க மூணு பேரு, சம்பந்தியம்மா, நீ எல்லோருமா சேர்ந்து போகலாம்னுதான் வாடகைக்கு கார் எடுத்தேன். மத்தியான சாப்பாட்டுக்குப் புளியோதரை, தயிர்சாதம்னு எல்லாம் ரெடி பண்ணி எடுத்துக்கிட்டாச்சு. கண்மணி, முகம் கழுவிட்டுப் புறப்படு" என்றார் கே.கே.ஆர்!

"நான் வரலைப்பா... நீங்க எல்லோரும் போயிட்டு வாங்க" என்றாள் கண்மணி.

“இந்தப் பயணமே உனக்காகத்தான் ஏற்பாடு செஞ்சோம்” என்றாள் சித்ரா.

“சும்மா இரு, சித்ரா... ஜாலியா டூர் வர்ற நிலைமையிலயா நான் இருக்கேன்?”

“உன் மனசுல உள்ள இறுக்கம் கொஞ்சமாச்சும் குறையணும் அக்கா. ப்ளீஸ்... மறுத்துடாதே? ஒரு சின்ன மாற்றமாவது உனக்கு அவசியம் வேணும். நைட்டுக்குள்ளே திரும்பிடப் போறோம். கண்டிப்பா நீ வந்தாகணும்” என்றாள் சித்ரா.

“எனக்கும் தான் துக்கம் தொண்டைவரைக்கும் இருக்கு. நானும் வர்றதா சொல்லியிருக்கேனேம்மா... நீ வர்றதுக்கென்ன? போ! சீக்கிரமாப் புறப்படு” என்றாள் வேணி.

சித்ரா உடனே கண்மணி கையைப் பற்றியிழுத்து, “வா... வா... எந்த கலர் புடவை கட்டணும்னு நான் முடிவு பண்றேன். புதுவிதமா தலையைப் பின்னி விடறேன், கமான், க்விக்!” என்று அருகிலிருந்த அறைக்குள் தள்ளிக் கொண்டு சென்று விட்டாள்.

அரை மணி நேரத்தில் காரில் அவர்கள் புறப்பட்டார்கள்.

பயணத்தில் கண்மணியின் அருகில் சித்ரா அமர்ந்து கொண்டு, இதே போல குடும்பமாகச் சென்ற உல்லாசப் பயணங்களின் போது ஏற்பட்ட சுவாரஸ்யமான அனுபவங்களை நினைவுபடுத்திப் பேசிக் கொண்டே வர...

கண்மணியின் மனம் கொஞ்சம் லேசானது. ஓரளவு தன் சூழ்நிலைகளை, பாதிப்புகளை மறந்து உற்சாகம் காட்ட முடிந்தது. ஆனாலும், ‘இந்தப் பயணத்தில் அத்தையும் உடன் வருவதில் ஏதாவது காரணமிருக்கிறதோ?’ என்கிற கேள்வியும் மனதில் தோன்றி மறைந்தது.

வழியில் காரை நிறுத்தி எல்லோருக்கும் நுங்கு வாங்கிக் கொடுத்தார் கே.கே.ஆர்! கல்லணை வந்து அணைக்கட்டைச் சுற்றிப் பார்த்து விட்டு, புல்வெளியோடு இருந்த சிறிய பூங்காவுக்கு

வந்து பெரிய ஜமுக்காளம் விரித்து மரமொன்றின் நிழலில் போட்டுக் கொண்டு அனைவரும் அமர்ந்தார்கள்.

இலை போட்டு நகைச்சுவையாகப் பேசியபடி தாமே பரிமாறிக் கொண்டு, எடுத்துச் சென்ற உணவு வகைகளைச் சாப்பிட்டு முடித்து, பாத்திரங்களைக் கழுவி வைத்தார்கள்.

சுழித்தோடும் காவிரியின் தழுவலில் குளிர்ச்சி பெற்ற காற்று, அந்தப் பிரதேசமெங்கும் கபடி விளையாடிக் கொண்டிருந்தது. சூரியனை மேகங்கள் மூடியிருக்க, வெக்கை இல்லை.

சுகமான அந்தச் சூழ்நிலையில் கே.கே.ஆர். கண்மணியைப் பார்த்து, “வெறும் உல்லாசப் பயணமா மட்டும் நாம இங்கே வரலைம்மா... உன் வாழ்க்கையைப் பத்தி சில முக்கியமான விஷயங்களை மனசுவிட்டுப் பேசி முடிவு எடுத்திடலாம்னு தான் எல்லோருமா இங்கே வந்திருக்கோம்” என்று நிதானமாகத் துவங்கினார்.

கண்மணி, படபடவென்று துடிக்கின்ற இதயத்துடன் நிமிர்ந்தாள்.

“நான் ஒரு பாவின்னு மட்டும் தான் நினைச்சிட்டிருந்தேன். ஆனா, என் பொண்ணோட மனசு என்ன, அது யாரை ஆசைப்படுதுன்னு புரிஞ்சுக்க முடியாத முட்டாளாகவும் இருந்திருக்கேன். எந்தத் தர்மசங்கடமும் வேணாம் கண்மணி. நீயும் சுதர்சனும் நேசிச்சது... அந்தப் பையன் என்னை நினைச்சுப் பயந்து தயங்கி, உன்னை நேசிக்கலைன்னு சொல்லிட்டது... உன்னால எதுவும் சொல்ல முடியாம என் வார்த்தைக்குக் கட்டுப்பட்டு நாதனைக் கல்யாணம் பண்ணிக்கச் சம்மதிச்சது... இது எல்லாமும் இப்ப இங்க இருக்கிற எல்லோருக்கும் தெரியும்.”

“அ...ப்...பா!” என்றாள்.

“இரும்மா... நீ எதுவும் சொல்ல வேணாம். இப்போ உன் மனசு தினம் என்ன பாடு பட்டிக்கிட்டிருக்குன்னு நல்லாத் தெரியும். என்னோட செலக்ஷனும் தப்பு! நடந்ததும் தப்பு! இந்தத் தப்பு இனிமேலும் தொடரக்கூடாதும்மா... இனி எடுக்கற முடிவு நல்லதா, சரியா, உனக்குச் சந்தோஷம் தர்றதா அமையணும்னு எல்லோரும்

ஆசைப்படறோம். நாதனை விவாகரத்து செஞ்சு சட்டப்படி பிரிஞ்சுட்டு, நீ ஆசைப்பட்ட சுதர்சனை ரெண்டாம் கல்யாணம் செய்துக்கணும்னு எல்லோரும் விரும்பறோம். சுதர்சன்கிட்டே இதே மாதிரி மனம் விட்டுப் பேசிட்டேன்... உன் வாழ்க்கை மறுபடி சந்தோஷமா அமைய தினம் பிரார்த்தனை பண்ணிட்டிருக்கிற சுதர்சன், முழு மனசோட ஒப்புக்கிட்டாச்சு. ரொம்ப சுலபமா விவாகரத்து வாங்கித் தர வக்கீலம்மா தயாரா இருக்காங்க. பிரமாதமா இந்தக் கல்யாணத்தை நடத்தி வைக்க நாங்க எல்லோரும் மனப் பூர்வ சம்மதத்தோட இருக்கோம். இப்போ உன்னோட ஒப்புதல் தான் வேணும் கண்மணி" என்றார் கே.கே.ஆர்!

கண்மணிக்குள் உணர்ச்சிகள் சிதறின. முகம் ரத்தமிழந்தது. நாக்கு உலர்ந்து போயிற்று.

'கேட்பவை யாவும் நிஜமா?' என்று அவளால் நம்ப முடியவில்லை மனதுக்குள் ஊடுருவுவது உற்சாகமா, பயமா, தயக்கமா என்று புரியவில்லை.

ஆனால், கண்ணீர் முந்திக் கொண்டது.

என்ன பதில் சொல்லுவது? இது சரியா? இது நியாயமா? இது முறையா? இது அர்த்தமுள்ளதா? இது நல்லது தானா? இது தேவையா?

கேள்விகள் கண்மணியைக் கொத்தத் துவங்கின.

ஒரு குடும்பஸ்தரின் டைரியிலிருந்து...

காதலென்பது வேறொன்றுமில்லை, காத்திருப்பதுதான் சமயம் பார்த்து மனதைச் சொல்ல, பதிலை அறிய, பார்க்கில், பீச்சில், சினிமா தியேட்டரில், பெற்றோரின் சம்மதத்துக்கு, கல்யாணத் தேதிக்கு, அதன் பிறகு... ஒரு கப் காபிக்குக்கூட!

***

35

அத்தியாயம்

கண்மணியின் மனது தடுமாறியது. தத்தளித்தது. பொங்கியடித்தது. பூப்பூவாய்ச் சிதறியது. ஊஞ்சலாட்டமாடியது.

என் வாழ்க்கையில் மீண்டும் ஒளியா? என்னைச் சுற்றிலும் அமைந்திருக்கும் சூழ்நிலை வேலிகள் விலகப் போகின்றனவா? என் இறுக்கம் உடையப்போகிறதா?

எனக்குள் சந்தோஷம் பூக்கப் போகிறதா? உற்சாகம் ததும்பப் போகிறதா? நான் சிரிக்கப் போகிறேனா?

ஒட்டுதல் இல்லாத, பிடிப்புமில்லாத இப்போதைய வாழ்வில் இருந்து நிரந்தரமாய் ஒரு விடுதலையா? என் மனம் விரும்பிய சுதர்சனோடு பழைய கற்பனைகளின்படி ஒரு வசந்த வாழ்க்கை எனக்குத் தயாராய் இருக்கிறதா?

'சரி' என்று நான் சொல்கிற ஒரு வார்த்தையில் இதெல்லாம் எனக்கு நிகழப் போகிறதா?

ஆனால்... ஆனால்...

மீண்டும் ஒரு புதிய இல்லற அத்தியாயத்தைத் துவக்குவதற்கு எனக்குத் தகுதி இருக்கிறதா?

எழுதப்படாத வெள்ளைக் காகிதமா நான்? முன்னுரை எழுதப்பட்டு விட்டதே... அழிக்க முடியாத, திருத்த முடியாத, மறக்க முடியாத முன்னுரையை அப்படியே வைத்துக் கொண்டு, புதிய கட்டுரை சாத்தியமா?

இந்தக் கேள்வி மனதில் எழுந்ததும் அடித்துக் கொட்டிக் கொண்டிருந்த மழை சட்டென்று நின்றது போல, மனதில் ஆர்ப்பாட்டங்கள் உடனடியாக நின்று போய்... விம்மல் வெடித்தது. “அம்மா!” என்று தன் தாயின் மடியில் கவிழ்ந்து பிரவாகமாக அழத்துவங்கினாள் கண்மணி.

அனைவரின் கண்களும் நீரால் திரையிட்டுக் கொண்டன.

தன் மகளின் முதுகை ஆதரவாகத் தடவிய சொர்ணம், “அழாதேம்மா, உன்னோட நல்ல எதிர்காலத்துக்காகத் தானே நாங்க எல்லாம் மெனக்கெட்டு இவ்வளவு தூரம்...” என்று ஏதோ சொல்லப்போனவளைக் கையமர்த்தினார் கே.கே.ஆர்.

“கொஞ்ச நேரம் சும்மா இரு சொர்ணம். அவ அழட்டும்... தன் மனசில இருக்கிற சுமையை எல்லாம் அழுது தீர்க்கட்டும். அவளால எதையும் வாய்விட்டுச் சொல்ல முடியாது. நாம எதிர்பார்க்கறதும் தப்பு. அவளுக்கு எது தேவை, எது நல்லதுன்னு நாம உணர்ந்தாச்சுன்னு அவளுக்குத் தெரியப்படுத்திட்டோம். இனி, அதை எவ்வளவு சீக்கிரம் எப்படிச் செயல்படுத்தறதுன்னுதான் நாம யோசிக்கணும்”

“முதல்ல சட்டப் பிரச்னையைத்தான் சரி செய்யணும். வக்கீலம்மா கொடுத்த ஃபாரத்தை எடுத்துட்டு வந்திருக்கேன். எல்லாரோட மனசும் நிறைஞ்சிருக்கிற இந்த நல்ல நேரத்தில கண்மணியை அதில கையெழுத்துப் போடச் சொல்லிடுங்க” என்ற வேணி தன் கைப்பையைத் திறந்து ஃபாரமும், பேனாவும் எடுத்துக் கொடுத்தாள்.

சொர்ணத்தின் மடியில் கவிழ்ந்து, இன்னமும் விம்மிக்கொண்டிருந்த கண்மணியின் தோளைத் தொட்டார் கே.கே.ஆர். "இந்தாம்மா, கண்ணைத் துடைச்சிக்கிட்டு, 'இனிமே எனக்கு நடக்கறதெல்லாம் நல்லதா நடக்கணும்'னு சாமியை வேண்டிக்கிட்டுக் கையெழுத்துப் போடும்மா" என்றார்.

கண்மணி நிமர்ந்தாள். மூக்கை உறிஞ்சிக் கொண்டாள். முந்தானையால் கண்களைத் துடைத்துக் கொண்டாள். கழுத்தின் நரம்புகள் இன்னும் விம்மித் தணிந்து கொண்டிருந்தன.

தலையைக் குனிந்தபடி, "அப்பா, முதல்ல நான்... சுதர்சனோட கொஞ்சம் பேசணும்" என்றாள்.

ஆட்டோவில் வந்து இறங்கினார்கள். கே.கே.ஆரும், சுதர்சனும். தன் வீட்டுக்குள் கே.கே.ஆர் முன்னால் நடக்க, அவரைப் பின் தொடர்ந்தான் சுதர்சன்.

"வாங்க தம்பி" என்றாள் சொர்ணம்.

"கண்மணி எங்க?" என்றார் கே.கே.ஆர்.

"மாடில தான் இருக்கா."

"போப்பா சுதர்சன். போய்ப் பேசிட்டு வா" என்றார் கே.கே.ஆர்.

ஒரு சின்ன தயக்கத்துக்குப் பிறகு சுதர்சன் மாடிப்படிகளில் ஏறினான். மேலே வந்து அந்த அறையின் கதவு திறந்தேயிருக்க, உள்ளே ஜன்னல் அருகில் நின்று வெளியே வானத்தைப் பார்த்துக் கொண்டிருந்தவளை, "கண்மணி" என்றழைத்து, அவள் திரும்பியதும் உள்ளே வந்தான்.

திரும்பி அவனைப் பார்த்த கண்மணிக்குச் சில விநாடிகளுக்கு மேல் பார்வையை அவன் மேல் நிலைத்து வைக்க முடியவில்லை. இமைகள் குனிய, "உட்காருங்க" என்பதை அவளுடைய உதடுகள் எழுத்தெழுத்தாய் உதிர்த்தன.

அங்கிருந்த நாற்காலியில் அமர்ந்து கொண்டு கைகளைக் கட்டிக்கொண்ட சுதர்சன், அமைதியாக நின்றிருந்த அவளையே கொஞ்ச நேரம் பார்த்துக் கொண்டிருந்துவிட்டு...

“கண்மணி, சொல்லு. என்ன விஷயம்?” என்றான்.

கண்மணிக்கு வார்த்தைகள் தொண்டைக்குக் கீழேயே புறப்பட்ட உடனேயே கரைந்து கொண்டிருந்தன.

ஒரு முழு நிமிடம் பொறுத்துப் பார்த்து விட்டு சுதர்சன், “கண்மணி, நீ சொல்ல நினைக்கிறதைச் சொல்றதுக்கு முன்னாடி என் மனசில இருக்கிறதை நான் முதல்ல சொல்லிடறேன். எந்தப் பிரச்னையும் இல்லாம உனக்கு நிம்மதியான நல்ல வாழ்க்கை அமையணும்... அப்படி அமையறப்போ உன் மனசிலே ஒரு உறுத்தலா நான் தங்கியிருக்கக் கூடாதுன்னுதான் உன் மேல நான் வெச்சிருந்த காதலை வைராக்கியத்தோட விழுங்கினேன். அப்புறம்தான் புரிஞ்சது மறக்கறது முடியாத விஷயம்னு. மனசு ஒரு விவஸ்தை கெட்டது. உனக்குக் கல்யாணமாயிட்டாலும் என் மனசுல இருந்த புழுக்கத்தை என்னால இப்ப உணர்த்த முடியாது கண்மணி.”

ஒரே நாள்ல உன்னோட வாழ்க்கையே திசை மாறிப் போனதில ரொம்ப அதிர்ச்சியடைஞ்சது உனக்கப்புறம் நானாத்தான் இருப்பேன். அன்னிலேர்ந்து என்னை ஒரு விதமான குற்ற உணர்ச்சி அரிக்க ஆரம்பிச்சிடுச்சி. உன் அன்பை நீ வெளிப்படுத்தினப்போ நான் யதார்த்தமா, நடைமுறை சாத்தியங்களை எல்லாம் யோசிக்காம உணர்ச்சிதான் முக்கியம்னு நெனச்சு எந்த வேஷமும் இல்லாம என் மனைசையும் வெளிப்படுத்தியிருக்கணும். அப்ப ஒரு விதத்தில் சுமூகமா சேர்ந்திருக்க முடிந்திருக்கலாம். இப்ப ஏற்பட்டிருக்கிற அவலமான நிலைமையைத் தவிர்த்திருக்கலாம்னு என்னைக் குடையற கேள்விகளாலேயே என் மனசு நொந்து போச்சு கண்மணி.

“நடந்தது இனி எப்படி மாறப் போகுது. உன் வாழ்க்கையில் எந்த விதத்தில் சந்தோஷம் திரும்பப் போகுதுன்னு புரியாம நான் கவலைப்பட்டுக்கிட்டிருந்த சூழ்நிலையில், பெரியவங்க எல்லாம் சேர்ந்து ரொம்ப நல்ல முடிவை எடுத்திருக்காங்க. உங்கப்பா என்கிட்டே சொன்னப்போ நான் அப்படியே சிலிர்த்துப்

போயிட்டேன்... நெகிழ்ந்து போய் உடனே சம்மதம் சொல்லிட்டேன். புரட்சி. தியாகம் அது இதுன்னு எதையும் யோசிச்சுப்பார்த்து இந்த முடிவைக் கொச்சைப்படுத்திக்க வேண்டியதில்லை. உன்னோட மோசமான சூழ்நிலையிலேர்ந்து உனக்கு விடுதலை வேணும்... அதுக்காகத் தான் இந்த முடிவு. எனக்கு இதில் பரிபூரண சம்மதம் கண்மணி" என்றான் சுதர்சன்.

அமைதியாகவே நின்றாள் கண்மணி,

அவள் மனதில் ஓடும் எண்ணத்தைப் படிக்க இயலாமல், அவளே பேசக் காத்திருந்தான் அவன்.

கண்மணி மெதுவாகச் சொன்னாள். "உங்க குற்ற உணர்ச்சிலேர்ந்து உங்களுக்கு விடுதலை கிடைச்சிடும் ஆனா...."

அவள் விட்ட இடைவெளி அவனைப் பதட்டம் கொள்ள வைத்தது.

"விடுதலையே அடைய முடியாத ஒரு குற்ற உணர்ச்சி என் மனசில என்னிக்கும் பாக்கியிருக்குமே" என்றபோது அவள் விழிகள் துளிர்த்தன.

புரியாமல் பார்த்தான்.

ஒருமுறை அவன் கண்களைச் சந்தித்து விட்டு ஜன்னல் பக்கம் திரும்பி அதன் கம்பிகளைப் பிடித்துக்கொண்டு நின்ற கண்மணி, "இப்போ நான் அதே பழைய கண்மணி இல்லையே சுதர்சன்" என்றாள் தொண்டையடைக்க.

அவள் சொல்ல நினைப்பதைப் புரிந்து கொண்டு விட்ட சுதர்சன் மெதுவாக எழுந்தான்.

"இதோ பாரு கண்மணி. இது தேவையில்லாத குற்ற உணர்ச்சி! சொல்லப்போனா அது குற்றமே இல்லையே. எல்லா விஷயத்துக்கும் ரெண்டு கோணங்கள் உண்டும்மா... ஒரு மிலிட்டரிக்காரன் போர் முனையில ஒருத்தனைக் சுட்டா அது வீர சாகசம்! வெற்றிப் பதக்கம் உண்டு. அதே மிலிட்டரிக்காரன் லீவுல ஊருக்கு வந்தப்ப கோபத்தில் ஒருத்தனைச் சுட்டா அது கொலை! அதுக்குத்

தண்டனை உண்டு. உன் மனசாட்சியைத் தொட்டுச் சொல்லு கண்மணி... நீ முழுமன சம்மதத்தோட மணவறையில் உக்காந்து நாதனுக்கு மனைவியானியா! உன் உள் மனசைக் கேட்டுப் பாரு... இல்லைன்னுதான் அது பதில் சொல்லும். எனக்கு அந்தப் பதிலை நீ சொல்லணும்னு அவசியம் இல்லை. உனக்குள்ளே நீ உணர்ந்தாப் போதும்."

ஒரு அரசியல்வாதி விளம்பரத்துக்காகவும் வோட்டு வாங்கறதுக்காகவும் வேட்டி, புடவை இலவசமா தர்றான்னா அது தர்மம்னு ஆகுமா? கொடுக்கறது அங்க ஒரு உயிரில்லாத வெறும் செயல்தான். தர்ம சிந்தனையோ, ஈடுபாடோ இல்லாத அந்தச் செயல் தர்மத்தில் வராது. தன் காதலியைப் பார்க்கிறதுக்காக ஒருத்தன் கோயிலுக்கு வந்து, கோயிலுக்கு வந்ததால் கண்ணை மூடிக் கையெடுத்துச் சாமியைக் கும்பிட்டா அது பக்தியா இல்லை வெறும் செயலா? அப்படித்தான் கண்மணி உனக்கு நடந்ததும்! சம்மதமில்லாம கல்யாணம் செய்துகிட்ட... கல்யாணம் செய்து கிட்டதால சம்மதிச்சே. எந்த உயிரோட்டமும், ஈடுபாடும் இல்லாத ஒரு சாதாரண செயலா நடந்த ஒரு விஷயத்தை நீ குற்ற உணர்ச்சியா எடுத்துக்க வேண்டியதில்லை.

"அதை மனசில வெச்சிக்கிட்டு மறுபடி உனக்குக் கிடைச்சிருக்கிற இந்த வாய்ப்பை நீ தவற விடறது நல்லதில்லை. என் மனசில எந்தக் கலக்கமும் இல்லை. அதைப் பத்தியும் கொஞ்சம்கூட நினைப்பில்லை... அதான் முக்கியம்"

கண்கள் நிறையக் கண்ணீருடன் திரும்பிய கண்மணி, சுதர்சனை நெருங்கி, "நீ. நீங்க..." என்று வாய் குழற... அவன் கால்களில் விழுந்துவிட்டாள்.

ஒரு விநாடி தயங்கிய சுதர்சன் அவள் தோள்களைத் தொட்டுத் தூக்கி நிறுத்தி, கே.கே.ஆர். அவனிடம் கொடுத்தனுப்பிய அந்த விவாகரத்துக் கோரும் விண்ணபத்தைத் தன் சட்டை பாக்கெட்டில் இருந்து எடுத்து அருகில் இருந்த மேஜை மேல் வைத்துவிட்டு, அவளைப் பார்க்க...

கண்மணி, தன் விழிகளைத் துடைத்துக் கொண்டு வந்து அதில் கையெழுத்திட்டாள்.

ஒரு மனோதத்துவ நிபுனரின் கட்டுரையிலிருந்து...

ஒரு விஷயத்தில் உறுதியாக, அழுத்தமாக மனதில் தீர்மானித்துக்கொண்ட பிறகு அந்த மனதுக்கே தெரியாமல் ரகசியமாக வைராக்கியம் மீறச்சொல்கிறது விவஸ்தையற்ற இன்னொரு மனது எங்கிருந்து வருகிறது? ஒருவகையில் ஆறாவது அறிவு தொல்லையப்பா!

***

36

அத்தியாயம்

குடும்ப கோர்ட்டில் கண்மணியை வரவழைத்து நீதிபதி தனியறையில் அவளை மட்டும் வைத்துக்கொண்டு அவளின் மனநிலையைத் தெளிவாகக் கேட்டுத் தெரிந்து கொண்டார்.

சிறையில் இருந்த நாதனை போலீஸ் காவலுடன் அழைத்து வரச்சொல்லி அவனுடைய கருத்தைக் கேட்டார்.

“நான் கொலை, செய்தேனா இல்லையாங்கிறது ஒரு பக்கம் இருக்கட்டும். அதைக் காரணமா சொல்லி என் மனைவிக்கு விவாகரத்து கொடுக்கறதுக்கு எனக்குச் சம்மதம் இல்லைங்க. என் சூழ்நிலை காரணமா இப்போ நான் ஜெயில்ல இருக்கேன். என் வாழ்க்கையே ஜெயில்லயே முடிஞ்சிப் போயிடப் போறதில்லை எனக்கு வயசு இருக்கு. தண்டனை காலம் முடிஞ்சதும் வெளில வரத்தான் போறேன். கண்மணி அது வரைக்கும் காத்திருக்கத்தான் வேணும்” என்றான் நாதன்.

“உனக்கு விதிக்கப்பட்டிருக்கிறது ஆயுள் தண்டனை. எப்படிப் பார்த்தாலும் பத்து வருஷத்துக்கு மேல ஆகும், நீ விடுதலை ஆகி வர!

பத்து வருஷம் ஒரு பொண்ணு கொலைகாரன் பொண்டாட்டிங்கிற பழிச்சொல்லையும் சுமந்துகிட்டு, தன் இளமையையும் பறி கொடுத்துட்டு அர்த்தமில்லாம காத்திருக்கிறது உனக்கு நியாயமாப்படுதா?" என்று கேட்டார் நீதிபதி.

"ஒரு கணவன் தன் மனைவிக்காகவோ, ஒரு மனைவி தன் கணவனுக்காகவோ இது மாதிரி எதிர்பாராத சூழ்நிலைகளில் காத்திருக்க வேண்டியது ஒரு நிர்ப்பந்தம்னு நான் நினைக்கிறேன். கல்யாணமாகி ரெண்டு வருஷத்துல நோயாளியாகி படுத்த படுக்கையா கிடக்கிற மனைவியோட பதினேழு வருஷமா வாழ்ந்துகிட்டிருக்கிற ஒரு கணவனை எனக்குத் தெரியும். கல்யாணமாகி ஆறு மாசத்துல ஏதோ ஒரு பிரச்னையால வீட்டைவிட்டு ஓடிப் போயி எங்கே இருக்கான்னுகூடத்தெரியாத சூழ்நிலையில இருக்கிற ஒருத்தன் என்னிக்காவது திரும்பி வருவான்னு இருபது வருஷமா காத்துக்கிட்டிருக்கிற ஒரு மனைவியை எனக்குத் தெரியும்."

நீதிபதி மெதுவாகச் சிரித்துக் கொண்டார்.

"நீ பேசறது விதண்டாவாதம். உன் மனைவிக்கு உன் மேல விருப்பமோ அன்போ எதுவும் இல்லை. விவாகரத்துக்குப் பிறகு அவங்க மனசுக்குப் பிடிச்ச ஒரு வாழ்க்கை அமையறதுக்கான சூழ்நிலை இருக்கு. அவங்க காதலர் கல்யாணம் செய்துக்கத் தயாரா இருக்கார். புயலடிச்சதில் பல மரங்கள் சாய்ஞ்சு, ஒரு மரம் சாயப் போற சூழ்நிலையில் இருந்து அந்த மரத்துக்கு சப்போர்ட் கொடுத்து காப்பாத்த முடியுமான்னு பார்க்கறது விவேகமா... இல்லை, அத்தனை மரம் விழலையா, இதுவும் விழட்டுமேன்னு விட்டுடறது விவேகமா?"

"எனக்கு இதில் சம்மதமில்லை. அவ்வளவு தான் சொல்வேன்" என்றான் பிடிவாதமாக நாதன்.

மேலும் சில நியாயங்களை எடுத்துச் சொல்லிப் பார்த்தார் நீதிபதி. நாதன் மறுத்துப் பேசியபடியே இருந்தான்.

விசாரணையை முடித்துக்கொண்ட நீதிபதி மறுநாள்...

“விவாகரத்து கோரும் வழக்குகளில் ஒவ்வொரு வழக்கையும் நுணுக்கமாக ஆராய்ந்து, சம்பந்தப்பட்ட கணவன், மனைவியுடன் கலந்து பேசி அவர்களின் மனநிலைகளை, கருத்துக்களை அறிந்து அதன் பிறகே முடிவுக்கு வரப்படுகிறது. ஒவ்வொரு வழக்கிலும் தீர்ப்புகள் வழக்கின் தன்மையைக் குறித்து மாறுபடும். விவாகரத்து கோரி மனு கொடுத்துள்ள கண்மணியின் வாழ்க்கைப் பொறுத்தவரை, அவரின் கோரிக்கையை மனிதாபிமானத்தின் அடிப்படையில் நோக்க வேண்டியிருக்கிறது. அவரின் கணவர் விவாகரத்துக்குக் கொஞ்சமும் சம்மதிக்காவிட்டாலும் கூட, கண்மணியின் எதிர்காலத்தை முன்னிட்டு, அவருக்கு விவகாரத்து அளிப்பதே சிறப்பான வாழ்க்கையை அமைத்துக் கொடுக்க வகை செய்யும் என்பதால், இந்த கோர்ட் எந்தவிதமான நிபந்தனைகளுமின்றி விவாகரத்து வழங்குகிறது.”

வக்கீல் செண்பகம் மாரிமுத்து முகமலர்ந்து பெருமூச்சு விட்டார்.

கண்மணியோடு ஆட்டோவில் வந்து இறங்கினாள் வேணி. இரண்டு சூட்கேஸ்கள், மூன்று அட்டைப் பெட்டிகள் என்று எல்லாவற்றையும் எடுத்து வந்து கே.கே.ஆரின் வீட்டுக்குள் வைத்துவிட்டு டிரைவரிடம் “அஞ்சு நிமிஷம் இருப்பா. வந்துடறேன்” என்றாள்.

வேணி உள்ளே வர, கே.கே.ஆர். அந்தப் பெட்டிகளை எல்லாம் கேள்விக்குறியோடு பார்த்துவிட்டு, “என்னம்மா இதெல்லாம்?” என்றார்.

“உங்க பொண்ணு கண்மணியை உங்ககிட்ட ஒப்படைச்சுட்டேன். இப்பதான் எனக்கு மனசுல பாரம் இறங்கின மாதிரி இருக்கு. இன்னும் சில பொறுப்புகள் இருக்கே...” என்ற வேணி ஒரு சிறிய சூட்கேஸை எடுத்துத் திறந்தாள்.

உள்ளே நகைகள் இருந்தன.

"இந்தாங்க வாங்கிக்குங்க. இதெல்லாம் கண்மணிக்கு நீங்க போட்ட நகைகள். அந்த அட்டைப் பெட்டிகளில் நீங்க சீரா செஞ்ச வெள்ளி சாமான்களும், மத்த சாமான்களும் இருக்கு. நகைகளை மட்டும் கொஞ்சம் சரி பார்த்துக்குங்க..." என்றாள்.

சங்கடமாக நின்றார் கே.கே.ஆர்.

சொர்ணம் அருகில் வந்து, - "கண்மணியோட வாழ்க்கை நாசமாயிடக் கூடாதுன்னு எங்களைவிட ரெண்டு மடங்கு அதிகமா பொறுப்பெடுத்துக்கிட்டு எவ்வளவு பெரிய காரியத்தை முடிச்சிக் கொடுத்திருக்கீங்க. இதெல்லாம் இப்படி நீங்க ஏதோ கடனடைக்கிற மாதிரி திருப்பிக் கொடுத்து தான் ஆகணுமா? சொல்லுங்களேங்க... நல்லாவா இருக்கு இது? வக்கீலம்மாக்கு ஃபீஸ் வேற நீங்க முந்திக்கிட்டு கொடுத்திருக்கீங்க..." என்றாள்.

கண்மணி அமைதியாக நின்றாள்.

"என் மருமகனுக்கு நான் செஞ்சதெல்லாம் செஞ்சதாவே இருக்கட்டுமே" என்றார் கே.கே.ஆர்.

"இனிமே ஏது மருமகன்? இப்ப உங்க மருமகன் சுதர்சன்தான். இதில் நீங்க சங்கடப்படறதுக்கு எதுவுமே இல்லை" என்ற வேணி நகைகள் உள்ள சூட்கேஸை மூடி கண்மணியிடம் எடுத்து வந்து, "இந்தாம்மா... வெச்சுக்கோ. நான் என்ன சீதனமாவா கொடுக்கறேன் உங்கப்பா உனக்குக் கொடுத்ததைத்தான் திருப்பி ஒப்படைக்கிறேன்" என்று வற்புறுத்தி அவள் கையில் திணித்தாள்.

"சரி, கண்மணி... வாங்கிக்க... அவங்க விடமாட்டாங்க." என்ற கே.கே.ஆர்., "வக்கீலம்மாவுக்கு, எவ்வளவு கொடுத்தீங்க? அந்த ஃபீஸ் நான் கொடுத்துடறேன்" என்றார்.

"நாதனை எப்படியும் வெளியில் கொண்டாந்துடணும்னு பெரிய வக்கீலை எல்லாம் பிடிச்சு லட்சக்கணக்கில செலவு செஞ்சீங்களே, அதை என்னால திருப்பித் தர முடியுமா? என் பையன் செஞ்ச பாவத்துக்குப் பரிகாரம் தேட வேண்டியது என் கடமை. இந்தப்

பேச்சை விடுங்க. நாளைக் கடத்தாம கல்யாணத்தை முடிக்கிறது நல்லது” என்றாள் வேணி.

“இப்பத்தான் சுதர்சன்கிட்ட பேசிட்டு வர்றேன். ஆடம்பரமா ஊரைக் கூட்டி கல்யாணம் நடத்தறதில அவருக்கு சம்மதமில்லை. வயலூர் முருகன் சந்நிதானத்தில் ரொம்ப அடக்கமா இந்தக் கல்யாணம் நடக்கணும்னு பிரியப்படறார்” என்றார் கே.கே.ஆர்.

“ஒருவகையில் யோசிச்சுப் பார்த்தா சொல்றதுதான் சரின்னு படுது” என்றாள் வேணி.

“எங்களுக்கும் அப்படித்தான் மனசுல பட்டதால கோயில்ல போய்ப் பணம் கட்டிட்டு வந்துட்டேன். வர்ற வெள்ளிக்கிழமை காலையில் ஒன்பதரையிலிருந்து பத்தரை முகூர்த்தம்” என்றார் கே.கே.ஆர்.

“ரொம் சந்தோஷம்” என்ற வேணி, கண்மணி அருகில் வந்து அவள் முகத்தையே சில விநாடிகள் பார்த்து, “கண்மணி இனிமே நீ மனசுல எந்த பாரமும் வெச்சுக்காம சந்தோஷமா இருக்கணும்மா நடுவுல உனக்கு நடந்ததெல்லாம் ஏதோ கெட்ட சொப்பனும்னு நினைச்சு மறந்து போயிடு தங்கமான மனசும்மா உனக்கு. ஒரு வார்த்தை அதிர்ந்துப் பேசியிருப்பியா? உன் நல்ல மனசுக்குத்தான் உனக்கு மறுபடி வாழ்க்கை கிடைச்சிருக்கு. எனக்குத்தான் உன்னைக் காலம் பூரா மருமகளா வெச்சிக்கிறதுக்கு கொடுத்து வைக்கலை. அம்மாடி, இனிமே எனக்கு உரிமை எதுவும் இல்லைன்னாக் கூட, என்னமோ தெரியலை உன் மேல பாசம் மட்டும் அப்படியே இருக்குமா. அப்பப்ப வந்து உன்னைப் பார்க்கிறேன் ராஜாத்தி” என்று நெகிழ்ந்து போய் அவள் கையைப் பிடித்தபடி பேசப் பேச...

உணர்ச்சிகளால் ஆட்கொள்ளப்பட்ட கண்மணி, “நீங்க எனக்கு அத்தை இல்லை. தெய்வத்தோட அம்சம். ஜென்மம் பூராவும் நான் தான் உங்களுக்குக் கடன்பட்டிருக்கேன்” என்று வேணியின் கால்களில் விழுந்தாள்.

“நல்லா இரும்மா. அமோகமா இரு... சிரிச்சுக்கிட்டே இரு... நான் புறப்படறேன்” அவளை மனதார ஆசீர்வதித்து விட்டு புறப்பட்டாள் வேணி.

ஆட்டோ புறப்படும் முன்பாக ஒருமுறை திரும்பி கண்மணியைப் பார்த்து விட்டுத் தன் கண்களை முந்தானையில் துடைத்துக் கொண்டாள்.

சிறைச்சாலையின் பார்வையாளர்கள் சந்திக்கும் பகுதியில் நாதனைச் சந்திக்க வந்திருந்தான் பார்த்திபன்.

“அண்ணா, இந்த பேப்பர்கள்ல நீங்க கையெழுத்து போட்டாதான் பாங்க் கணக்குகளை நான் நிர்வாகம் செய்ய முடியும்” என்றவன், காவல்காரர்களிடம் அந்தக் காகிதங்களைக் காட்டி அனுமதி பெற்ற பிறகு...

நாதன் எதுவும் பேசாமல் கையெழுத்து போட்டுக் கொடுத்தான்.

பிறகு நிமிர்ந்து தன் தம்பியைப் பார்த்தான்.

“அந்த சண்டாளி அவங்கம்மா வீட்டுக்குப் போயிட்டாளா?”

“போயிட்டாங்க. அண்ணா, நான் வயசுல சின்னவன் தான். ஆனா, மனசுல பட்ட நியாயத்தைச் சொல்றேன். நீங்க ஆத்திரப்படறதில் அர்த்தமே இல்லை. அவங்க மேல இப்ப உங்களுக்கு எந்த உரிமையும் இல்லை. இன்னொருத்தருக்கு மனைவியாகப் போறவங்க. வாழ்த்தறதுக்கு மனசில்லைன்னாலும் திட்டாதீங்க.”

“பேசுவடா! எல்லாரும் சேர்ந்து எனக்கெதிரா சதி பண்ணிட்டீங்க! நான் மட்டும் வெளில இருந்தா விவாகரத்து கேட்ட அவளை ரெண்டு துண்டா வெட்டிப் போட்டிருப்பேன்.”

“இன்னும் உங்களுக்கு ரத்த வெறி அடங்கலையே...”

“அவளுக்குப் கல்யாணம் எப்போ?”

“வர்ற வெள்ளிக்கிழமை வயலூர் முருகன் கோயில்ல இனிமேயாவது அவங்க நல்லா வாழணும்னு அன்னிக்கு ஒரே

ஒரு நிமிஷம் மனசார நினைங்க. அது போதும்" என்று பார்த்திபன் சொல்லிக் கொண்டேயிருக்க...

வேறு ஏதோ சிந்தனையில் ஆழ்ந்த நாதன் மெதுவாக ஜெயிலின் உள் வழியில் தன் தம்பியிடம் எதுவும் சொல்லிக் கொள்ளாமல் நடக்கத் துவங்கினான்.

ஜெயிலுக்கு உள்ளே எதிர்ப்பட்ட டெபுடி ஜெயிலருக்கு ஒரு வணக்கம் வைத்துவிட்டு, "அய்யா... என்னை வேலூர் ஜெயிலுக்கு வர்ற வெள்ளிக்கிழமை தானே மாத்தப் போறதா சொன்னீங்க?" என்று கேட்டான்.

"ஆமாம்... ஏன்?"

"சும்மா கேட்டேன்" என்றவன் தன் சிந்தனையைத் தொடர்ந்தபடி நடந்தான். அவனுடைய பற்கள் நெரிபடுவதைத் தாடையின் அசைவுகள் காட்டின.

ஒரு பைத்தியக்காரனின் புலம்பல்:

கடந்து போன நிமிடங்களும், நடந்து முடிந்த சம்பவங்களும் மீண்டும் வரும் நம் மனத்திரையில். வருகின்ற நிமிடங்களை, சம்பவங்களை நேசமாய் எதிர்கொள்ள அவை பாடம் தரும். ஆனால் பாடம் படிக்க இங்கே யாருக்குண்டு நேரம்?

***

37

அத்தியாயம்

வெள்ளிக்கிழமை.

காலை ஏழரை மணிக்கு அந்த பஸ்ஸின் டிரைவர் தனக்குப் பழக்கமுள்ள அந்த சிறிய ஊரின் சுமாரான ஓட்டல் வாசலில் பஸ்ஸை நிறுத்தினார்.

"பஸ் இங்கே பதினஞ்சு நிமிஷம் நிக்கும். டிபன் சாப்பிடறவங்க சாப்பிட்டுட்டு வரலாம்" என்று குரல் கொடுத்துவிட்டு முதல் ஆளாக இறங்கினார் கண்டக்டர்.

யூனிஃபார்ம் அணிந்த இரண்டு கான்ஸ்டபிள்களுக்கு நடுவில் அமர்த்தப்பட்டிருந்த நாதனின் கைகளில் விலங்கு போடப்பட்டு, அது மற்றவர்களுக்குத் தெரிய வேண்டாமென்று மேலே ஒரு துண்டு போட்டிருந்தான்.

"இங்கேயே சாப்பிட்டுடலாமா?"

"டிபன் இங்க சுமாராத்தான் இருக்கும். பரவாயில்லை... வேலையை முடிச்சுடலாம்"

இரண்டு கான்ஸ்டபிள்களும் தங்களுக்குள் பேசிக் கொண்டு, தங்களது நீளமான

துப்பாக்கிகளோடு நாதனையும் எழுப்பிக்கொண்டு வேலூர் செல்கிற அந்த பஸ்ஸை விட்டு இறங்கினார்கள்.

ஓட்டலின் உள்ளே ஒரு பெஞ்சில் அமர்ந்ததும், நாதனின் விலங்கைக் கழற்றினார்கள். தங்கள் முன் போடப்பட்ட இலைகளின் மேல் இரண்டு பேரும் தண்ணீர் தெளித்துத் துடைத்த, கவனம் பிசகின ஒரு விநாடியில்...

அந்த விநாடிக்காகவே காத்திருந்த நாதன் விருட்டென்று எழுந்து சுவரோரமாக அவர்கள் சாத்தி வைத்திருந்த துப்பாக்கியை எடுத்துக் கொண்டுவிட்டான். அவர்களை நோக்கி நிமிர்த்தினான்.

ஓட்டலே அமளியானது.

"யாராச்சும் என்னைப் பிடிக்க வந்தீங்கன்னா நிச்சயமா சுடுவேன்" என்று சொல்லியபடியே வாசலுக்கு நகர்ந்தான்.

"டேய்! இங்க பாரு! சொல்றதைக் கேளு! உதைபடுவே! நல்லதுக்கில்லை!" என்று இரண்டு கான்ஸ்டபிள்களும் சொல்லியபடி அவனை நோக்கி மெதுவாக நகர...

நாதன் வெறிபிடித்தவன் போல வெளியே ஓடினான்.

அந்த ஓட்டலில் சாப்பிடுவதற்காக அப்போது தான் ஒரு இளைஞன் தன் பியட் காரை கொண்டுவந்து நிறுத்த... நாதன் காரை நோக்கி வந்து, அவனை ஒரே இழுப்பாக இழுத்துப் போட்டுவிட்டு, பாய்ச்சலாக ஏறி டிரைவிங் சீட்டில் அமர்ந்து, துப்பாக்கியை தன்னருகில் வைத்துக்கொண்டு, ஸ்டார்ட் செய்து புறப்பட்டான்.

ஓடி வந்த கான்ஸ்டபிள்களில் ஒருவர் மற்றொரு துப்பாக்கியால் காரின் டயரை நோக்கிச் சுட... அது குறி தவறியது.

புழுதியைக் கிளப்பிச் சீறி மெயின் ரோடுக்கு வந்த நாதன், திருச்சியை நோக்கி காரை முழுவேகத்தில் ஓட்டத் துவங்கினான்.

'திருச்சி 117 கிலோ மீட்டர்' என்கிற போர்டு அவனைக் கடந்தது. காரின் ஸ்பீடா மீட்டரில் முள் இப்போது எண்பதுக்கும்

தொண்ணூறுக்கும் நடுவில் ஆடியது. மணி 7-55 என்று காருக்குள் இருந்த எலெக்ட்ரானிக் கடிகாரம் தெரிவித்தது.'

காரைப் பறி கொடுத்த இளைஞனிடம் காரின் எண்ணைக் கேட்டுத் தெரிந்து கொண்ட கான்ஸ்டபிள்கள், பக்கத்தில் டெலிபோன் எங்கே இருக்கிறது என்று பதட்டமாக விசாரித்தார்கள்.

கண்மணிக்கு புதிய பட்டுப் புடவை கட்டி, முகத்தையும் கூந்தலையும் பிரமாதமாக அலங்கரித்து முடித்துக் கூந்தலில் பூச்சரத்தைக் குத்தினாள் சித்ரா.

"அக்கா... கண்ணாடியைப் பாரு. எப்படி இருக்கேன்னு பாரு!"

கண்மணி எழுந்து நின்று ஆளுயரக் கண்ணாடியில் தன்னைப் பார்த்துக் கொண்டபோது, அவளுக்கே ஆச்சரியமாக இருந்தது!

'எண்ணெய் இல்லாத தீபம் போல அழுது வடிந்த அதே முகம் தானா இது? கண்களுக்குக் கீழே இருட்டடித்த அந்தக் கருவளையங்கள் எங்கே? பழையபடி என் கன்னங்கள் எப்போது இப்படிப் பூரித்தன!'

முகத்தின் அழகை மனம் தான் எத்தனை சூட்சுமத்துடன் நிர்வாகம் செய்கிறது? தன் நிலையைப் பொறுத்து பொலிவைக் கூட்டி, குறைத்து... ச்சே! உலகில் மகத்தான அழகு சாதனம் இந்த மனசுதான். அதைச் சந்தோஷமாகப் பராமரித்தாலே போதும்.

'எவ்வளவு சந்தோஷமாய் இருக்கிறது இப்போது எனக்கு? மறுபடியும் இந்த உற்சாக மனசு எனக்குத் திரும்பக் கிடைக்கும் என்று நினைத்தே பார்க்கவில்லை!'

கண்மணிக்கு ஆனந்த விளிம்பில் கண்ணீர் துளிர்த்தது.

"அக்கா! என்னக்கா இது! இப்ப எதுக்காக அழறே?" - பதறினாள் சித்ரா.

"சந்தோஷம் சித்ரா! இப்ப நடக்கறது கனவான்னு தோணுது. என்னால இதை எல்லாம் நம்பவே முடியலை... பிரமிப்பா இருக்கு!"

"உன் நல்ல மனசு தான் உனக்கு மறுபடி ஒரு நல்ல வாழ்க்கையை ஆரம்பிச்சுத் தருதுக்கா" என்ற சித்ரா தன் அக்காவின் கன்னத்தில் மென்மையாக முத்தமிட்டாள்.

"அந்த அறைக்குள் வந்த சொர்ணம், அலங்காரம் ஆச்சுன்னா நம்மை எல்லாம் முன்னாடி புறப்படச் சொல்றார் அப்பா. வயலூர் கோயிலுக்கு மாப்பிள்ளை வீட்டுக்காரங்க வந்திருப்பாங்களாம். அவங்களைக் காக்க வைக்கக்கூடாதுன்னு சொல்றார். கிளம்புங்க" என்றாள்.

"நாம, அப்பா எல்லோருமே சேர்ந்து போக வேண்டியது தானே? எதுக்கு நாம மட்டும் முன்னாடி புறப்படணும்!"

"எல்லா சாமானும் ரெடியா இருக்கு. இன்னும் மாலை மட்டும் வந்து சேரலைம்மா. அதை வாங்கிட்டு அப்பா இன்னொரு கார்ல வர்றதாச் சொன்னார்".

சில நிமிடங்களில் அம்மா, கண்மணி, சித்ரா மற்றும் சில நெருக்கமான உறவினர்கள், ஏற்பாடு செய்யப்பட்டிருந்த வேனில் ஏறிக்கொண்டார்கள்.

பட்டு வேஷ்டி, பட்டுச் சட்டையில் இருந்த கே.கே.ஆர். "மாலை எடுத்துட்டு வர ஆள் போயிருக்கு வந்துடுவான். பத்து நிமிஷத்தில் பின்னாடியே வந்துடறேன். நீங்க புறப்படுங்க" என்றதும் வேன் புறப்பட்டது.

அந்த வேன் வயலூர் முருகன் கோயிலுக்கு வந்து சேர்ந்தபோது அங்கே சுதர்சன், அவனது அம்மா, மூர்த்தி, பத்துப் பதினைந்து உறவினர்கள் வந்து சேர்ந்திருந்தார்கள்.

மணவறை தயாராக இருந்தது. புரோகிதர் எல்லா பொருட்களோடும் தயாராக இருந்தார். விரிக்கப்பட்டிருந்த ஜமுக்காளத்தில் எல்லோரும் அமர்ந்தார்கள்.

கண்மணி, தலைநிமிர்ந்து ஒருமுறை சுதர்சனைப் பார்க்க, அவன் தன்னையே பார்த்துக் கொண்டிருப்பதை உணர்ந்ததும்

முதுகுத் தண்டில் சிலிர்த்தது. உள்ளே வெட்கம் ஒரு அலையாய் வீசத் துவங்கியது.

"பொண்ணையும், மாப்பிள்ளையையும் உட்கார வெச்சிங்கன்னா, மந்திரங்களை ஆரம்பிச்சுடலாம்" என்றார் புரோகிதர் தன் உள் கையில் நேரம் பார்த்துக் கொண்டு!

"பொண்ணோட அப்பா வந்துகிட்டிருக்கார். அவர் வந்துடட்டும்" என்றாள் சொர்ணம்.

சுதர்சன் தன் அருகில் அமர்ந்திருந்த மூர்த்தியிடம், "மூர்த்தி, அன்னிக்கு ஆஸ்பத்திரில நீ ஆவேசமா உண்மைகளைக் கொட்டினதாலதான் இப்போ ஒரு சுமூகமான தீர்வு கிடைச்சிருக்கு. உனக்கு நான் ரொம்ப கடமைப்பட்டிருக்கேன்" என்றான் சன்னக்குரலில்.

"நான் என்னப்பா செய்துட்டேன்? தன் மருமகளை மகளுக்கும் மேலாக நினைச்சு வாழ வைக்கப் பாடுபட்டவங்க நாதனோட அம்மா. தன் மகளோட மனநிலையைப் புரிஞ்சுக்கிட்டு புரட்சிகரமா அவளோட விதியை மாத்தி எழுத முன்வந்தாங்க கண்மணியோட அப்பாவும், அம்மாவும். எல்லோரும் மெனக்கெட்டிருந்தாலும், கண்மணியைக் கல்யாணம் செய்துக்க தயங்காம முன்வந்தே நீ. இதில் எனக்குப் போய் பெரிசா நன்றி சொல்றியே!" என்றான் மூர்த்தி.

புரோகிதர் மீண்டும் கடிகாரத்தைப் பார்த்து, "நேரம் போய்க்கிட்டே இருக்கே... இப்போ உக்கார வெச்சாதான் மந்திரங்களை முடிச்சு, பத்தரைக்குள்ளே மாங்கல்ய தாரணம் பண்ண முடியும்" என்றார் உரத்த குரலில்.

"மாலை வர்றதுக்கு இவ்வளவு நேரமா ஆகியிருக்கும்? பின்னாடியே வந்துடறேன்னு சொன்னாரே அப்பா" என்றாள் சித்ரா.

"இல்லை, வந்துடுவாரு" என்றாள் சொர்ணம்.

சுதர்சனின் அத்தை ஒருத்தி - கண்மணியையே பார்த்துக் கொண்டிருந்தவள், தன் அருகில் இருந்த மற்ற மூன்று பெண்களிடம் ஏதோ கிசுகிசுக்க... அவர்கள் அனைவரும் கண்மணியைப் பார்த்துவிட்டு எழுந்து சொர்ணத்திடம் வந்தார்கள். அவளைத் தனியாக அழைத்துச் சென்று.

"என்னம்மா இது. கல்யாணப் பொண்ணு கழுத்தில் முதல் புருஷன் கட்டின தாலி அப்படியே இருக்கே. விவாகரத்து தான் சட்டப்படி நடந்து முடிஞ்சிடுச்சே ஏன் இன்னும் கழட்டலே? இப்ப எப்படி எங்க பையன் தாலி கட்டறது?" என்றாள் சுதர்சனின் அத்தை.

"நீங்க கேக்கறது நியாயம் தான். விவாகரத்து ஆயிடுக்சின்னாலும் அவ கழுத்திலேர்ந்து தாலியைக் கழட்டச் சொல்லி எப்படிச் சொல்றதுன்னு எங்களுக்குச் சங்கடமா இருந்தது. புரோகிதரை ஆலோசனை கேட்டோம். இங்கே சன்னிதானத்துக்கு வந்ததும், மணவறையில உக்கார வைக்கிறதுக்கு முன்னாடி அந்தத் தாலியைக் கழற்றிக் கோயில் உண்டியல்ல போட்டுடுங்கன்னு சொன்னார்" என்றாள் சொர்ணம்,

"அப்படின்னா சரி."

"சொர்ணம் முதல்ல அதைக் கவனி" என்றார் கையில் இரண்டு பெரிய முகூர்த்த மாலைகளோடு வந்து நின்ற கே.கே.ஆர்.

"வந்துட்டிங்களா? அவங்களை மணவறையில் உக்கார வைக்கணும்னு ரெண்டு தடவை சொல்லிட்டார் புரோகிதர். ஏன் இவ்வளவு நேரமாச்சு!"

"மாலை வர்றதுக்கு லேட்டாயிடுச்சு சொர்ணம்!" என்றார் கே.கே.ஆர். சொர்ணமும் சில பெண்களும் கண்மணியைக் கோயில் சந்நிதானத்தின் அருகில் அழைத்துச் சென்று, நாதன் கட்டிய தாலியை நீக்கி உண்டியலில் போட்டுவிட்டு அழைத்து வந்து மணவறையில் அமர வைத்தார்கள்.

சுதர்சனும் வந்தமர்ந்ததும், நாதஸ்வர கோஷ்டி வாசிக்கத் துவங்க, மந்திரங்களைச் சொல்லத் துவங்கினார் புரோகிதர்.

"என்னங்க இது, வேட்டி பின்பக்கம் கிழிஞ்சிருக்கு... கவனிக்கலையா?" என்றாள் சொர்ணம் தன் கணவரிடம்,

"பழைய வேஷ்டி அவசரமா கார்ல ஏறினப்போ கிழிஞ்சிடுச்சு. பரவாயில்லை, விடு" என்றார் கே.கே.ஆர்.

வந்திருந்தவர்கள் தாலியைத் தொட்டு ஆசீர்வாதம் செய்த பிறகு புரோகிதர் எடுத்து சுதர்சன் கையில் கொடுக்க, மங்கள வாத்தியம் முழங்க அதை அவன் கண்மணிக்குக் கட்டிய போது, அவள் தேகம் முழுவதும் சிலிர்த்தடங்கியது. அட்சதைகள் வந்து விழுந்தன.

மாலைகளை மாற்றிக்கொண்ட பிறகு இருவரும் கே.கே.ஆர்., சொர்ணம் கால்களில் விழுந்து ஆசி பெற்று நிமிர்ந்தபோது

அங்கே போலீஸ் இன்ஸ்பெக்டரும், சில கான்ஸ்டபிள்களும் வந்து நிற்க... எல்லோரும் புரியாமல் திகைப்புடன் பார்க்க...

"என் மகளோட கல்யாணத்தைப் பார்க்கற வரைக்கும் அனுமதி கொடுத்ததுக்கு ரொம்ப நன்றி இன்ஸ்பெக்டர்... இப்ப நீங்க என்னை அழைச்சுட்டுப் போகலாம்" என்றார் கே.கே.ஆர்.

"அப்பா! என்னப்பா இது?" பதறினாள் கண்மணி.

"கண்மணி... கொஞ்சம் முன்னாடி நாதன் உனக்குக் கட்டின தாலியைக் கழட்டினியே, அது சட்டப்படி மட்டுமில்லைம்மா... சம்பிரதாயப்படியும் முறையா நடந்திருக்கு. அந்த வெறிபிடிச்ச மிருகம் உன்னைக் கொலை செஞ்சு கல்யாணத்தை நிறுத்தறதுக்காகத் தப்பிச்சு வந்ததும்மா... நான் புறப்படற நேரத்துல அவன், நம்ம வீட்டுக்கு ஏதோ ஒரு கார்ல வந்து இறங்கினான்... உன்னைக் தேடினான்... நான் பொறுமையா எடுத்துச் சொன்னேன். கெஞ்சிப் பார்த்தேன், என்னைத் தாக்கிட்டுப் புறப்பட முயற்சி செஞ்சான். அவனைத் தடுத்து நிப்பாட்டறதுக்காக நான் அரிவாளை எடுக்கறதைத் தவிர, வேற வழியில்லாமப் போச்சு. அவன் ஆத்திரத்தில் செஞ்ச ஒரு கொலையால உன் வாழ்க்கை சீரழிஞ்சது. நீ ஆசைப்பட்டபடி ஒரு புது வாழ்க்கை உனக்குக்

கிடைக்கச் செய்யறதுக்காக செஞ்ச இந்தக் கொலைக்காக நிச்சயமா நான் வெட்கப்படலை கண்மணி. பெருமையாத்தான் இருக்கு" என்ற கே.கே.ஆர்., போலீஸ்காரர்களோடு ஜீப்பை நோக்கி மெதுவாக நடந்தார்.

அதிர்ந்து போய் நின்ற கண்மணியின் தோளை ஆறுதலாகத் தொட்ட சுதர்சன், "தைரியமா இரு நான் இருக்கேன்!" என்றான்.

முற்றும்

www.ingramcontent.com/pod-product-compliance
Lightning Source LLC
LaVergne TN
LVHW060212051026
849517LV00005B/1384
* 9 7 8 9 3 9 5 1 6 6 0 9 6 *